भावनिक आघात आणि दहशत सोसणाऱ्या तरुणीचा हृदयस्पर्शी जीवनपट. जॅन रफ्-ओ'हर्न ची ही कथा वेदना आणि लैंगिक गुलामगिरीचा मानहानिकारक संदेश पोहोचवते.

- द एज

अत्यंत हळुवारपणे सांगितलेली एक गहन मानवी शोकांतिका. या स्त्रीकडे इतकी ताकद असल्याचे पाहून आपण विस्मयचकित होतो.

- द एक्झामिनर

हे फार महत्त्वाचे पुस्तक आहे. जॅन रफ्-ओ'हर्न च्या स्वतःची गोष्ट सांगण्याच्या इच्छेमुळे आणि क्षमतेमुळे या पुस्तकाला फार महत्त्व प्राप्त झाले आहे.

- द कॅनबेरा टाइम्स

दुसऱ्या जागतिक महायुद्धादरम्यान सैनिकांकडून अनेकवेळा
बलात्कार झालेल्या स्त्रीची आठवणगाथा

फिफ्टी इयर्स ऑफ सायलेन्स

लेखक
जॅन रफ्–ओ'हर्न

अनुवाद
नीला चांदोरकर

मेहता पब्लिशिंग हाऊस

Mehta Publishing House Pvt. Ltd., Pune 411030.
✆ +91 020-24476924 / 24460313 / Mob. No. 9545000513
Email : production@mehtapublishinghouse.com
Website : www.mehtapublishinghouse.com

FIFTY YEARS OF SILENCE by JAN RUFF-O'HERNE

This Edition Published by Arrangement with Random House Australia.
Translated into Marathi Language by Neela Chandorkar

फिफ्टी इयर्स ऑफ सायलेन्स / अनुवादित आत्मकथन

अनुवाद : नीला चांदोरकर
Email : author@mehtapublishinghouse.com

मराठी अनुवादाचे व प्रकाशनाचे हक्क : मेहता पब्लिशिंग हाऊस प्रा. लि., पुणे ३०.

संस्थापक : सुनील अनिल मेहता

प्रकाशक : मेहता पब्लिशिंग हाऊस प्रा. लि.,
१९४१, सदाशिव पेठ, माडीवाले कॉलनी, पुणे – ४११०३०.

मुद्रक : पार्कसन्स ग्राफिक्स

मुखपृष्ठ : चंद्रमोहन कुलकर्णी

प्रकाशनकाल : जून, २०११ / पुनर्मुद्रण : मार्च, २०२४

किंमत : ₹ ३५०

P Book ISBN 9789353172879

Indian English Edition of this Book is Published & Printed by
Mehta Publishing House, Pune.

माझा प्रिय पती, कै. जॉन रफ़ यांस,
प्रेमपूर्वक अर्पण

माझ्या मनातलं

माझ्या आईवडिलांबरोबर राहत असताना माझ्या लहानपणी मला अनेकवेळा असं वाटत असे की माझ्या आईमध्ये काहीतरी खास आहे. काहीतरी वेगळेपण वाटे... त्यावेळी ते समजण्याइतकी बुद्धी माझ्यात नव्हती.

तिच्याभोवती एक वलय होतं, ती इतरांपेक्षा खूप वेगळी होती.

या तिच्या वेगळेपणामुळे, मनाच्या सामर्थ्यामुळे लोक तिच्याकडे आकर्षित व्हायचे.

मी आणि माझी बहीण – आम्हाला तिच्याविषयी किती अभिमान वाटत असे! ती बिचारी मात्र आतल्याआत कुढत होती. तिनं जे अपरिमित दुःख भोगलं होतं त्याविषयी एक अवाक्षरही तिला बोलता येत नव्हतं. तिनं तोंडात मिठाची गुळणी धरली होती. त्यामागचं कारण केवळ ती जाणत होती.

आमच्या आयुष्यात सुख पेरणाऱ्या माझ्या आईच्या अंतःकरणात दुःखच दाटलेलं होतं. हा एक दैवदुर्विलासच म्हणायला हवा.

– आयलिन मिट्टन

अनुवादाच्या निमित्तानं

काही पुस्तकं वाचताना आपल्या ज्ञानात भर पडते तर काही पुस्तकं आपलं निखळ मनोरंजन करतात, काही पुस्तकातील अनुभवांमुळे उदात्त भावनांची अनुभूती मिळते तर काही पुस्तकं आपल्याला विचारप्रवृत्त करतात, अंतर्मुख करतात. फार थोडी पुस्तकं वाचकाला सुन्न करतात – वाचत असताना आणि वाचल्यानंतरही काही काळ... त्यांपैकी हे पुस्तक – फिफ्टी इयर्स ऑफ सायलेन्स – मौनाची पन्नास वर्षं.

ऑस्ट्रेलियातील वास्तव्यात काही वर्षांपूर्वी या पुस्तकाची पहिली आवृत्ती मी वाचली होती. काही महिन्यांपूर्वी या पुस्तकाचा अनुवाद करण्याची संधी चालून आली तेव्हा मला खूप बरं वाटलं. एका जगावेगळ्या स्त्रीच्या धैर्याची कहाणी मराठी वाचकांसमोर सादर करायला मला मनापासून आनंद होतोय.

जॅनचं इंडोनेशियातलं रम्य, आदर्शवत बालपण तसेच स्वप्नाळू तारुण्य दुसऱ्या जागतिक युद्धादरम्यान पार होरपळून गेलं. साडेतीन वर्षांचा हा काळ जॅननं, तिच्या दोन बहिणी आणि आईसह जपान्यांच्या युद्धछावणीत विविध प्रकारचा छळ सोसत काढला. तिच्या दुर्दैवाचा एक भीषण अवतार तिच्यासमोर ह्याच काळात उभा ठाकला. जपानी सेनेतील अधिकाऱ्यांनी आपली कामवासना शमवण्यासाठी जबरदस्तीने जॅन आणि तिच्यासारख्या आणखी अनेक तरुण स्त्रियांवर अत्याचार करण्यात केले. तब्बल तीन महिने या तरुणींनी आपल्या तनामनावर होणारे, अत्याचार सहन केले. जपान्यांच्या वेश्यागृहातून त्यांची सुटका झाली, 'तेव्हा त्यांना तोंड बंद ठेवा, नाहीतर कायमचं संपविण्यात येईल,' अशी धमकी देण्यात आली.

जॅनच्या सुदैवानं याच युद्धछावणीत तिला एक ब्रिटिश सेनाधिकारी भेटला,

तो तिच्या प्रेमात पडला व त्यानं तिला विवाहाची मागणी घातली. आपला भूतकाळ तिनं त्याला सांगितल्यावर त्यानं अत्यंत उदार मनानं तो विसरण्याची इच्छा व्यक्त केली. दोघांनी युद्धसमाप्तीनंतर विवाह केला. सुखाचे दिवस पुन्हा एकदा जॅनला अनुभवायला मिळाले.

सक्तीनं लादलेलं मौनव्रत जॅननं आणि तिच्या मैत्रिणींनी पन्नास वर्षं सहन केलं कारण त्या लाजिरवाण्या काळखंडाची सावलीही त्यांना आपल्या व आपल्या कुटुंबियांच्या आयुष्यावर पडायला नको होती. सुखासमाधानात आयुष्याचं शेवटचं पर्व कंठत असतानाच जॅननं मौन सोडलं. कारण काही कोरियन सुखदायिनींनी प्रथम या अन्यायाविरुद्ध आवाज उठवला. पुढल्या १५-१६ वर्षांच्या काळात जॅनला अनेक मानसन्मान मिळाले, ते तिनं दाखविलेल्या अतुलनीय मनोधैर्यासाठी. तिच्या सुदैवानं तिला तिच्या कुटुंबीयांनी तसंच ऑस्ट्रेलियातील मित्रमैत्रिणींनीही भरघोस पाठिंबा दिला व तिच्या लढ्याची वाटचाल सुसह्य केली.

एका झुंजार वृद्धेची ही गाथा वाचकांनाही आवडेल अशी आशा मी व्यक्त करते.

नीला चांदोरकर

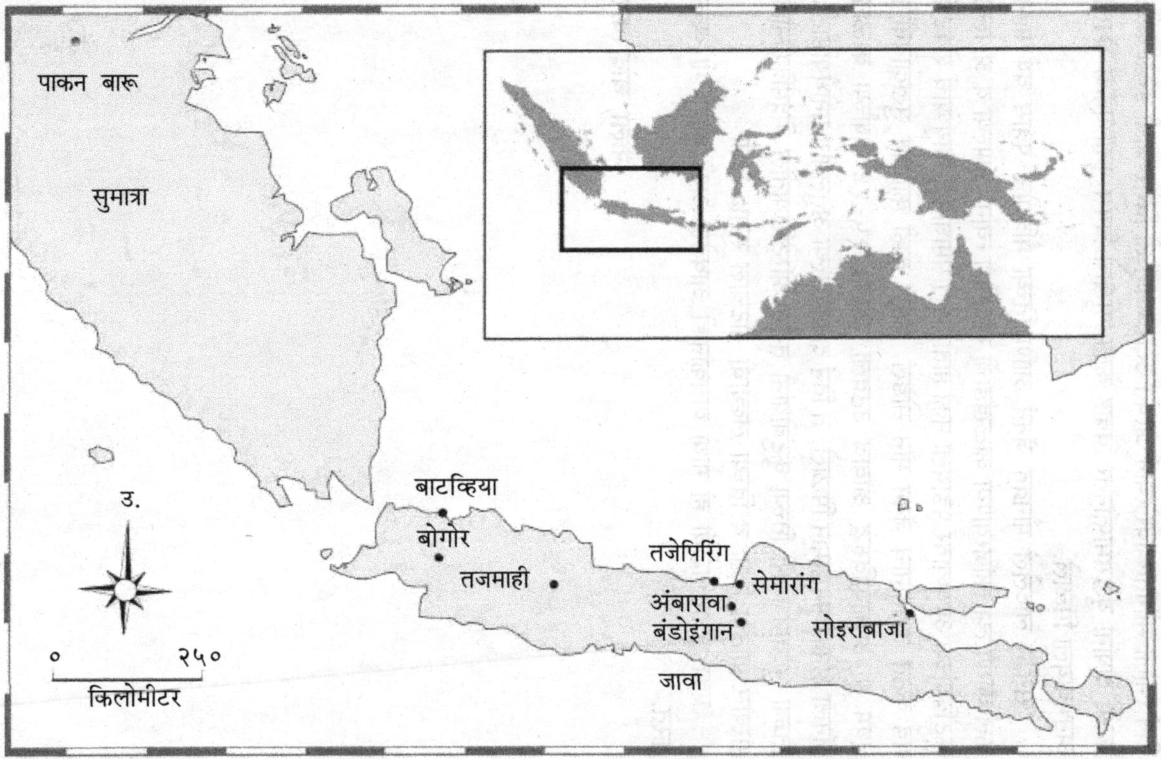
पाकन बारू
सुमात्रा
उ.
० २५०
किलोमीटर
बाटव्हिया
बोगोर
तजमाही
तजेपिरिंग
सेमारांग
अंबारावा
बंडोइंगान
सोइराबाजा
जावा

अनुक्रमणिका

बालपणीचा काळ सुखाचा
वॉर्ड मी आणि ॲलीन

भाग १

रम्य ते बालपण

"ओमा, तुझं बालपण जावामध्ये गेलं, त्या वेळची एखादी गोष्ट सांग ना मला."

माझी धाकटी नात, रूबी म्हणाली. माझ्याजवळचे जुने फोटोसंग्रह चाळताना मला म्हणाली. माझ्या चेहऱ्याकडे बघताना तिच्या चेहऱ्यावरलं लोभस स्मित मला जणू म्हणत होतं, माझं म्हणणं तू ऐकणार आहेस ना?

"आज कोणती गोष्ट ऐकायचीच तुला?" मी तिला विचारते. हळुवार हातांनी रुबी फोटोसंग्रहाची पानं उलटते, तिच्या हातांच्या हालचालीत मला एक प्रकारचा भक्तिभाव जाणवतो. त्या प्रत्येक फोटोतून एक गोष्ट डोकावत असते....

"मला तुमच्या घराची गोष्ट सांग, ओमा. तुमच्या घरातल्या भिंतींवर छोट्याछोट्या पाली चढत असत ना. तुमच्या घराभोवती खूप प्राणी असायचे ना, त्यांच्याबद्दल पण सांग ओमा. एकदा तर तू वडाच्या झाडावरून खाली पडत असताना हातानं एका सापाला धरलं होतंस ना? तुझ्या फ्रेंच आजोबांबद्दल पण ऐकायचंय मला, जेवताना ते तुला ताठ बसायला सांगायचे ना?... आणि एकदा तुम्ही भावंडं डोंगर चढत होतात, तेव्हा तुझ्या पायांना पुष्कळ काळ्या जळवा डसल्या होत्या म्हणे, त्या सगळ्या गोष्टी मला ऐकायच्या आहेत, सांग ना ओमा."

माझ्या नातीच्या चेहऱ्यावरून उत्सुकता अगदी ओसंडून वहात असते, ते पाहून माझ्या मनातल्या सगळ्या आठवणी तिला सांगण्याची इच्छा अगदी अनावर होते – माझं कुटुंब, आमच्या परंपरा, आमचा समृद्ध भूतकाळ. तो सगळा त्या फोटोंमधून मला परत परत खुणावतो.

काही फोटो मला त्या संग्रहात दिसत नाहीत – कसे दिसणार, कारण ते कुठल्याही कॅमेरानं कधी टिपलेच नव्हते; पण त्या प्रतिमा माझ्या मनःपटलावर

मात्र अगदी खोलवर रुतलेल्या आहेत, कायमच्या ठसलेल्या आहेत. मी त्यांना माझ्या हृदयाच्या खोलवरच्या कप्प्यात बंदिस्त करून ठेवलंय. ह्या प्रतिमांच्या मागे दडलेल्या गोष्टी इतक्या लाजिरवाण्या, इतक्या भयंकर आहेत की त्या कुणाला सांगण्यासारख्या नाहीत. त्यांनी जणू कायमचं मौनव्रत घेतलं आहे. माझ्या मुली, माझी नातवंडं, माझं कुटुंब, माझ्या मैत्रिणी – कुणाकुणालाच त्याच्याविषयी मी काहीही सांगितलेलं नाही. त्या काळ्याकुट्ट कथा – कृष्णकहाण्या – सांगून टाकाव्यात, मनावरलं ओझं दूर करावं अशी ऊर्मी मात्र अलीकडे मनात वरचेवर उठते आहे, उफाळून वर येते आहे...

माझ्या नातीनं या कहाणीची सुरुवात अनेक वेळा ऐकली आहे. त्यातले बहुतेक सगळे प्रसंग तिच्या चांगल्याच परिचयाचे झाले आहेत. सगळ्याच लहान मुलांना ऐकलेल्या गोष्टी परत परत ऐकण्याची आवड असते; कारण त्या, गोष्टींमधला पुढचा भाग त्यांना माहीत असतो. पुढे काय होणार आहे, हे त्यांना ठाऊक असतं. रुबीसुद्धा या नियमाला अपवाद नाही. मी पुन्हा एकदा तिच्या हातातल्या फोटोसंग्रहावर नजर टाकते. त्यातले काही जुने फोटो आता धुरकट, अंधूक झाले आहेत – पण त्यामागे दडलेले प्रसंग – तो प्रत्येक क्षण माझ्या मनात आजही तितकाच ताजा, जिवंत आहे. खरोखरच, जावामध्ये घालवलेलं माझं ते बालपण अतिशय रम्य आणि सुंदर होतं, ज्याला आता 'इंडोनेशिया' असं नाव आहे. तो देश आमच्या लहानपणी डच लोकांची वसाहत होता. त्याला 'डच ईस्ट इंडिज' या नावानं ओळखलं जायचं आणि तिथल्याच जावा या सुरम्य बेटावर मी लहानाची मोठी झाले.

त्या वेळच्या जुन्या आठवणी माझ्या मनात आजही अगदी स्पष्ट आहेत. माझं मन जेव्हा जेव्हा भूतकाळात जातं, तेव्हा तेव्हा या आठवणी जाग्या होतात. त्यांचा दरवळ माझ्या तन-मनाला व्यापून टाकतो. मला तिथली उष्ण, दमट हवा पुन्हा आठवते, दूरवरून येणारे गामेलान संगीताचे सूर माझ्या कानात घुमू लागतात, त्यामध्ये रातकिड्यांची किरकिर, सिकाडा नावाच्या हिरव्या किड्यांचा कर्कश आवाजही बेमालूमपणे मिसळला जातो आणि त्या सगळ्या आवाजांचंच एक गाणं तयार होतं. संध्याकाळच्या वेळी आम्ही घरासमोरच्या उघड्या व्हरांड्यामध्ये खुर्च्यांवर बसलेलो असायचो. त्या वेळी डास चावू नयेत म्हणून कसल्यातरी उदबत्त्या लावलेल्या असायच्या. तो वासही माझ्या नाकाला अजून जाणवतो. घरासमोरच्या दलदलीसारख्या हिरवळीवर नाना प्रकारचे किडे उडत असायचे अन् त्यांना पकडण्यासाठी हिरव्या-पिवळ्या रंगाचे बेडूक टणाटण उड्या मारत असायचे. डोळ्यांसमोरून आठवणींचा हा पट माझ्याही नकळत हळूहळू फिरतो अन् एका विशिष्ट ठिकाणी थांबल्यासारखा होतो. त्या आठवणी असतात कोळशाच्या धगधगणाऱ्या शेगड्यांच्या करपट वासाच्या,

तर काही आठवणी असतात घमघमणाऱ्या फुलांच्या... कधीकधी दारावरून साते हा खाद्यपदार्थ विकणारा माणूस जायचा, त्या खमंग वासानं तर आजही माझ्या तोंडाला अगदी पाणी सुटतं...

माझा जन्म जावामध्ये १९२३ साली झाला. माझ्या आधीच्या तीन, पिढ्या इंडोनेशियात राहिलेल्या होत्या. मी चौथ्या पिढीतली.

आमचं कुटुंब खाऊनपिऊन सुखी असं होतं. माझं बालपण खरोखरच इतकं सुखात गेलं की सर्वसामान्य मुलांना त्यांची कल्पनाही करता येणार नाही. आम्ही एकूण पाच भावंडं. त्यामधली मी तिसऱ्या क्रमांकावरची. एका साखर कारखान्याच्या परिसरात माझं बालपण गेलं. जावाच्या मध्यभागी असलेल्या सेमारांग या गावाजवळ तेपिरिंग साखर कारखाना (Tjepiring Sugar Factory) होता. माझे वडील तिथे व्यवस्थापक होते. त्यामुळे आम्ही तिथेच राहिलो, लहानाचे मोठे झालो.

माझे आईवडील प्रेमळ आणि बुद्धिमान म्हणता येतील असे होते. दोघंही कलावंत होते. आपापल्या परीनं त्यांना कलेची उपजत, दैवी देणगी होती. माझ्यात जे काही चांगले गुण आहेत त्यांचा वारसा मला माझ्या मातापित्यांकडूनच मिळाला आहे. सच्च्या कॅथॉलिक धर्माची शिकवण त्यांनी माझ्या मनात रुजवली. त्यासाठी मला कॅथॉलिक शाळेत व पुढे कॉलेजात पाठवलं. दोघांनीही, खासकरून माझ्या वडिलांनी, माझ्या मनात श्रद्धेचं बीज पेरलं, माझ्या मनात प्रार्थनेविषयी प्रेम निर्माण केलं, बायबल आणि चर्चमधील प्रवचनं व प्रार्थना याविषयी आदरभाव निर्माण केला. चर्चमधल्या रविवारी होणाऱ्या प्रार्थनांना आमच्या लेखी खास महत्त्व होतं. आमचा हा साखर कारखाना सेमारांग शहरापासून बऱ्याच अंतरावर असल्यामुळे दर रविवारी आम्हाला चर्चमध्ये जाऊन प्रवचन ऐकणं शक्य होत नसे. त्याऐवजी एक डच पाद्री – फादर बेकमन – महिन्यातून एकदा तेपिरिंगला येत आणि गावातील कॅथॉलिक लोकांना प्रवचनाचा लाभ देत असत.

फादर बेकमन आमच्याच घरी उतरत असत. रविवारी संध्याकाळी आम्ही थंडगार सरबताचा अस्वाद घेत, ग्रामोफोनवर संगीत ऐकत त्यांच्याबरोबर गप्पागोष्टी करत असू; पण त्यामध्ये बहुतेक वेळा बायबल किंवा इतर देवाधर्माच्या विषयावरच चर्चा होत असे. अगदी बालवयापासूनच मी सश्रद्ध वृत्तीची होते. देवावरला गाढ विश्वास ही मला मिळालेली सर्वांत मोठी दैवी भेट आहे, देणगी आहे, असं मी मानते. भविष्यात माझ्या वाट्याला जे अपरिमित दु:ख, अवहेलना आली, त्या वेळी या श्रद्धेनंच मला आधार दिला. संकटांना तोंड देण्याची शक्ती दिली, असं मी आजही मानते.

माझ्या आईवडिलांना संगीताची उपजतच देणगी मिळालेली होती आणि दोघांनाही शास्त्रीय संगीताविषयी अपार प्रेम होतं. रात्रीच्या वेळी ते दोघं एकमेकांच्या

साथीनं संगीतरचना करत आहेत, गात आहेत आणि त्या ऐकत ऐकतच मी झोपी गेले आहे, अशा अनेक प्रसंगांच्या हृद्य आठवणी माझ्या मनात अगदी ताज्या, टवटवीत आहेत. माझे वडील व्हायोलिन वाजवण्यात तरबेज होते, तर माझी आई पियानोचे सूर छेडण्यात कुशल होती. ती गायचीदेखील फार छान. अनेक भाषांमधली गाणी ती गायची; पण तिला खरी आवड होती जर्मन भाषेतील लायडर (Lieder) या प्रकाराची. आपल्या सुरेल आवाजात ती ही गाणी म्हणायची, तेव्हा ती आम्हाला एका वेगळ्याच विश्वात घेऊन जायची.

बालपणीची माझी अगदी पहिली आठवण आहे माझ्या तिसऱ्या-चौथ्या वर्षातली. माझे वडील एक हौशी छायाचित्रकार होते. फोटो काढल्यानंतर त्यावरले सोपस्कारही ते स्वत:च करत असत. ह्यासाठी त्यांनी घराच्या मागच्या व्हरांड्यात एक डार्करूम बनवली होती. या खोलीबद्दल माझ्या मनात एक विचित्र भीतीची भावना होती. त्यामुळे मी केवळ बाहेर उभी राहून आत हळूच डोकावून बघे; पण आत पाऊल टाकण्याचं धाडस मात्र मी करत नसे. लहानपणी मी फार हट्टी होते. एकदा तर मी चड्डीतच शू केली; पण नंतर काही केल्या मी कबूल होईना. माझ्या मोठ्या बहिणीनं ॲलिननंच चड्डी ओली केली, असा हेका मी चालू ठेवला. माझा नाठाळपणा पाहून माझ्या वडिलांना इतका संताप आला की त्यांनी मला दरादरा ओढत डार्करूमकडं नेलं आणि आत कोंडून ठेवलं. ती शिक्षा मला इतकी भयंकर वाटली की मी रडू लागले, किंचाळू लागले, थरथर कापत असतानाच मी दारावर माझ्या चिमुकल्या मुठींनी ठोठावू लागले. सुदैवानं हा अनुभव फार काळ टिकला नाही. कुणीतरी मला बाहेर काढलं; पण काळ्यामिट्ट अंधाराचा तो अनुभव मला कधीच विसरता आला नाही. तीन वर्षांच्या मुलीच्या मानानं ती शिक्षा खरोखरच फार दुष्टपणाची होती, फार कडक होती; पण त्या अनुभवातून मी एक महत्त्वाचा पाठ शिकले – खोटं बोलणं ही फार वाईट गोष्ट आहे.

माझ्या वडिलांविषयीची आणखी एक आठवण माझ्या मनात आहे; पण ती एकदम वेगळी, सुखदायक अशी आहे. ते प्रार्थना म्हणताना आपल्या पलंगाच्या जवळ गुडघे टेकून बसायचे. त्यांना त्या अवस्थेत बघताना आम्हा मुलांना वाटायचं, हे किती वेळ असेच स्तब्ध बसून आहेत! त्यांना शांत बसलेलं पाहून आम्ही अस्वस्थ व्हायचो, सुरुवातीला नुसती चुळबुळ करायचो अन् त्यांची प्रार्थना संपत आलीय, असं लक्षात आलं की सरळ त्यांच्या पाठीवर उडी मारायचो. त्यांना इतक्या तन्मयतेनं प्रार्थना करत असताना मी अनेक वेळा पाहिलं असल्यामुळे त्यांची ती प्रतिमा माझ्या मनीमानसी आजही अगदी जशीच्या तशी आहे.

१८९५ मध्ये माझ्या वडिलांचा जन्म जावातच झाला. त्यांचे वडील मूळचे फ्रेंच होते, तर आई डच व इंडोनेशियन अशा मिश्र वंशाची. त्यांचं नाव

सेलेस्टिन (Celestin). त्यांच्यावर बालपणी फ्रेंच जीवनपद्धतीचे संस्कार झाले. घरातली भाषाही बहुधा फ्रेंच असावी. निदान आपले वडील हेन्री (Henri) ह्यांच्याबरोबर ते फ्रेंचमध्येच बोलत असावेत. त्यांची आई, म्हणजे माझी आजी, जीन (Jeanne) एक सुंदर स्त्री होती. आपल्या नवऱ्याचीच नव्हे तर सासरच्या सर्वच माणसांची ती लाडकी होती. नाजूक, बारीक कंबर असलेल्या माझ्या आजीचे केस मात्र काळेभोर, दाट अन् लांबसडक होते. लुंगीवजा लांब वेष आणि वरती केबाया म्हणून ओळखलं जाणारं इंडोनेशियन पद्धतीचं पोलकं – अशी त्या काळातील डच महिलांची पारंपारिक वेशभूषा माझी आजी करीत असे. जीन आजीचा मृत्यू अकालीच झाला असं म्हणावं लागेल. मूत्रपिंडाच्या विकारामुळे वयाच्या केवळ अठ्ठेचाळिसाव्या वर्षी ती वारली. आपल्या लाडक्या पत्नीचा चिरविरह माझे आजोबा – हेन्री – कधीच सहन करू शकले नाहीत. घरभर लावलेल्या तिच्या फोटोंद्वारे त्यांनी आपल्या प्रिय पत्नीची स्मृती जिवंत ठेवली. दोघांची झोपण्याची खोली तर त्यांनी तिच्या आठवणीखातर अगदी तशीच्या तशी ठेवली होती. ती जिवंत असताना ज्या पद्धतीनं खोली सजवलेली असे, त्यामध्ये आजोबांनी अखेरपर्यंत कोणताही बदल केला नाही वा होऊ दिला नाही. मोठ्या पलंगावरची पांढरी लेस लावलेली चादर, पलंगाजवळ ठेवलेल्या तिच्या सपाता आणि आरशापाशी ठेवलेलं तिचं प्रसाधन-साहित्य, या सर्व गोष्टींमुळे जीन आपल्याबरोबर घरात अजूनही वावरत आहे, असा आभास त्यांना निर्माण करायचा असावा.

जीनआजीच्या मृत्यूनंतर चारच महिन्यांनी माझा जन्म झाला, त्यामुळे मला तिचंच नाव देण्यात आलं. माझ्या दृष्टीनं आजीसारखंच हे नावही सुंदर होतं. नावामुळेच की काय मला आम्हा दोघींमध्ये एक अतूट नातेसंबंध कायमचं वाटत आला आहे. तिनं वापरलेल्या काही वस्तू आजोबांनी मला दिल्या, त्याचं मला अजूनही अप्रूप वाटतं, त्या हाताळत असताना मला अवर्णनीय आनंद मिळतो. त्यामध्ये एक छोटीशी चामड्याची पिशवी (बटवावजा) आहे, तिच्या आत गडद तपकिरी रंगाच्या केसांची एक बट जपून ठेवलेली आहे. ती अर्थातच माझ्या आजीच्या केसांची असणार. अधूनमधून मी तो बटवा उघडते अन् हळुवार हातांनी ती बट कुरवाळते. माझ्याही नकळत माझं मन तरुणपणीच्या आजोबा-आजींचा विचार करू लागतं. आजोबा एक संवेदनशील व्यक्ती होते. अशाच एखाद्या हळुवार क्षणी त्यांनी झोपलेल्या आजीच्या केसांची बट हळूच कापून स्वत:जवळ जपून ठेवली असेल. विशेषत: तिच्या गंभीर आजाराबद्दल समजल्यानंतर त्यांच्या लक्षात आलं असेल की तिचा सहवास त्यांना आता फार काळ लाभणार नाही. त्या लहान वस्तूद्वारे आजी त्यांच्यापाशी कायमची राहिली असेल...

दुसऱ्या जागतिक युद्धाच्या दरम्यान माझ्या आजोबांचं ते सुंदर घर आणि घरातलं सगळं सामान नष्ट करण्यात आलं; पण आजीच्या केसांची बट असलेली ही छोटी पिशवी मात्र आजोबांनी आपल्या आयुष्याच्या अखेरपर्यंत हृदयापाशी बाळगली.

माझ्यासाठी माझे आजोबा हे एक पूजनीय व्यक्ती होते. वयाच्या विसाव्या वर्षी त्यांनी फ्रान्सचा निरोप घेतला आणि ते जावाला आले. लवकरच त्यांनी स्थानिक लोकांची भाषा शिकून घेतली. डच भाषादेखील ते अस्खलितपणे बोलत असत; पण तिच्यावर त्यांच्या मातृभाषेची दाट छाया असायची. आळस नावाची गोष्ट त्यांना ठाऊकच नसावी. सतत काही ना काही काम करायचं आणि अगदी ताठ चालायचं; ही त्यांची माझ्या मनात ठसलेली एक प्रतिमा. अगदी सत्त्याहत्तराव्या वर्षीदेखील हे वृद्ध गृहस्थ नित्यनेमानं व्यायाम करत. अन् त्याहून नवलाची बाब म्हणजे गुडघ्यांमध्ये यत्किंचितही न वाकता पायांचे अंगठे धरू शकत.

मी शाळेत शिकत होते तेव्हा बहुतेक सुट्ट्या मी माझ्या या आजोबांच्या घरी घालवल्या. त्यांनी हे घर एका उंच डोंगरावर ओंगेरान पर्वतावर – तीन हजार फूट उंचीवर बांधलं होतं. मध्य जावामध्ये असलेल्या या गावाचं नाव होतं बांदोगन (Bandoengan) आणि सुट्टी घालवण्यासाठी खास बांधलेल्या त्यांच्या घराचं नाव होतं 'रस्टिकाना पार्क'. तेपिरिंगमधील गरम आणि दमट हवा उन्हाळ्याच्या दिवसांमध्ये अगदी असह्य व्हायची, तेव्हा आई आम्हाला घेऊन या थंड हवेच्या ठिकाणी राहायला यायची.

आजोबांचं हे घर माझ्या स्मृतिपटलावर कायमचं कोरलं गेलंय. तिथली प्रत्येक खोलीच नव्हे, तर घराचा कोपरान्‌कोपरा माझ्या डोळ्यांसमोर आजही उभा राहातो. संबंध घरामध्ये जमिनीवर नक्षीदार फरशा बसवलेल्या होत्या आणि काही ठिकाणी गालिचेही घातलेले होते. खोल्याखोल्यांमधून गॅसचे दिवे बसवलेले होते. आमच्या आजोबांचा नोकर, संध्याकाळ झाली की ते व्यवस्थित पुसून चालू करायचा. भिंतीवर लावलेली चित्रं आणि पौर्वात्य देशांमधील शोभेच्या वस्तूंमुळे आजोबांचं घर अधिकच सुंदर वाटायचं. घराच्या दर्शनी भागातील व्हरांड्यामध्ये वेताच्या खुर्च्या आणि टेबलं ठेवलेली होती. इथेच बसून आम्ही संध्याकाळच्या वेळी गोड सरबतं आणि खाद्यपदार्थांचा चट्टामट्टा करत असू.

या घरातला दिवाणखाना खूपच प्रशस्त होता. एका कोपऱ्यात छोट्या टेबलापाशी बसून आजोबा त्यांचं काम करत बसायचे. त्यांच्या टेबलावर त्यांच्या कुटुंबीयांचेच असंख्य फोटो ठेवलेले असायचे. मी अगदी लहान होते तेव्हा कधीकधी ते मला आपल्या मांडीवर उचलून घेत. आणि त्या फोटोंसंबंधी

काहीबाही सांगत रहायचे. अनेक वेळा मी त्या गोष्टी ऐकलेल्या असल्या तरी प्रत्येक वेळी मला तितकीच उत्सुकता वाटत असे. घरातल्या इतर कुठल्याही टेबलखुर्च्यांपेक्षा मला या टेबलाचं विशेष कौतुक वाटायचं. त्याच्या समोरच्या बाजूला एका फळ्यावर माझ्या आजीचं भलंमोठं छायाचित्र लावलेलं होतं आणि त्याच्या दोन्ही बाजूंना जांभळ्या रंगाची फुलं असलेल्या कुंड्या शोभेखातर ठेवलेल्या होत्या.

माझ्या आजीच्या पश्चात या घराचं घरपण माझ्या बेट्स नावाच्या आत्यानं सांभाळलेलं होतं. दिवसभर ती या खोलीतून त्या खोलीत पायातल्या सपातांचा चट्पट् असा आवाज करत लगबगीनं वावरत असे. आजदेखील माझ्या कानात तो आवाज घुमतो आहे. आपल्या अर्धवट पिकलेल्या केसांचा आत्या नेहमी अंबाडा बांधत असे अन् तो कायम काहीशा विस्कटलेल्या अवस्थेत असे. रोजच्या वापरासाठी तिच्याकडे फुलाफुलांच्या डिझाईनचे फक्त दोनच पोशाख होते. एक गडद निळ्या रंगाचा होता अन् दुसरा जांभळ्या रंगाचा. आमची ही आत्या अतिशय प्रेमळ असल्यामुळे आमच्या मनात तिच्याविषयी एक खास आदरभाव होता. आजीच्या मृत्यूनंतर कायम अविवाहित राहिलेल्या बेट्स आत्यानं घरातल्या सगळ्या जबाबदाऱ्या आपल्या खांद्यावर घेतल्या होत्या. त्यामुळे आमच्या लेखी ती आजीसारखीच होती. तिनंही आम्हाला नातवंडांप्रमाणेच सांभाळलं, आमच्यावर प्रेम केलं, अन् प्रसंगी आम्ही खोड्या केल्या तेव्हा आम्हाला पाठीशीही घातलं. मला वाटतं, तिच्या हृदयातलं सगळं वात्सल्य आमच्या ओंजळीत टाकलं. आजन्म अविवाहित राहिलेल्या आत्यानं आपली अपत्यप्रेमाची भूक तिनं आमच्यावर प्रेम करूनच भागवली.

मी एकोणीस वर्षांची झाले. या सुमारास बेट्स आत्या खूप आजारी पडली. महायुद्धाला अजून तोंड फुटलेलं नव्हतं. त्या वेळी मी आजोबांच्या घरी असल्यानुळे मला तिची अखेरच्या दिवसांमध्ये सेवाशुश्रूषा करता आली. माझ्याच बाहूंमध्ये तिनं अखेरचा श्वास घेतला. रात्रभर तिचा देह तिच्या पलंगावरच ठेवला होता, तेव्हा शेजारीच मी बसून राहिले, तिची सोबत करत...

माझ्या आयुष्यातला तो पहिलाच मृत्यू, मी अगदी जवळून पाहिलेला. पहिल्यांदाच मी एक मृतदेह इतक्या थोड्या अंतरावरून पाहिला असेल. मृत्यूमध्ये बीभत्स, कुरूप असं काही नसतं, असं मला बेट्सआत्याकडे बघितल्यानंतर तरी वाटलं. किती शांत दिसत होती ती! तिच्या चेहऱ्यावरल्या वार्धक्यरेषासुद्धा गडप झाल्यासारख्या भासल्या मला. त्या क्षणी खरंतर ती मला अधिकच जवळची वाटली. हळुवार हातांनी मी तिचे केस नीट केले. त्यांनंतर आमच्या बागेतलं एक सुंदर फूल तिच्या मिटल्या हातांमध्ये ठेवलं. आता इतक्या वर्षांनंतर

मला बेट्स आत्या आठवली की वाटतं, आत्या एक प्रकारे नशीबवानच म्हणायची. म्हणूनच युद्ध सुरू होण्यापूर्वी तिला मृत्यू आला. युद्धकैदी म्हणून तिला जपान्यांचा छळवाद व कैद सोसावी लागली नाही.

माझ्या आजोबांचं हे घर केवळ आमच्या कुटुंबासाठीच प्रशस्त नव्हतं, तर आमच्या बटाव्हियात राहाणाऱ्या चुलतआत्तेभावंडांना पण ते आरामात सामावून घ्यायचं. बंगल्याच्या आवारातील टेनिसकोर्टवर आणि पोहण्याच्या तलावातच आमचा दिवसाचा बराचसा वेळ जात असे. आजोबांनी दोन तलाव बांधून घेतलेले होते. त्यातला मोठा तलाव जवळजवळ दीडशे फूट लांबीचा, तर छोटा तलाव साठ फूट लांबीचा होता. त्याव्यतिरिक्त डोंगर चढणं, जंगलातून वाट काढत हुंदडणं हे उद्योग असायचेच. अशा वेळी काटेरी झुडपामुळे आमचे पाय रक्तबंबाळ व्हायचे अन् कधीकधी बारीक पण लांबट आकाराच्या काळ्या रंगाच्या जळवा आमच्या पायातील रक्त शोषून घ्यायच्या. घरी परतल्यावर पेटत्या आगकाडीच्या साहाय्यानं आम्ही त्यांच्यापासून मुक्तता मिळवत असू. पेटती काडी त्यांच्याजवळ नेली की त्या धगीनं जळवा पटापट खाली पडत. सकाळी आम्ही डोंगरावर चढून जात असू. घामाघूम होऊन आम्ही आलो की मग आमच्या पोहण्याचा कार्यक्रम सुरू व्हायचा. थंड पाण्यानं शरीराला बरं वाटायचं पण पायावरले ओरखडे मात्र विलक्षण झोंबायचे; पण एवढं झालं तरी आमचे हे उन्हाळी सुट्टीतले उद्योग कधी थांबले नाहीत. संध्याकाळ झाली की आमचा पत्त्यांचा अड्डा पडायचा. मोठ्या टेबलापाशी बसून आम्ही पत्ते खेळायचो त्यावेळी जवळच आपल्या छोट्या टेबलापाशी आजोबा त्यांच्या पत्रव्यवहाराच्या कामात दंग असायचे. आपल्या गोड आवाजात ते तऱ्हेतऱ्हेची फ्रेंच गाणी गात अन् आम्हालाही शिकवत असत. मला आठवतं, आम्ही लहान असताना आजोबा आम्हाला उचलून आपल्या मांडीवर बसवायचे आणि फ्रेंच भाषेतली बालगीतं म्हणायचे. दर रविवारी सकाळी न चुकता ते ग्रामोफोनवर फ्रान्सचं राष्ट्रगीत लावायचे. त्याला एक मोठा कर्णा जोडलेला होता. त्यामुळे या गाण्याचे सूर बागेतही ऐकू येत असत. माझे आजोबा हेन्री, खऱ्या अर्थानं त्यांच्या अखेरच्या श्वासापर्यंत फ्रेंचच राहिले. आजोबांच्या घरात घालवलेल्या दिवसांच्या आठवणींचा दरवळ आजही माझ्या मनात अगदी पहिल्यासारखाच ताजा आहे. माझी अशी मनापासूनची इच्छा आहे, की स्वर्गातदेखील आजोबांच्या बांदोगनसारखा एखादा सुंदर कोपरा असेल; जिथे मला मृत्यूनंतरही सुखाचे क्षण लाभतील.

माझ्या आईचं नाव जोसेफाईन. ती डच होती. एखाद्या नाजूक वेलीप्रमाणं ती आमच्या घराला लगडल्यासारखी होती. सडपातळ बांध्याची माझी आई, दिसायला खरोखरच सुंदर होती. घरात वावरताना तिच्या हातात एक छोटी वेताची परडी

असायची आणि त्यात किल्ल्यांचा एक भलामोठा जुडगा असायचा. अर्थात, किल्ल्यांव्यतिरिक्त इतरही अनेक वस्तू त्यात सापडायच्या. उदाहरणार्थ, एक छोटी कात्री, एखादी पेन्सिल, खोडरबर, छोटा चाकू, एखादं बटण, रबरबँड, सुईदोरा, केसांना लावायची पिन – एक ना दोन. वय झालं अन् तिला चष्मा लागला, तेव्हा तिच्या परडीनं त्यालादेखील सामावून घेतलं.

मला तिच्या ड्रेसिंग टेबलाविषयी खूप आकर्षण होतं. आई आरशासमोर बसून केस विंचरते आहे, हे दृश्य आजही माझ्या मनात अगदी काल पाहिल्यासारखं ताजं, टवटवीत आहे. माझ्या वडिलांनी तिला लग्नाची भेट म्हणून दिलेला चांदीच्या फ्रेमचा छोटा आरसा, तसाच मौल्यवान कंगवा आणि केस विंचरायचा ब्रश नेहमी या ड्रेसिंग टेबलावर मांडून ठेवलेले असायचे. तिथेच चिनी मातीचा फुलांच्या डिझाईनचा एक छोटा वाडगाही असायचा. त्यात आई तिचे छोटेमोठे दागिने ठेवायची आणि त्याच्या शेजारी असलेल्या छोट्या ट्रेमध्ये तिची कानातली, अंगठ्या असायच्या. आईच्या रंगीबेरंगी मण्यांच्या माळा हाताळायला मला खूप आवडायचं. त्यामधली माझी सगळ्यांत आवडती माळ पिवळ्या अँबर मण्यांची होती. हॉलंडहून माझे वडील जावाला आले, तेव्हा तो प्रदीर्घ प्रवास त्यांनी एका बोटीनं केला होता. पोर्ट सईद या बंदरात बोटीनं काही काळ मुक्काम केला असता, तिथेच माझ्या वडिलांनी ही माळ आईसाठी विकत घेतली होती. अनेक वेळा मी ही माळ गळ्यात घालून आरशासमोर उभी रहात असे. माझ्या आईला माझी ही आवड माहीत असल्यामुळे तिनं मृत्यूपूर्वी काही दिवस आधी, ही माळ मला तिची आठवण म्हणून भेट दिली होती.

आपला मायदेश सोडून लग्नानंतर लगेचच माझी आई इतक्या दूर अंतरावरच्या जावा बेटावर राहायला आली. तरुणपणी माझे वडील ॲमस्टरडॅममध्ये अभियांत्रिकीचं शिक्षण घेत होते, तेव्हा त्या दोघांची भेट झाली. जावामध्ये राहायला आली त्या वेळी आई फक्त तेवीस वर्षांची होती. बाबांच्या तरुणपणीचे फोटो मी जेव्हा पाहिलं, तेव्हाच माझ्या लक्षात आलं की इतक्या दूरदेशी राहणाऱ्या तरुणाच्या प्रेमात माझी आई पडली त्यात नवल काहीच नव्हतं. कारण माझे बाबा खरोखरच देखणे अन् रुबाबदार होते.

माझ्या आईवडिलांचं एकमेकांवर गाढ प्रेम होतं, यात शंकाच नव्हती. तरी पण कुठल्याही नवराबायकोत होतात तशी भांडणं, वादविवाद त्यांच्यातही होत असत. आमच्या सुदैवानं दोघंही कुठलाही मुद्दा फार वेळ ताणून धरत नसत. वाद मिटला की लगेच आमच्यासमोरच पुन्हा मोकळेपणानं एकमेकांच्या गळ्यात हात घालत. ते पाहून आम्ही मुलं सुटकेचा निःश्वास टाकत असू. कितीही भांडले तरी त्यांचं एकमेकांवर प्रेम आहेच, या सुखद विचारानं आमची मनं निर्धास्त होत असत.

लग्नानंतरच्या पहिल्या पाच वर्षांच्या कालावधीत माझ्या आईनं तीन मुलांना जन्म दिला, त्यामधलं मी शेंडेफळ. सर्वांत मोठा होता माझा भाऊ एदुआॅर्द (Edouard)) ज्याला सगळेजण 'वॉर्ड' या नावानंच हाक मारत. त्यानंतर माझी बहीण ॲलीन आणि मग मी जीन किंवा जॅन – डच भाषेतील उच्चारानुसार यॉन (Yon). माझ्यानंतर तब्बल आठ वर्षांनी माझ्याहून धाकट्या बहिणीचा. जोसेफिनचा जन्म झाला, जिला आम्ही फिएन म्हणून हाक मारत असू. आणि त्यानंतरची माझी सगळ्यात धाकटी बहीण सेलेस्त (Celeste). आम्हा पाच भावंडांमधलं शेंडेफळ – तिचा जन्म १९३४ मधला.

माझ्या आईवर तिच्या सगळ्या कुटुंबियांनी खूप प्रेम केलं. आम्हा सगळ्या भावंडांच्या मनात आईच्या खास आठवणी आहेत. आमच्या प्रत्येक अडचणीच्या, गरजेच्या वेळी ती हजर असायचीच. तिच्या दृष्टीनं अशक्य असं काही नसायचंच. मला आठवतोय असाच एक प्रसंग. त्या वेळी मी सतरा वर्षांची होते. मला संध्याकाळच्या पार्टीसाठी एक छान पोशाख हवा होता. अनेक मासिकं पालथी घातल्यानंतर डिॲना डरबिन या अभिनेत्रीनं तशा प्रकारचा फ्रॉक घातलेला मला दिसला होता. ते चित्र मी पाहिलं. त्याबरोबर मी आईकडं गेले अन् तिला ते दाखवून विचारलं, "मॉदर, मला असा फ्रॉक घेऊन देशील? तुला शिवायला जमेल का? फार अवघड नाही ना?"

"छे, मुळीच अवघड नाही," आईनं माझ्या मनातली शंका झटकून टाकली. त्या फ्रॉकला अनेक झालरींनी सजवल्यामुळे तो खूपच आकर्षक दिसत होता. खरं म्हणजे माझ्या दृष्टीनं तरी तसा फ्रॉक शिवणं सोपं नव्हतं; पण माझ्या आईनं माझ्यासाठी हुबेहूब तसा फ्रॉक शिवला खरा!

फ्रॉक तयार झाल्यावर मी तो अंगावर चढवला अन् आरशासमोर उभी राहिले. स्वत:च्या छबीवर खूष होऊन स्वत:भोवती दोनचार गिरक्या घेऊन उड्याही मारल्या. खूप आनंद झाला होता त्या वेळी मला. तो माझा पहिला पार्टीसाठी बनवलेला खास ड्रेस होता. आमच्याकडे स्वयंपाक करणारी बाई – आयमा (Imah) आणि वरकाम करणारी दुसरी बाई, सोमी (Soemie) यांनी पण माझं आणि माझ्या आईच्या शिवणकलेचं कौतुक केलं. अगदी मऊ मुलायम झालरींना हातही लावून पाहिला. "माझी बाय जॅन, किती सुंदर दिसते या फ्रॉकात!" असंही दोघीजणी म्हणाल्या. इथे एक गोष्ट सांगायलाच हवी. केवळ हाच ड्रेस नव्हे, तर आम्हा बहिणींचे सगळे कपडे माझी आईच शिवायची अन् तेही अगदी इतकेच सुंदर!

मला माझ्या आईचा नेहमीच अभिमान वाटायचा. किती प्रेमानं अन् अगत्यानं ती आल्यागेल्याचं स्वागत करायची! साहजिकच, माझ्या सगळ्या मैत्रिणींनाही

माझी आई फार आवडायची. आमचं घर अतिशय कलात्मक रीतीनं सजवण्यात आलेलं होतं. भिंतीवरची देखणी चित्रं, दाराखिडक्यांना लावलेले पडदे या सगळ्यांमध्ये तिची कलासक्त दृष्टी स्पष्ट दिसायची. सगळ्या कामांत मनापासून रस घेणारी माझी आई एक परिपूर्ण गृहिणी होती. तिच्यातली अगत्यशीलता येणाऱ्या पाहुण्यांना सहजपणे जाणवायची आणि विशेष कौतुकाची बाब म्हणजे आपल्या सहज, मोकळ्या स्वभावामुळे आणि विनोदी बुद्धीमुळे ती घरातलं वातावरण हसतं-खेळतं ठेवायची. लहानांपासून मोठ्यांपर्यंत सगळ्यांनाच या घरात आपलेपणा जाणवायचा. तिनं कुणाची निंदानालस्ती, केलीय असा प्रसंग माझ्या तरी आठवणीत नाही. दुसऱ्यातले दोष पाहण्यापेक्षा त्यांचे गुण टिपण्याकडे तिचा अधिक कल असायचा. आम्हा मुलांशीसुद्धा ती कधी कडकपणे बोलली नाही. ते काम आमच्या वडिलांवर सोपवलं असावं तिनं!

तसं पाहिलं तर घरात दोनदोन बायका कामाला असल्यामुळे माझ्या आईला घरकाम असं कधी करावं लागलं नाही. तरीदेखील तिचे हात कशात ना कशात तरी गुंतलेले असायचे, हेही खरंच होतं! आपल्या सिंगर या शिलाईयंत्रावर कपडे शिवायचे आणि पियानो वाजवायचा, या दोन छंदांव्यतिरिक्त माझ्या आईला इतरही अनेक आवडी होत्या. आमच्या तेपिरिंग क्लबच्या वाचनालयाची जबाबदारी तिनं स्वत:कडे घेतलेली होती. क्लबच्या दुकानात जे सामान विक्रीसाठी ठेवण्यात येत असे, त्याच्या खरेदीचं कामही आईच करत असे. दर महिन्याला बटाव्हिया आणि सोराबाजा या मोठ्या शहरातले विक्रेते आईला भेटत असत आणि तिथली खबरबातही आईच्या कानावर घालत असत. या भेटींची ती मनापासून वाट पाहात असे.

शहरापासून दूर अंतरावर असलेल्या आमच्या साखर कारखान्यातील लोकांसाठी तेपिरिंग क्लब हे मोठं आकर्षण होतं. बहुतेक सगळ्या सामाजिक घटनांचं ते केंद्र असल्यासारखंच होतं. तिथे वाचनालय आणि दुकानांखेरीज गप्पागोष्टींसाठी म्हणून निवांतपणे बसता येईल असं एक मोठं दालन होतं. मदिरापानासाठी वेगळी जागा – बार – होती. बिलियर्ड, पूल यांसारख्या खेळांसाठी टेबलं होती आणि त्या काळच्या पद्धतीप्रमाणे नृत्यासाठी एक मोठा हॉलही होता. थोडक्यात सांगायचं तर, साखर कारखान्यात काम करणाऱ्या पुरुषांसाठी व त्यांच्या बायकांसाठी एकत्र येण्याचं, गप्पागोष्टी करण्याचं, दोन घटका मदिराप्राशन करून शीण घालवण्याचं ते एक महत्त्वाचं केंद्र होतं.

या क्लबशेजारी एक टेनिस कोर्टही होतं. मोठ्या माणसांसाठी व मुलांसाठी खेळण्याचे वेगवेगळे दिवस ठरवण्यात आलेले होते. माझ्या दृष्टीनं तो काळ महत्त्वाचा होता असं मला वाटतं; कारण मी तरुणवयातच इतक्या सराईतपणे

टेनिस खेळत असे की, मला मोठ्या लोकांच्या स्पर्धांमध्ये भाग घेता येत असे. स्पर्धेच्या पहिल्याच दिवशी मला स्त्रियांबरोबर खेळण्याची संधी मिळाली होती. माझ्या आईनं त्यासाठी मला एक नवा स्कर्टही शिवून दिला होता. धडधडत्या छातीनं मी टेनिस कोर्टवर उभी राहिले, तेव्हा माझे हातही काहीसे कापत होते. माझ्या वडिलांनी शिकवलेले धडे आठवण्याचा प्रयत्न करत मी माझ्या प्रतिस्पर्ध्याला सामोरी गेले.

माझ्यापुढं खरं मोठं आव्हान उभं राहिलं ते श्रीमती इखॉटच्या रूपात. क्लबमधील स्त्रियांमधली सर्वोत्तम खेळाडू असा तिचा लौकिक होता. त्या दिवशी मी तिला हरवू शकले याचं मलादेखील आश्चर्य वाटलं; पण त्याहून मला अधिक अप्रूप वाटलं ते तिच्या खिलाडू वृत्तीचं. माझ्यासारख्या पोरसवदा तरुणीकडून हार पत्करावी लागली, तरी तिनं मला प्रेमानं आलिंगन दिलं आणि एक थंडगार पेय देऊन माझं कौतुकही केलं.

अशा सुखी कौटुंबिक वातावरणात माझं बालपण आनंदात सरलं, हे माझं मोठं भाग्यच म्हटलं पाहिजे. या काळात आम्हाला जो प्रेमाचा अमूल्य ठेवा मिळाला, त्यामुळेच आम्हाला भविष्यातल्या काळ्याकुट्ट कालखंडाला समर्थपणे तोंड देणं शक्य झालं.

* * *

आमच्या घरात निरनिराळी कामं करणारे आमचे पाच नोकर हे आमच्या कुटुंबाचाच एक भाग बनून गेले होते. स्वयंपाक करणारी बाई, एक वरकाम करणारी बाई, एक हरकाम्या पोरगा, माळी आणि माझ्या वडिलांची गाडी चालवणारा ड्रायव्हर. मी त्यांना आमच्या कुटुंबातली माणसं असं म्हणते ते केवळ वरकरणी किंवा तोंडदेखलेपणाचा भाग म्हणून नाही. कारण खरोखरच अत्यंत नेकीनं, जिव्हाळ्यानं आणि प्रामाणिकपणानं त्यांनी आमच्या घरात काम केलं. त्यांची नावं घेताना देखील आठवणीनं माझे डोळे पाणावल्यावाचून राहात नाहीत.

आयमाचं वर्णन तर मी कोणत्या शब्दात करू! आमच्याकडे स्वयंपाक करणारी, प्रेमळ स्वभावाची आयमा लहानखुऱ्या चणीची असूनही चांगलीच काटक बाई होती. एका डोळ्यानं अंध असलेल्या आयमाचा हसतमुख चेहरा आजही माझ्या नजरेसमोर जसाच्या तसा उभा राहातो. आमच्या डच वसाहतीतील जेवणातला एक भाताचा पदार्थ (रिजूस्ताफेल), ज्याला इंग्रजीत भाताचं टेबल (Rice Table) असं म्हणता येईल, आयमा अप्रतिमच बनवायची. या जेवणात

भात हा पदार्थ मुख्य असला तरी त्याच्या जोडीला अंडी, कोंबडी, गोमांस आणि माशांचे काही पदार्थही बनवले जात. शिवाय भाज्यांचं सूप आणि सांबाला नावाचा पदार्थही असे. माझ्या आईला आयमाचा फार अभिमान वाटायचा अन् तीदेखील माझ्या आईचा हा अभिमान नेहमी सार्थच ठरवायची. काही महत्त्वाचे, खास पाहुणे जेवायला येणार असले की आयमाच्या अंगातला उत्साह आणखीनच वाढायचा आणि ती टेबलावर मावणार नाहीत इतके पदार्थ बनवायची. आमचे पारंपरिक डच पदार्थही ती त्याच कौशल्यानं बनवत असे. इंडोनेशियन जेवणापेक्षा डच जेवण फारच वेगळं असतं, बरंच साधं असतं. त्यामध्ये बटाटे (उकडलेले), एखादा मांसजन्य पदार्थ आणि एखादी पातळ कढी असते; ज्याला आम्ही ज्यूस (Juice) म्हणतो. जोडीला यूरोपातल्या वाटाणे, गाजरासारख्या भाज्या असतात. इथे इंडोनेशियात या भाज्या आम्हाला डबाबंद स्वरूपातच मिळत असत. सगळेच पदार्थ आयमा अगदी तन्मयतेनं बनवत असे. त्या काळच्या वसाहती मायदेशापासून हजारो मैल दूर अंतरावर असत. तिथलं हवामान, राहणीमान सवयीचं नसे. अशा परिस्थितीत चांगला स्वयंपाकी मिळण्यासारखं दुसरं भाग्य नाही, असं माझ्या आईसारख्या स्त्रियांना नक्कीच वाटत असणार. माझ्या आईच्या या भाग्याचा हेवा करणारे अनेक लोक मला माहीत होते.

आयमाभोवती स्वयंपाकघरात कोंडाळं करून बसण्यात आम्हाला खूप मजा वाटायची. एका गोलसर आकाराच्या, मध्ये खोलगट भाग असलेल्या दगडी पाट्या-वरवंट्याच्या साहाय्यानं ती मसाल्याचे पदार्थ – मिरच्या, धणे, जिरे आणि त्यांच्या जोडीला इतर मसाल्याचे पदार्थ – वाटत असे. कधी डाव्या हातानं तर कधी उजव्या हातानं ती मधला उभट गोलाकार वरवंटा फिरवत असे अन् त्याच वेळी अधूनमधून एका पंख्यानं शेगडीतले निखारेही फुलवत असे. तिच्या या छोट्याशा राज्यात आम्हाला कढई आणि पातेल्यांमधली तळाशी असलेली चमचमीत खरवड किंवा इतर पदार्थांची चव घ्यायला मिळायची; त्याचा आम्हाला केवढा आनंद वाटायचा.

तिचाच मुलगा, तजाक (Tjak) आमच्याकडे हरकाम्या म्हणून काम करायचा. व्यवस्थित कपडे घालून तो जेवणाच्या टेबलापाशी उभा रहायचा आणि आमच्या ताटांमध्ये अन्नपदार्थ वाढायचा. अर्थात हे त्याच्या दिवसभरातल्या अनेक कामांपैकी एक काम असायचं. जात्याच हुशार असलेला हा मुलगा प्रत्येक काम अगदी मन लावून करायचा. माझ्या वडिलांचा सगळ्यात आवडता छंद म्हणजे त्यांचं संगीत. आपल्याजवळच्या असंख्य ग्रामोफोनच्या तबकड्यांची व्यवस्थित काळजी घेण्याचं शिक्षण त्यांनी तजाकला दिलं होतं. त्या कुठे, कोणत्या कप्प्यात, कशा प्रकारे ठेवायच्या, हेही त्यांनी त्याला शिकवलेलं होतं. या तबकड्यांमधून निघणाऱ्या

सुरेल संगीताचे स्वर आमच्या घरात सगळीकडे निनादत असत. त्यांची मोहिनी तजाकच्या मनावरही पडली; इतकंच नव्हे तर त्यालाही शास्त्रीय संगीतामध्ये गोडी वाटू लागली होती. ह्या ग्रामोफोनची जबाबदारी माझ्या वडिलांनी त्याच्यावर सोपवली होती, त्या गोष्टीचा त्याला फार अभिमान वाटत असे. जुन्या पद्धतीच्या या ग्रामोफोनला एक हँडल होतं. ते फिरवून त्याला चावी भरल्यानंतरच तबकडी फिरत असे. तबकडीवर ठेवायची सुईसुद्धा दर वेळी नव्यानं बसवावी लागे. ही कामं तो अतिशय काळजीपूर्वक करत असे. त्याची काही खास आवडती गीतं होती. त्यातली शुबर्टची अपुरी संगीतरचना (Unfinished Symphony) आणि रिम्स्की-कोरसाकाव्हची शेहेरजादे (Scheherazade) ही तर अगदीच खास आवडीची रचना होती.

त्या काळी साखर कारखान्याच्या परिसरातल्या आमच्या या घरात दूरध्वनीची सोय नव्हती. इतर कुणाकडेही टेलिफोन्स नव्हतेच. त्यामुळे माझी आई व तिच्या मैत्रिणींनी एक भन्नाट कल्पना अमलात आणली होती. बिजागरीच्या साहाय्यानं एकमेकांना जोडलेल्या दोन दगडी पाट्या या मैत्रिणी निरोपानिरोपीसाठी वापरत असत. वहीप्रमाणे या पाट्या उघडतामिटता येत असत. सोबत एक पेन्सिलपण दिलेली असे. या दोन पाट्यांपैकी डावीकडील पाटीवर माझी आई तिच्या मैत्रिणीसाठी निरोप लिहीत असे. तजाक हे काम आनंदानं करत असे. तो आईच्या मैत्रिणीकडे ही पाटी घेऊन जात असे. त्याचं उत्तर आईची मैत्रीण उजव्या पाटीवर लिहून परत पाठवत असे.

आईची मैत्रीण पाटीवर उत्तर लिहेपर्यंत तजाक त्या घरातल्या आपल्या दोस्तांशी, अर्थात तिथल्या नोकरमाणसांशी गप्पा मारत असे. शिवाय वाट पाहत असताना त्याला आईची मैत्रीण थंड पेयही देत असेच. एकूण ही संदेश परिवहन व्यवस्था त्याच्याही फायद्याची असायची.

माझ्या आईच्या देशाहून महिन्यातून एकदा समुद्रमार्गे जहाजातून पत्रं येत. तो प्रसंग आमच्यासाठी खरोखरच अतिशय महत्त्वपूर्ण असे. तजाक ही सगळी पत्रं एका चांदीच्या ट्रेमध्ये ठेवून माझ्या आईकडे नेत असे, तेव्हा त्याच्या वागण्यातून काही क्षणातच तेथे सुरू होणाऱ्या आनंदोत्सवाची जणू झलकच सगळ्यांना जाणवत असे. हॉलंडहून आलेली पत्र त्याला सवयीनं ओळखता येऊ लागली होती. 'हॉलंडहून आलेली पत्रं' अशीच घोषणा तो करत असे. तेव्हा त्याच्या डोळ्यांत एक वेगळीच लकाकी दिसत असे, चेहरा प्रफुल्लित असे आणि तो अशा प्रकारे मान हलवत असे की जणू काही त्याला पत्रातला मजकूर ऐकण्याची उत्सुकता असावी. माझी आई अधीरतेनं पत्र उघडत असे, त्या वेळीही तो तिथेच उभा राही. पत्र उघडून तिनं वाचायला सुरुवात केली की मग

ही स्वारी तिथून गुपचूपपणे निघून जाई. आईचा अधीरतेचा, आनंदाचा अनुभव जणू काही त्यालाही घ्यावासा वाटत असे.

काही वर्षांनी (विमानसेवा) जावापर्यंत पोहोचली. हॉलंड ते जावा अशी विमानांची उड्डाणं सुरू झाली, तेव्हा मग पत्रसेवा विमानाद्वारेच होऊ लागली. ह्या पत्रांचा कागदही अगदी पातळ व वजनाला हलका असे. कोण अपूर्वाई वाटत असे आम्हाला त्या पत्रांची! पण नुकत्याच सुरू झालेल्या त्या विमानसेवेत काही धोके होतेच. एक युव्हर (Uiver) नावाचं डच विमान कोसळलं आणि नंतर त्यानं पेट घेतला, तो भयावह प्रसंग माझ्या आठवणीत अजूनही ताजा आहे. त्यातली काही पत्रं अर्धवट जळलेल्या स्थितीत होती, ती संबंधितांपर्यंत पोहोचवण्यात आली. आमच्या घरीही अशी काही पत्रं आली, ज्यांच्या पाकिटांचे व आतील पत्रांचे कोपरे अर्धवट जळलेल्या अवस्थेत होते. माझ्या आईनं हळुवार हातांनी ती पाकिटं उघडली, पत्रांचे तुकडे एकत्र करून मजकूर वाचण्याचा प्रयत्न केला तेव्हा तिच्या डोळ्यांतून घळाघळा अश्रू वहात होते.

आमच्या घरी सोमी नावाची आणखी एक बाई वरकामासाठी म्हणून असायची. शांत स्वभावाच्या सोमीला सुपारी चघळण्याचा नाद होता. आमच्या झोपायच्या खोल्या सोमीच झाडूनपुसून स्वच्छ ठेवायची. आम्हा सगळ्यांचे कपडे धुवायचं मुख्य काम ही तीच करायची. घरामागच्या बागेत एक विहीर होती. तिच्याभोवती पांढऱ्या रंगाची वर्तुळाकार भिंत होती आणि तिच्यावर सुवासिक जुईच्या फुलांचे वेल चढलेले असत. आमच्या कपड्यांमधले पांढरे कपडे सोमी उन्हातच वाळवायची. बागेतल्या हिरवळीवर ती हे कपडे पसरायची. उन्हामुळे त्यांचा पांढरा रंग अधिकच खुलायचा. पिवळ्या रंगाची साबणाची वडी ती कपड्यांवर घासूनघासून आमचे मळके कपडे स्वच्छ करायची. तिचं कपडे धुणं चालू असायचं अन् तिथून जवळच आम्ही मुलं खेळत असायचो. कारण दुपारच्या वेळी तिथे छान गार वाटत असे अन् फुलांचा सुगंध आसमंतात दरवळलेला असे. अनेक वेळा खेळताना आम्ही विहिरीच्या आसपास दडून बसलो की मात्र सोमी आमच्यावर रागवायची. एक गोष्ट मात्र खरी – तिला स्वत:ला मूलबाळ नसल्यामुळे तिनं आम्हाला खूप जीव लावला. लहान वयातच लग्न आणि मग वैधव्य आल्यानंतर तिनं पुन्हा लग्न केलं नाही. मी झोपायच्या वेळी माझ्या पलंगाजवळ बसून ती आपल्या भाषेत अंगाईगीतासारखी गाणी म्हणायची, ती मला अजूनही अंधूकपणे आठवतात.

आमच्याकडे जो माळी होता त्याचं नाव सार्दी होतं. आमच्या भल्यामोठ्या बागेतली हिरवळ तो साध्या खुरप्यानं कापायचा, पण त्याचंही काम इतकं कौशल्यपूर्वक असायचं की हिरवळ अगदी मखमली वाटायची. जणू काही विम्बल्डनचं टेनिस कोर्टच!

संगीताव्यतिरिक्त मासे पाळणं हा माझ्या वडिलांचा आणखी एक लाडका छंद होता. साहजिकच आमच्या बागेत अनेक छोटी मत्सालयं होती. माशांची देखभाल करण्याची निरनिराळी तंत्रं त्यांनी सार्दीला शिकवली होती. एखादा मासा मेला की मात्र बिचाऱ्या सार्दीलाच निष्काळजीपणाबद्दल बोलणी खावी लागत. आम्हाला त्यामुळे सार्दीची कीव येत असे. कारण सार्दी काही फारसा हुशार नव्हता आणि मासे सांभाळण्याचं काम त्याच्या दृष्टीनं अवघडच होतं.

आमचा पाचवा नोकर म्हणजे अहमद नावाचा गाडीचालक. आपण इतर नोकरमंडळींपेक्षा श्रेष्ठ आहोत, अशी त्याची भावना असावी. ओ'हर्न कुटुंबातलं आपलं काम इतर कामापेक्षा अधिक हुशारीचं आहे असं त्याला वाटत असणार. तसंच आपल्या कामाचा त्याला अभिमान वाटत असल्यामुळे आमची शेवरलेट गाडी तो नेहमी अगदी चकचकीत ठेवायचा.

आम्ही जे खायचो-प्यायचो तेच अन्न आमच्या सगळ्या नोकरांनाही दिलं जात असे. सगळ्यांसाठी कपडेदेखील माझी आईच विकत घेत असे अन् प्रत्येकाच्या आवडीनिवडीचाही ती मनापासून विचार करत असे. इंडोनेशियातल्या तहोन बारो (Tahoen Baroe) नववर्षदिनालाही प्रत्येकाला नव्या कपड्यांची भेट ती न चुकता देत असे.

आमची दिवसरात्र सेवा करणाऱ्या या सगळ्या नोकरमाणसांवर आमची मनापासून माया होती. आमच्या आजारपणात, आनंदाच्या तसंच दुःखाच्या, अडचणीच्या काळात त्यांनीच आम्हाला खरी साथ दिली. आमच्या कुटुंबाचाच एक हिस्सा बनून राहिलेल्या या माणसांच्या खांद्यावर डोकं टेकून मनातल्या दुःखाला वाट द्यावी, अडीअडचणीच्या वेळी त्यांची मदत घ्यावी इतके जवळिकीचे संबंध आमच्यात निर्माण झाले होते. अहमदनंच वॉर्डला – माझ्या भावाला – गाडी चालवायला शिकवली होती. आयमानं मला रिस्ताफेल हा पदार्थ करायला शिकवला होता. मी तिच्या शेजारी बसायची आणि निरीक्षण करायची. माझ्या आईचं जेव्हा डोकं दुखत असे तेव्हा ते चेपणं, त्यावर कधी लेप लावणं किंवा कधी आणखी काही उपाय करणं हे आयमाचंच काम असे. काटक अन् जोरदार हातांनी ती अशा कौशल्याने मालीश करत असे, की डोकेदुखी गायबच होत असे.

* * *

थंड हवामानात वाढणाऱ्या आणि मिळणाऱ्या तेरॉंग बलांडा या फळाचं आम्हा सगळ्यांना अतोनात आकर्षण होतं. एकूणच डच लोकांमध्ये ते प्रसिद्ध होतं. म्हणूनच त्याच्या नावातच 'बेलांडा' म्हणजे 'युरोपातील' असा शब्द होता.

आमच्या माहितीतला एक स्थानिक विक्रेता होता. तो डोंगरावर मिळणारी ही फळं खास आमच्यासाठी म्हणून घेऊन येत असे. अन् तेही जवळजवळ शंभर किलोमीटर अंतरावरून!

हा माणूस खरोखरच विलक्षण होता असं म्हटलं पाहिजे. एका बांबूच्या दोन्ही टोकांना दोन टोपल्या बांधलेल्या, त्यामध्ये ही फळं अन् या टोपल्यांची कावड त्याच्या खांद्यावरून वाहात हा माणूस डोंगरदऱ्यांमधून तीन-चार दिवसांची पायपीट करत आमच्याकडे येत असे. ते मला आज आठवलं की वाटतं, हा एक वेगळाच जिव्हाळा म्हटला पाहिजे. बिचाऱ्याच्या पायात साध्या चपलाही नसत. खडे किंवा दगड टोचू नयेत म्हणून साधे रबराचे तुकडे तो आपल्या पायांना बांधत असे. खरं म्हणजे आपल्या गावाच्या जवळपासच्या लोकांनाही त्याला ही फळं विकता आली असती; पण बिचारा एवढी तंगडतोड करायचा तो एकाच आशेच्या, विश्वासाच्या आधारावर, की त्याची सगळी फळं माझी आईच विकत घेईल.

आमच्या घरापर्यंत येईपर्यंत त्याच्या अंगातलं त्राण संपलेलं असायचं. कधीकधी तर हिवतापामुळे त्याचे दात कडकड वाजत असायचे. आम्हा मुलांना तर हा माणूस डोंगरदऱ्या चढणारा-उतरणारा शूरवीरच वाटत असे. तो आमच्याकडे आला की आयमा त्याला मागच्या व्हरांड्यात बसवून भात आणि सांबार खायला घालत असे. त्यानंतर एक कप काळी दाट कॉफी प्यायला देत असे, तेव्हा कुठे त्याच्यात आईशी बोलण्याइतकी हुशारी येई.

तो दिवस अन् नंतरची रात्र हा विक्रेता आमच्याचकडे मुक्काम करत असे. दुसऱ्या दिवशी ताजातवाना होऊन तो घरी जायला निघाला की माझी आई त्याला हिवतापावरच्या क्विनाईनच्या गोळ्या आणि त्याच्या मुलांसाठी काहीतरी खाऊ देत असे. ऊनवाऱ्यानं सुरकुतलेल्या त्याच्या चेहऱ्यावर त्या वेळी छानसं हसू उमटत असे. आईला आणि आम्हालाही नमस्कार करत, 'सलामत टिंगाल'– 'येतो मी' असं म्हणून तो निरोप घेई. आणि आम्ही तो पुन्हा लवकरच येईल असं मनाशी म्हणत त्याला निरोप देत असू.

असाच नियमितपणे येणारा आणखी एक फिरता विक्रेता होता. त्याला चायनीज भाषेत क्लाँगटाँग म्हणतात. हातानं भरतकाम केलेले अतिशय सुंदर टेबलक्लॉथ्स, रुमाल, उशांचे अभ्रे आणि इतर अनेक सुबक अशा वस्तू तो घेऊन येत असे. विक्रीकलेचं उत्तम ज्ञान असलेला हा माणूस गोड बोलून समोरच्यावर मस्त छाप पाडायचा.

त्याला पाहाताच माझी आई आधीच 'मला आणखी वस्तू नको आहेत रे बाबा' अशी नकारघंटा वाजवायची; पण आम्ही मुलं तिच्यामागे लागायचो, 'पण

एकदा बघूया तरी त्यानं काय आणलंय ते.' मग आम्ही या क्लाँगटाँगभोवती कोंडाळं करून बसायचो अन् तो आपल्या गाठोडातल्या एकेक वस्तू सावकाशपणे आमच्यासमोर मांडायचा. यात निदान अर्धा तास तरी सहज जायचा. कधी त्याच्या बडबडीला कंटाळून तर कधी त्याची दया आल्यामुळे माझी आई त्याच्याकडची एक वस्तू तरी विकत घ्यायचीच. मग या वस्तू नाताळच्या सणानिमित्त भेटवस्तू म्हणून हॉलंडला रवाना होत. आजही त्यातल्या एक-दोन वस्तू माझ्याजवळ आहेत.

कधीकधी गरीब स्थानिक मुलं त्यांनी पकडलेले प्राणी विकायला आमच्याकडे घेऊन येत. एका लहानशा बंद टोपलीत या प्राण्यांना अक्षरश: कोंबलेलं असायचं. ते बघून आम्हा भावंडांना रडू यायचं. मग आम्ही आईच्या मागे भुणभुण लावायचो, 'आपण घेऊ या ना हे प्राणी विकत.' काही काळानंतर आमच्या घरामागच्या मोठ्या बागेत अनेक प्राणी गुण्यागोविंदाने नांदू लागले. त्यामध्ये एक-दोन साप होते, कासवं होती, पक्षी होते, एक करकोचा होता, हरीण होतं, अन् माकड आणि कोंबड्यादेखील होत्या. याशिवाय आमचे पाळीव अल्सेशियन कुत्रेही होते. या अशा तऱ्हेतऱ्हेच्या प्राण्यांच्या सहवासात आमचं बालपण गेलं. त्यातूनच परमेश्वरानं निर्मिलेल्या लहानमोठ्या प्राण्यांवर प्रेम करण्याचे, त्यांची काळजी घेण्याचे पाठही आम्ही गिरवले. यातल्या करकोच्याची गोष्ट तर आवर्जून सांगावी अशीच आहे.

एकदा असाच एक स्थानिक मुलगा त्यानं पकडलेला करकोचा घेऊन आमच्याकडे आला. करकोचा हळूच आपली चोच बाहेर काढून तो इकडेतिकडे बघत असताना आमच्या लक्षात आलं, की त्याच्या चोचीतून रक्त येतंय. ते पाहून आम्हाला त्याची खूपच दया आली. त्याची केविलवाणी अवस्था पाहून माझ्या आईचं मनदेखील द्रवलं. त्या मुलाच्या हातावर सेताली हे पंचवीस सेंटचं नाणं ठेवून आम्ही तो करकोचा विकत घेतला.

त्या दिवशी 'याला कोणत्या नावानं हाक मारायचं' यावर आम्ही बराच वेळ खल केला आणि शेवटी 'जेकब' (डच भाषेतला उच्चार – याकप) या नावानं त्याचं बारसं केलं. त्याला आम्ही छोटे छोटे मासे भरवायचो. काही दिवसांनी स्वारी चांगलीच गुबगुबीत झाली. हा प्राणी स्वभावानं अगदी गरीब होता. आमच्या बागेत तो खूश असायचा आणि आम्हीही त्याच्यावर खूप प्रेम करायचो. कधीकधी तो उडून जाईल की काय अशी भीती आम्हाला वाटायची. म्हणून एक दिवस माझ्या वडिलांनी त्याचे पंख थोडेसे छाटले. तरीही तो थोडाफार उडू शकत असे; पण त्याला इतर पक्ष्यांसारखी गगनभरारी मात्र मारता आली नसती. आमच्या मागच्या बागेभोवती जी उंच पांढरी भिंत होती त्यावर चढून बसणं हा त्याचा तेव्हाचा आवडता उद्योग होता.

कधीकधी हे महाशय मजामजाही करायचे. मागच्या व्हरांड्यातील बेसिनवर माझी आई नेहमी एक छोटा साबणाचा तुकडा ठेवायची. तर हा बहाद्दर त्याला मासा समजून चोचीत पकडायचा. अनेक वेळा आपल्या लांब चोचीनं त्यानं हा साबण गिळलासुद्धा. नशीब त्याचं की त्याला कधी काही इजा झाली नाही. शेवटी माझ्या आईनं साबणाची जागा बदलली तेव्हा हा उद्योग थांबला!

अनेक दिवस गेले. जेकब आता पूर्णपणे माणसाळल्यासारखा झाला. आता काही हा आपल्याला सोडून कुठे जाणार नाही या विचारानं माझ्या वडिलांनी त्याचे पंख छाटणं सोडून दिलं. जवळजवळ वर्ष गेलं असेल अन् एक दिवस भिंतीवर उभ्या असलेल्या जेकबनं आकाशात उडणाऱ्या पक्ष्यांची माळ बघितली. ते जेकबसारखे करकोचेच होते – स्थलांतरकाळात ते जावमध्ये येऊन अंडी घालत असत. जेकब त्या पक्ष्यांकडे निरखून बघतोय, ही गोष्ट आम्हीदेखील पाहिली. एकाएकी त्यानंही पंख पसरून भरारी घेतली अन् आपल्या भाईबंदांबरोबर तो निघून गेला.

माणसाळलेल्या या पक्ष्याला अशी गगनभरारी घेणं निश्चितपणे सोपं नसणार; पण त्याच्यातील उपजत प्रेरणेनं आमच्या प्रेमावर मात केली आणि त्याला उडण्याचं बळ दिलं. आमच्या डोळ्यांदेखत तो आपल्या जातभाईंबरोबर निघून गेला. आम्हाला खूप वाईट वाटलं. कारण आम्हाला त्याची खूपच सवय झालेली होती. त्याच्या चोचीचा टाळी वाजवल्यासारखा आवाज, अन्न मिळेल म्हणून त्यानं व्हरांड्यापाशी येऊन वाट पाहणं, या गोष्टींची आठवण आली की आम्हाला चुकल्यासारखं होत असे. अर्थात, शेवटी तो आपल्याच कळपात परत गेलाय, अशा विचारानं आम्हाला बरंही वाटलं अन् आता जेकब परत येत नाही, अशी आम्ही स्वत:ची समजूतही घातली.

असंच एक वर्ष गेलं. आम्ही जेकबला काही प्रमाणात विसरलो असू, एवढ्यात एक मजेशीर घटना घडली. एकदा माझे वडील उसाच्या मळ्यांची तपासणी करत होते, तेव्हा त्यांच्याबरोबर दोन स्थानिक कामगारही होते. एकदम त्यांच्यापैकी एकानं आकाशाकडे बोट दाखवून म्हटलं, 'बघा, बघा ओ'हर्नसाहेब, करकोच्यांचा थवा दिसतोय आकाशात.' त्या थव्यातला एक पक्षी थोड्या कमी वेगानं, सगळ्यांच्या मागून उडत होता. त्यांना तो जेकबसारखा वाटला. हळूहळू तो त्यांच्या डोक्यावरती घिरट्या घालू लागला, तेव्हा मात्र माझ्या वडिलांची खात्रीच पटली की तो जेकबच आहे. कारण त्याचे कापलेले पंख इतर पक्ष्यांच्या पंखांपेक्षा वेगळे दिसत होते.

त्या दिवशी माझे वडील घरी आले तेव्हा ते अतिशय उत्तेजित झाल्यासारखे दिसले. आल्याआल्या त्यांनी आम्हाला हाका मारून बाहेर बोलावलं अन् म्हणाले,

"आज काय झालं असेल, सांगा बरं? आपला जेकब परत आलाय. मी पाहिलं त्याला."

आम्हीही एका सुरात ओरडलो, "आम्हाला ठाऊक आहे, मागच्या बागेत येऊन बघा, चला." आम्ही सगळ्यांनी लगबगीनं वडिलांना मागच्या दिशेनं नेलं, तर खरोखरच उंच भिंतीवरच्या आपल्या ठरावीक आवडत्या जागी जेकबसाहेब स्थानापन्न झालेले! त्यानं आमच्याकडे अशा काही नजरेनं पाहिलं की जणू काही त्याला सांगायचं असावं, 'मी कायमचा थोडाच गेलो होतो तुम्हाला सोडून? चला, माझं जेवण आणा बरं.' त्यानंतर जेकब पुन्हा कधीच उडून कुठे गेला नाही. तो आमचा लाडका पाळीव पक्षी म्हणूनच आमच्याकडे राहिला.

आमच्या घरी नियमितपणे येणारा आणखी एक माणूस होता. ज्याची आम्ही अगदी आतुरतेनं वाट पहायचो. तो माणूस 'साते' नावाचा एक मस्त खमंग पदार्थ गिऱ्हाइकांसाठी जागच्याजागीच बनवून द्यायचा. त्यासाठी तो आपल्या खांद्यावरून एक निखारे असलेली शेगडीच घेऊन हिंडत असे. कितीतरी दूर अंतरावरून सातेचा तो खमंग वास आमच्या नाकांना चाळवायचा. अंधार पडल्यानंतरच त्याची फेरी व्हायची. आपल्या आगमनाची सूचना देण्यासाठी तो जवळ घंटा बाळगायचा. अंधारात लुकलुकणारे त्याचे छोटे कंदील, किणकिणणारी घंटी आणि खमंग वास! मग काय विचारता, आम्ही लगेच आईच्या मागे लागायचो, 'आम्हाला साते खायचाय. हो म्हण ना!' या एकाच फिरत्या विक्रेत्याकडून आम्हाला काही विकत घेऊन खायची परवानगी असायची. निखाऱ्यांवर खमंग भाजलेले मटणाचे तुकडे आणि त्यावर शेंगदाण्यांची झणझणीत चटणी... त्यानंतर आयुष्यात मला असे पदार्थ मला खायला मिळाले नाहीत! बशा घेऊन आम्ही त्याच्याभोवती कोंडाळं करून बसत असू आणि तो आम्हाला साते बनवून देत असे. निखाऱ्यांतून येणारा धूरही आम्हाला मोहवत असे.

माझ्या रम्य बालपणातली ही एक खमंग आठवण!

* * *

वयाच्या आठव्या वर्षापर्यंत मी माझ्या आईवडिलांचं शेंडेफळ म्हणून भरपूर लाड करून घेतले. आम्ही तिघं भावंडं ही त्यांची 'पहिली आवृत्ती' असं ते गमतीनं म्हणायचे. माझा थोरला भाऊ वॉर्ड हा माझ्यासाठी आदर्शवत. त्यामुळे अनेक वेळा मी त्याचं अनुकरण करीत असे. त्याच्याचबरोबर माझं बहुतेक खेळणंही होत असे. अनेक वेळा मी धडपडायची, अडचणीत सापडायची, तेव्हा वॉर्डच माझी सुटका करीत असे. एकदा मी नदीत पडले तेव्हा त्यानंच

मला बाहेर काढलं होतं. आम्हाला त्या वेळी जंगलात भटकायचं अतोनात वेड होतं. एकदा वाटेत एक भलामोठा अजगर दिसला. त्याला वॉर्डनंच मारलं. डोंगरावरून भटकतानाही आम्ही कधी वाट चुकलो, तर तो बरोब्बर मार्ग शोधून काढायचा. संकटात सापडलो असताना त्याच्यावर मात कशी करायची ही हुशारी त्याच्यात असल्यामुळे, माझ्या दृष्टीनं तरी तो आमचा हीरोच होता.

शिसे हा धातू वितळवून, निरनिराळ्या साच्यांमध्ये ओतून तो आपल्यासाठी खेळातले सैनिक बनवायचा. थंड झाल्यानंतर त्यांना तो साच्यांमधून बाहेर काढायचा आणि त्यांचे गणवेश रंगवायचा. वेगवेगळ्या देशांच्या सैनिकांसाठी तो वेगवेगळे रंग वापरत असे. आपल्या खोलीसमोरील व्हरांड्यात तो हे सैनिक मांडून ठेवायचा तेव्हा मी अगदी कौतुकानं त्याच्याकडे पाहत असे. त्याच्या लुटुपुटूच्या लढाया, सैनिकांची रचना पाहिल्यावर वाटे की खरोखरच त्याला त्या विषयाची मनापासून गोडी असावी. कधीकधी रणांगणाच्या आजूबाजूला लावण्यासाठी म्हणून तो दगड, तसेच झाडाच्या फांद्यांचाही वापर करी.

या लढायांमध्ये बहुतेक वेळा फ्रेंच सैनिकांचा विजय होत असे. मलाही तो त्याच्या या खेळात सामील करून घेत असे. अर्थात एका अटीवर - मी त्याच्या सगळ्या आज्ञा तंतोतंत पाळायच्या अन् एवढं करूनही विजय मात्र त्याच्याच सैन्याचा होणार!

उच्च माध्यमिक शाळेच्या शेवटच्या वर्षात असताना वॉर्डला त्याच्या आयुष्यातली पहिली लांब पँट मिळाली. त्याच्या आयुष्यातलं ते महत्त्वाचं वळण होतं. आम्ही सगळे त्याच्या आनंदात सहभागी झालो. या पँटमध्ये तो खरोखरच एकदम मोठा झाल्यासारखा वाटू लागला. शालांत परीक्षा पास झाल्यानंतर वॉर्ड पुढच्या शिक्षणासाठी हॉलंडला गेला. तिथल्या ब्रेडा या ठिकाणच्या रॉयल मिलिटरी ॲकडमीमध्ये त्यानं प्रवेश मिळवला.

दुसऱ्या महायुद्धादरम्यान जर्मनीनं हॉलंडवर ताबा मिळवल्यानंतर त्याला जर्मनीतील युद्धकैद्यांच्या वसाहतीत डांबण्यात आलं. आमचं सर्वांचंच नशीब बलवत्तर होतं म्हणून तो जिवंत राहिला आणि युद्धानंतर त्याला डच सेनेत 'जनरल' हा मानाचा हुद्दा मिळाला. आम्हा सर्वांना त्याचा मनापासून अभिमान वाटतो.

वॉर्ड हॉलंडला गेल्यानंतर मला त्याची अनुपस्थिती तीव्रतेनं जाणवत असे. घरामधलं हसतं-खेळतं चैतन्यच दूर गेल्याची त्या वेळी सर्वांची भावना झाली. माझ्या बाळपणातल्या आनंदाचे बरेचसे क्षण मी वॉर्डच्या सान्निध्यामुळे अनुभवले होते. त्याच्या हॉलंडला जाण्याचा एकच फायदा मला आणि माझ्या थोरल्या बहिणीला झाला, तो म्हणजे आम्हाला दोघींना आता स्वत:ची अशी स्वतंत्र

खोली मिळाली. ॲलिन मोठी असल्यानं तिला माझ्यापेक्षा अधिक चांगली, बाहेरच्या बाजूला व्हरांडा असलेली खोली मिळाली.

ॲलिनला हस्तकौशल्याची दैवी देणगीच मिळालेली होती. तिचं सगळंच काम अतिशय कलात्मक पद्धतीचं असे. आमच्या घरातली पद्धत अशी होती की ज्या व्यक्तीचा वाढदिवस असेल, तिची जेवणाच्या टेबलाजवळची खुर्ची छान प्रकारे सजवली जायची. हे काम ॲलिन फार छान करायची. त्यासाठी फुलं-पानं, क्रेप कागद, रंगीबेरंगी रिबिनी असं नाना प्रकारचं साहित्य ती वापरत असे अन् विशेष म्हणजे, दर वेळी तिची सजावट नव्या प्रकारची, नावीन्यपूर्ण असे.

आम्हा सगळ्या भावंडांमध्ये ॲलिन अतिशय शांत व सुशील स्वभावाची होती. तिच्यात उपजतच शहाणपण होतं. कधीकधी त्यामुळे माझ्यात काही क्षणांपुरता न्यूनगंड निर्माण होई; पण तो तेवढ्यापुरताच! तिच्या स्वभावाचा मला स्वत:ला अनेक वेळा फायदा झाला. माझ्या अभ्यासात – विशेषत: गृहपाठ करण्यात ती मला पुष्कळ वेळा मदत करत असे आणि काही वेळा तर माझ्या बाबतीत ती आईची भूमिकाही बजावत असे. एखादी गोष्ट आईला विचारण्याचं धाडस माझ्यात नसलं, तर तेव्हाही मला तिचीच मदत होई आणि ती माझा प्रश्न सोडवतही असे.

त्याचं एक उदाहरण म्हणजे जेव्हा मी पौगंडावस्थेत पदार्पण केलं अन् एक दिवशी सकाळीच मला पहिला धास्तावलेपणाचा अनुभव आला. माझी मासिक पाळी सुरू झाली तेव्हाही माझ्या मदतीला ॲलिनच धावून आली. या दिवसांमध्ये शरीराची स्वच्छता कशी राखायची वगैरे गोष्टी तिनंच मला समजावून सांगितल्या अन् अगदी मायेनं मला ती म्हणाली, "आता मोठी मुलगी झाली आहेस तू." आणि प्रेमानं तिनं माझ्या डोक्यावर थोपटलं, तेव्हा तिचा तो स्पर्श अतिशय आश्वासक वाटला मला. लैंगिक शिक्षण म्हणतात ते माझ्यापुरतं तरी एवढंच ठरलं! मासिक पाळीचा अन् मोठं होण्याचा नक्की काय संबंध असतो हे मात्र मला काही समजलं नाही.

त्या दिवशीच केव्हातरी ही गोष्ट ॲलिननं माझ्या आईच्या कानावर घातली अन् म्हणाली, "मी समजावलंय तिला सगळं काही." ते माझ्या कानावर आलं. आपल्यावरची एक अवघड जबाबदारी टळली, या विचारानं माझ्या आईनं बहुतेक सुटकेचा नि:श्वास टाकला असावा. ॲलिननं मला मासिक पाळी कशामुळे येते, तिचा संबंध स्त्रीपुरुष संबंधाशी का व कसा असतो, त्यातून गर्भधारणा कशी होऊ शकते याविषयी काहीच सांगितलं नाही; पण मला वाटतं, त्या काळी या गोष्टी मुलींना समजावून सांगण्याची पद्धत नसावी किंवा आयांनाही ती जबाबदारी पार पाडणं संकोचामुळे अवघड जात असावं, असो.

आम्हा बहिणींचे सगळे कपडे माझी आईच शिवायची. तिचं शिवणकौशल्य खरोखरच वाखाणण्यासारखं असल्यामुळं आमचे कपडे छानच असायचे. तक्रारीला कधीच वाव नसायचा. तरीदेखील काही वेळा मला माझ्या मैत्रिणींचा हेवा वाटत असे, कारण त्यांचे कपडे विकत घेतलेले असत. मी पंधरा वर्षांची होते, त्या सुमारास आमच्या कानावर बातमी आली की माझ्या सेमारांगमधल्या एका काकीनं तयार कपडे विकण्याचं दुकान काढलं होतं. माझे काका आणि ती सेमारांगमध्येच राहत असत. माझ्या आईच्या मनातही दुकान पहाण्याची इच्छा दाटून आली, तेव्हा एका शनिवारी अहमदनं आम्हाला सेमारांगला नेलं. दुकानातल्या सुंदर सुंदर कपड्यांच्या रांगाच्या रांगा पाहून माझे डोळे तेव्हा विस्फारलेच. माझा विश्वासच बसेना की एका वेळी मी इतके सुंदर कपडे एकाच ठिकाणी बघत होते!

''सगळे अमेरिकेतून मागवलेत बरं का!'' माझ्या काकीनं अभिमानाच्या सुरात सांगितलं.

''अमेरिकन ड्रेसेस!'' मी विस्मयानं विचारलं. ''हॉलिवूडच्या नट्या बहुतेक असलेच कपडे वापरत असणार,'' मी स्वत:शीच म्हटलं अन् त्या तलम, मऊ मुलायम फ्रॉक्सना हात लावून बघू लागले. माझ्या मनातलं आश्चर्य, कौतुकाची भावना समजल्यामुळे असेल; पण मोठ्या मनानं माझी काकी आम्हाला म्हणाली, ''तुमच्यासाठी एकेक ड्रेस निवडा यातून, माझ्यातर्फे तुम्हाला भेट!'' ''खरंच?'' आम्ही एकमेकींकडे आणि नंतर माझ्या आईच्या चेहऱ्याकडं बघत तिला विचारलं. मला तर वाटलं, मी स्वप्नातच आहे बहुतेक; पण तसं नव्हतं. खरोखरच आम्हाला आमच्या आवडीचा सुंदर ड्रेस मिळणार होता. मी आणि ॲलिननं पटापट बारवर हँगरच्या साहाय्याने लटकवलेले ड्रेसेस मागेपुढे सरकवले. अधीर मनानं मी जवळजवळ सगळे ड्रेसेस मागेपुढे केले असतील अन् अचानक माझी नजर एका ड्रेसकडे गेली आणि माझे हात जणू थबकलेच. हाच आपल्याला हवा असलेला ड्रेस, असा आनंदाचा विचार माझ्या मनात चमकला. फिक्या हिरव्या रंगाचा सुती ड्रेस होता तो अन् त्यावर छोटीछोटी पांढरी फुलं होती. छोट्या, फुग्याच्या बाह्या असणाऱ्या त्या फ्रॉकला कमरेजवळ दोन्ही बाजूला नाजूकशी, शंकरपाळ्याच्या आकाराची लेस लावली होती. तो माझ्यासाठी आयुष्यातला पहिलावहिला विकत घेतलेला ड्रेस होता. त्याची आठवण मी कधीच विसरणार नाही. हा माझा पहिलाच ड्रेस होता; ज्याच्या मागच्या बाजूला कंपनीच्या नावाचं छोटं लेबल लावलेलं होतं. कितीतरी खास प्रसंगांमध्ये मी याच फ्रॉकमध्ये वावरले असेन, त्याची गणतीही करता येणार नाही.

फिअेन आणि सेलेस्त या माझ्या धाकट्या बहिणींना अजून आधुनिक फॅशनचं जग अनोखं होतं; पण मला अन् ॲलिनला कॉरी काकीचं दुकान

म्हणजे सेमारांगमधलं प्रचंड मोठं आकर्षण वाटत असे. धाकट्या दोघी मात्र आईनं शिवलेल्या कपड्यांवरच खूश असत.

* * *

साखर कारखान्याच्या परिसरात रहाण्याचे काही छान फायदे होते. त्यातला महत्त्वाचा म्हणजे आम्ही तेथे अनेक सण-समारंभ एकत्रितपणे, उत्साहात साजरे करत असू. खास करून वर्षातून एकदा येणारा सुगीचा हंगाम. ज्या दिवशी ऊसतोडणी होऊन पहिला ऊस कारखान्यात शिरत असे, त्या वेळी सगळीकडं आनंदाचं, सणाचं वातावरण असे. डच पद्धतीचे आणि इंडोनेशियातले पारंपरिक सण आम्ही अनेक दिवस साजरे करत असू.

साखर कारखान्यातील स्थानिक कामगारांना भरघोस पीक आल्याच्या आनंदानिमित्त एक भव्य खाना दिला जात असे. त्याला 'सेलामातान' असं नाव होतं. या निमित्तानं मोठमोठ्या कळसूत्री बाहुल्या बनवल्या जात. एक राक्षसासारखा दिसणारा पुतळा बनवला जात असे. (लहानपणी मी त्याला दुरून बघितल्यावरही घाबरत असे) रात्रीच्या वेळी जत्रा भरे. काही खेळ होत. एकूण धमाल असे. या सुगीच्या दिवसातलं सगळ्यात मोठं आकर्षण म्हणजे मालफीस्ट बॉल – सुगीच्या दिवसातला नाचाचा कार्यक्रम – ज्यासाठी दुरून दुरून लोक येत असत.

साखर कारखान्यातच एका भव्य सभागृहात हा नृत्यसमारंभ आयोजण्यात येत असे. माझ्या कलासक्त वडिलांचा उत्साह अशा वेळी नुसता ओसंडून वहात असे. कारखान्यातील कलावंत वृत्तीचे कामगार माझ्या वडिलांना उत्साहात मदत करत. त्यामुळे दर वेळी माझ्या वडिलांच्या डोक्यातली एखादी नवी कल्पना कलात्मकरीत्या साकार होत असे अन् नृत्यगृहाला एक आगळंवेगळं विलायती रूप लाभत असे.

एका वर्षी त्यांनी 'पक्ष्यांचा स्वर्ग' असा विषय निवडला. मग काय, मोठमोठ्या आकाराचे रंगीबेरंगी पक्षी तर त्यांनी सजावटीसाठी वापरलेच; पण कागदाच्या दिव्यांनादेखील त्यांनी पक्ष्यांचे आकार दिले. आणखी एका वर्षी त्यांनी इजिप्तमधील वाळवंटी प्रदेश, भव्य पिरॅमिड्स, मानवी चेहरा व सिंहाचं शरीर असणारे स्फिंक्सही निर्माण केले. एका वर्षी तर त्यांनी पॅरिसमधील प्रसिद्ध नाईटक्लब – (Le Chat Noir) ब्लॅक कॅट – आपल्या कल्पनेतून सादर केला व त्यासाठी जिकडेतिकडे काळ्या मांजरांच्या भव्य प्रतिकृती उभ्या केल्या. खरंच, माझ्या वडिलांच्या सृजनशील मनाला जणू या दिवसांमध्ये अगदी बहर फुटत असे.

लहान मुलांना नृत्यसमारंभात प्रवेश नसे. मी सोळाव्या वर्षात पदार्पण

केल्यावर मला या कार्यक्रमात भाग घेण्याची परवानगी मिळाली. त्यानिमित्त माझ्या आईनं माझ्यासाठी व ॲलिनसाठी नवे पोशाख शिवले. माझा ड्रेस गुडघ्यांखाली येईल इतक्या लांबीचा होता, तर ॲलिनचा ड्रेस पूर्ण लांबीचा –पायघोळ – असा होता. त्या पहिल्यावहिल्या नृत्यसमारंभाचं आकर्षण माझ्यासाठी काही वेगळंच होतं.

माझ्या वयाच्या इतर मुलींबरोबर मी नृत्यगृहाच्या एका बाजूला बसून होते. कारण कुणी पुरुष – माझे वडील वगळता – मला नृत्यासाठी पाचारण करेल असं माझ्या मनातही नव्हतं. आपल्याला मोठ्या मंडळींचा नाच बघायला मिळतोय यातच मी खूश होते.

इतक्यात एक देखणा तरुण आपल्या आईवडिलांसह नृत्यगृहात शिरला आणि मी अवाक झाल्यासारखी स्तब्ध झाले. इतका देखणा तरुण खरोखरच मी यापूर्वी कधी पाहिला असेल तर तो फक्त चित्रपटातच. हळूहळू त्याच्याविषयी आजूबाजूला कुजबुज सुरू झाली – तो सव्वीस वर्षांचा होता, त्याचे आईवडील अलीकडेच तेपिरिंगला आलेले होते. त्याचं नाव फ्रेड होतं आणि तो सेमारांगमध्ये रहात होता व तिथेच नोकरी करत होता.

पहिल्या नृत्यासाठीचं संगीत सुरू झालं, बँडवर 'गुडीगुडी' हे गीत वाजू लागलं आणि नृत्य करणारी जोडपी नृत्यपटावर अवतरली. फ्रेड आम्हा मुलींच्या दिशेनं चालत आला. आम्ही सगळ्याच जणी भिंतीजवळील खुर्च्यांवर बसलेलो होतो. त्याला असं येताना पाहून प्रत्येकीच्या मनात हाच विचार आला असेल, 'कुणाला बोलावेल तो नृत्य करण्यासाठी!'

इतक्यात फ्रेड चक्क माझ्याच समोर येऊन उभा राहिला. युरोपियन पद्धतीनुसार त्यानं कमरेत वाकून मला विचारलं, "माझ्याबरोबर नृत्य करणार का?"

लाजून लाजून मी लाल झालेली, कसंबसं मी त्याला म्हटलं, "पण मला फार चांगलं नृत्य करता येत नाही." माझा अजूनही स्वतःवर विश्वासच बसत नव्हता.

पुढल्याक्षणी हवेत तरंगल्याप्रमाणे मी त्याच्याबरोबर नृत्यपटावर पावलं टाकत फिरू लागले. जवळजवळ रात्रभर आम्ही नाच केला असेल. वय वर्षं सोळा, पहिलाच नृत्याचा प्रसंग आणि स्वप्नीचा राजकुमार वाटावा अशा तरुणाच्या बाहूत नृत्याचे पदन्यास टाकण्याची संधी. कसा विश्वास बसावा कुणाचा या भाग्यावर? पण त्या दिवशी ते माझ्या वाट्याला आलं होतं खरं!

* * *

वॉर्ड, ॲलिन आणि मी – आम्हा तिघांच्या आवडीनिवडी बऱ्याचशा सारख्या होत्या – विशेष करून पोहणं आणि टेनिस खेळणं; पण त्याहून अधिक आवडीचा असा एक छंद आम्हा तिघांनाही होता. गिर्यारोहण आणि बांदोगन जवळची छोटी टेकडी चढणं. तेपिरिंगजवळच्या ओंगरन पर्वताच्या दोन्ही बाजूंना दोन कमी उंचीची शिखरं होती. त्यांना लापाक आणि गेंडोल अशी नावं होती. आम्ही सराईतपणे दोन्ही शिखरं चढून जायचो. यातलं गेंडोल शिखर चढून जाणारे तर आम्हीच पहिले होतो. पर्वताच्या शिखरावर आम्ही पोहोचलो की घरच्यांना ते समजावं म्हणून आम्ही तेथून एका आरशाच्या साहाय्यानं कवडसे फेकायचो. भल्या सकाळी मोहिमेवर निघायचं अन् अंधार पडण्यापूर्वी घरी परतायचं, असा आमचा तो नित्यक्रमच होता. दरवेळी या मोहिमेवरून परतलो की आमचे पाय ओरखड्यांनी रक्तबंबाळ झालेले असायचे.

सुट्टीमधला आमचा आणखी एक कार्यक्रम म्हणजे गेडाँग सोंगो या डोंगरमाथ्यावरील हिंदूंच्या देवळापर्यंत चालत जायचं. त्याशिवाय एका टेकडीच्या उतारावर अंपेल गडिंग या ठिकाणी एक शेतमळा होता. त्यालाही आम्ही भेट देत असू. एक जपानी माणूस आणि त्याची बायको तिथे रहात असत. त्यांच्याच मालकीचा मळा होता तो. आम्ही तिथे पोहोचलो की दोघंही नवराबायको आमचं अगदी प्रेमानं स्वागत करायचे, अगत्यानं घरीदेखील बोलवायचे. गायीचं धारोष्ण दूध ते आम्हाला प्यायला देत असत. अनेकदा आम्हाला ते आपला मळाही हिंडून दाखवत असत. त्यांच्या अगत्यशील, प्रेमळ स्वभावामुळे आम्हालाही तिथे जावंसं वाटत असे. त्यामुळेच जावामध्ये युद्धाला तोंड फुटल्यानंतर जेव्हा आम्हाला समजलं की ते दोघं जपानचे गुप्तहेर म्हणून तिथे टेहळणीसाठी रहात होते, तेव्हा आम्हाला आश्चर्याचा मोठा धक्काच बसला. टेकडीवरील मळ्यातून त्यांना जावामधील बऱ्याच महत्त्वाच्या ठिकाणची टेहळणी करणं शक्य होत असे.

काही काळानंतर आम्हाला समजलं की जपाननं जावावर आक्रमण करण्यापूर्वी अनेक वर्षं, जपानी व्यापाऱ्यांनी इथे शिरकाव केला होता. त्यांची नेमणूक जपानी सरकारनंच केली होती. आमचा नेहमीचा हसतमुख, मैत्रीपूर्ण स्वभावाचा जपानी छायाचित्रकार पण त्यांच्यातलाच एक होता. सेमारांगमधला सगळ्यांत लोकप्रिय छायाचित्रकार अशी कीर्ती असलेल्या या माणसानं आमच्या घराचे, कुटुंबीयांचे कितीतरी फोटो काढले होते. या पुस्तकाच्या मुखपृष्ठावरील माझा फोटोही त्यानंच काढलेला आहे. वरकरणी आमच्याशी प्रेमानं, अगत्यानं हसतखेळत वागणाऱ्या या माणसांचे 'दाखवायचे दात आणि खायचे दात' वेगळे होते हे आम्हाला समजलं, पण तेव्हा फार उशीर झालेला होता!

* * *

सेमारांगमधल्या बोडजाँग या मुख्य रस्त्यावरील फ्रान्सिस्कन प्राथमिक शाळेत माझ्या शिक्षणाला सुरुवात झाली.आमच्या घरापासून शाळेपर्यंत जायला एक तास लागायचा. शाळेच्या बसनंच मी जात-येत असे.

शाळेची वेळ सकाळी सात ते दुपारी एक अशी होती. परतताना ऊन अक्षरश: रणरणत असायचं. दुपारच्या उन्हाच्या वेळी आमच्या बसचालकाला झोप अनावर व्हायची अन् तो डुलक्या घेऊ लागायचा. मग आम्ही मुलांनीच त्यावर एक उपाय योजला. आम्ही आळीपाळीनं त्याच्या शेजारी बसायचो आणि त्याच्या चेहऱ्यावर बारीक नजर लावून बसायचो. त्याचे डोळे मिटायला लागले, डोकं खाली झुकू लागलं रे लागलं की आम्ही त्याला कोपरानं ढोसून जागं करायचो.

आमच्या शाळेतल्या नन्स कडक शिस्तीच्या भोक्त्या होत्या; पण आम्हाला त्या मनापासून आवडत. आम्हाला त्यांच्याविषयी आदर वाटत असे. जागतिक मंदीची झळ जावामधील साखर कारखान्यापर्यंत पोहोचली तेव्हा माझ्या वडिलांचा पगार निम्म्यावर आला. आमच्यासाठी हे एक मोठंच आर्थिक संकट होतं; पण आमचं नशीब चांगलं म्हणूनच या नन्सनी आम्हाल मोफत शिक्षगाची सवलत दिली.

१९९३ मध्ये मी परत एकदा माझ्या या प्राथमिक शाळेला भेट दिली तेव्हा माझ्या लक्षात आलं की, इतक्या वर्षांनंतर शाळेची पुष्कळच वाढ झाली होती. तरीदेखील जुन्या इमारतीचा मुख्य भाग मात्र जवळजवळ होता तसाच ठेवलेला होता. मुख्य प्रवेशद्वारातून मी जवळजवळ ६०/६२ वर्षांनंतर आत पाऊल टाकत असताना माझ्या तळव्यांना त्याच संगमरवरी फरशीचा शीतल स्पर्श झाला आणि जणू काही जादूची कांडी फिरावी तसा माझ्या मनावर परिणाम झाला. माझं मन भूतकाळात गेलं. मी परत एकदा ती ७/८ वर्षांची जॅन ओ'हर्न झाले. भिंतीवर – युद्धापूर्वी शाळेत शिकवणाऱ्या डच नन्सचे फोटो लावलेले होते, ते पाहून तर माझे डोळे पाण्यानं डबडबलेच. त्यांच्यापैकी काहींना तर मी ओळखूदेखील शकले.

त्या फोटोच्या बरोबर खाली एक टेबल ठेवलेलं होतं. त्याचा पृष्ठभागही संगमरवरी दगडाचाच होता. मी शाळेत शिकत होते त्या काळी हे टेबल शाळेच्या मुख्याध्यापिका – सिस्टर झेवियर – यांच्या कचेरीत ठेवलेलं असे. त्या टेबलाकडे नजर जाताच माझ्या मनातील काही स्मृती चाळवल्या गेल्या. बरोब्बर ५८ वर्षांपूर्वी हे टेबल माझ्यातील खोटेपणाच्या साक्षीला उभं होतं...

मी त्या वेळी सातव्या इयत्तेत शिकत होते. ओ'हर्न कुटुंबातली मी तिसरी व्यक्ती, जिला सिस्टर झेवियर शिकवत होत्या. एके दिवशी सकाळी मी शाळेत थोडी लवकर पोहोचले. त्या दिवशी आमची इतिहासाची चाचणी घेतली जागार

होती. मी वर्गात गेले अन् माझ्या लक्षात आलं की स्टँडवर उभ्या असलेल्या फळ्याच्या मागच्या बाजूस चाचणीचे प्रश्न लिहिलेले होते. हा फळा स्टँडवरून उचलून उलटसुलट अशा दोन्ही पद्धतींनी वापरता येत असे. त्या वेळी फळा अर्थातच उलटा ठेवलेला होता. त्यामुळे त्यावरील प्रश्न वाचणं तितकसं सोपं नव्हतं; पण अस्मादिकांनी प्रश्नपत्रिकेचा शोध लावलेलाच होता, आता राहिलं काय होतं, तर मान तिरपी करून प्रश्न वाचणं, स्वत:च्या भाग्याचा मला खूपच हेवा वाटला आणि मी प्रश्न वहीत भराभर उतरवून काढायला सुरुवात केली. चारदोन प्रश्न मी वहीत लिहिले असतील-नसतील, तोच माझ्या कानावर एक परिचित आवाज पडला – सिस्टर झेवियरच्या जपमाळेचा. त्या माझ्या अगदी जवळ येऊन उभ्या राहिल्या होत्या; पण माझ्या ते लक्षातच आलं नव्हतं. मी अगदी 'रंगे हाथ' पकडले गेले होते. मी शरमेनं लाल झाले होते. माझी कानाशिले गरम झाली होती. मला स्वत:ची लाज वाटत होती; पण त्यामुळे माझा अपराध क्षम्य ठरणार नव्हता.

"असलं लाजिरवाणं कृत्य करण्याची तुझी हिम्मत तरी कशी झाली, जॅन? तू एक ओ'हर्न कुटुंबातली मुलगी. तुझ्याकडून माझी ही अपेक्षा नव्हती." सिस्टर झेवियरनी माझी चांगलीच खरडपट्टी काढली. माझ्या वर्मावरच बोट ठेवलं त्यांनी. आमचं कुटुंब एक सच्चं कॅथॉलिक ख्रिश्चन कुटुंब होतं. समाजात आम्हाला मानाचं स्थान होतं. माझ्या आजोबांचं नाव सेमारांगमधील एका रस्त्याला दिलेलं होतं, ह्यावरूनच कल्पना यावी. माझा भाऊ, वॉर्ड आणि बहीण, ॲलिन आपल्या वर्गात अभ्यासात तर चमकत असतच; पण दोघंही खेळातदेखील प्रवीण होते. त्यांच्या खेळाच्या चमूचे ते नेहमी कॅप्टन असत. त्यांच्या तुलनेत मी नेहमीच मागे पडायची; कारण मी कोणत्याच क्षेत्रात चमकण्याइतकी हुशार नव्हते अन् या गोष्टीची मला जाणीवही होती.

त्या दिवशी मला असं वाटलं की माझ्यामुळे माझ्या घराण्याचं नाव धुळीला मिळालं. खरं तर त्या क्षणी इतकं अप्रामाणिकपणाचं, भयंकर कृत्य माझ्या हातून कसं घडलं, तेच मला सांगता आलं नसतं. त्यातूनही विचार केला तर इतिहास हा माझा आवडता विषय होता आणि परीक्षेसाठी त्या विषयाची माझी पुरेशी तयारीही झाली होती; पण तरीही मूर्खपणा, नव्हे, एक मोठी घोडचूकच माझ्या हातून त्या दिवशी घडली होती आणि सिस्टर झोवियरना माझ्या त्या चुकीकडे डोळेझाक करायची नव्हती. 'शाळा सुटल्यावर माझ्या कचेरीत ये,' अशी हुकूमवजा आज्ञा देऊन त्या निघून गेल्या. शाळेची वेळ संपल्यानंतर मला त्यांच्या खोलीतल्या त्याच संगमरवरी टेबलाजवळ उभं राहून त्यांची बोलणी खावी लागली. मी खाली मान घालून उभी असताना सिस्टर झेवियरनी मला

बारा वर्षांच्या मुलींमध्ये असायलाच हवेत, अशा सद्‌गुणांविषयी एक दीर्घ उपदेश केला. त्या सद्‌गुणांच्या यादीत अप्रामाणिकपणाचा समावेश नव्हता, हे माझ्या मनावर बिंबवण्यासाठी सूज्ञ सिस्टर झेवियरनी एक अतिशय परिणामकारक उपाय निवडला, (मी पुन्हा अशी चूक करणार नाही, असं पन्नास वेळा, शंभर वेळा, लिहायला सांगण्याचा भंपकपणा त्यांनी केला नाही.) त्यांच्या शिक्षा नेहमीच खऱ्या अर्थानं परिणामकारक असत. कारण त्यातून त्या विद्यार्थिनींमध्ये सकारात्मक बदल घडून येत असे. त्या दिवशी मलाही तोच अनुभव आला. त्या संगमरवरी टेबलावर बायबलच्या नव्या कराराची (New Testament) आवृत्ती ठेवलेली होती. तिच्याकडे बोट दाखवून सिस्टर झेवियर मला म्हणाल्या, ''ते पुस्तक उचल अन् त्यातलं पाचवं प्रकरण उघड. त्यात संत पॉलनं एफिझियन्सना एक पत्र लिहिलं आहे ते वाच.''

मी थरथरत्या हातांनी पुस्तक उचललं आणि कशीबशी पानं उलटू लागले. माझी मन:स्थिती त्यांच्या लक्षात आली असावी. त्या मृदू स्वरात म्हणाल्या, ''आणखी काही पानं उलट. संत पॉलची पत्रं ॲक्ट्सनंतर आहेत.''

''तुमचं ठीक आहे हो. तुम्हाला ॲक्ट्स कुठे आहे, ते माहीत आहे.'' कशीतरी घाईघाईनं पानं उलटताना मी मनातल्या मनात म्हटलं. शेवटी एकदाचं ते पान सापडलं. मी मान वर करून त्यांच्याकडं बघितलं तेव्हा त्या म्हणाल्या, ''हं, आता सातव्या कडव्यापासून चौदाव्या कडव्यापर्यंत वाच काय लिहिलंय ते आणि मोठ्यानं व स्पष्टपणे वाच.''

मी सुरुवात केली –

''सुरुवातीला तुम्ही अंधारात चाचपडत होतात; पण आता तुम्ही परमेश्वराच्या कृपेमुळे उजेडात आहात, तुम्ही प्रकाशाचे पुत्र व्हा. कारण प्रकाशाचा परिणाम सद्वर्तनामध्ये, योग्य वागण्यात आणि सत्याच्या रूपात दिसून येतो.

''परमेश्वराची तुमच्याकडून काय अपेक्षा आहे, याचा शोध घेण्याचा प्रयत्न करा. कृष्णकृत्यांकडे तुमचा ओढा असता कामा नये, तर आपल्या वागण्यानं तुम्ही ती उघडकीस आणा. ज्या गोष्टीबद्दल लोकांना बोलायची लाज वाटते, अशाच गोष्टी ते गुप्तपणे करत असतात. त्याउलट, उघडपणे केलेल्या गोष्टी प्रकाशात, उजेडात केल्या जातात आणि प्रकाशमान गोष्टीच प्रकाशासारख्या उज्ज्वल असतात.

वाचून झाल्यानंतर मी सिस्टर झेवियरच्या चेहऱ्याकडे बघितलं, 'आता पुढे काय?' असा प्रश्न माझ्या डोळ्यांत त्यांना दिसला असावा.

''आता हे सगळं तोंडपाठ कर,'' असं म्हणून त्यांनी मला जाण्याची खूण केली.

दुसऱ्या दिवशी किंवा त्यानंतर कधीच त्यांनी मला एफिझियन्समधले उतारे वाचून किंवा म्हणून दाखवायला सांगितले नाहीत; पण सिस्टर झेवियरना अपेक्षित असा परिणाम त्या दिवशीच्या वाचनानं माझ्यावर नक्कीच झाला, असं मी म्हणू शकते. त्यांनी माझं मन:परिवर्तनच घडवलं नाही, तर माझ्या मनात बायबलविषयीच्या प्रेमाचं बीजारोपणही केलं. मी एवढंच म्हणेन की, एक खरा फ्रान्सिस्कन ख्रिश्चनच अशा प्रकारची योग्य शिक्षा देऊ शकेल!

अशा या प्रेमळ, सहृदय फ्रान्सिस्कन नन्सच्या शाळेमधून मी उत्तीर्ण झाले अन् माझी रवानगी सेमारांगमधील उच्च माध्यमिक शाळेत झाली. ही शाळासुद्धा बोडजाँग भागातच होती. जुन्या साम्राज्यवादी वसाहतीतल्या इमारतींसारखीच ही शाळादेखील प्रशस्त व भव्य होती. बऱ्याच रुंद पायऱ्या चढून गेल्यानंतर मुख्य प्रवेशद्वार लागायचं. बाहेरच्या बाजूला असलेले मोठे थोरले गोलाकार खांब शाळेच्या भव्यतेत भर घालायचे. शाळेच्या आवारातले जुनेपुराणे वृक्ष शाळेवरदेखील छायेची वर्षा करायचे. मुख्य इमारतीच्या दोन्ही बाजूला असलेल्या विभागात वर्ग भरायचे. मधल्या वेळेच्या सुट्टीत मैत्रिणींबरोबर मजेत फेरफटका मारण्यासाठी विस्तीर्ण व्हरांडे, तसंच मोकळं पटांगण असलेली ही शाळा, मुलामुलींची एकत्र शाळा होती. मला तेथे उत्तमोत्तम असा शिक्षकवर्ग तर मिळालाच; पण आयुष्यभरासाठीच्या जिवाभावाच्या मैत्रिणीही मिळाल्या. कसलीही काळजी नाही, चिंता नाही, असे सुखाचे दिवस होते ते. मी अशा सुरक्षित वातावरणात लहानाची मोठी होत होते; जिथे बहुतेक मुली लग्नाच्या वेळेपर्यंत आपलं कौमार्य जपत असत. त्यांची मनं निरागस, निष्पाप आणि शुद्ध असत.

* * *

उच्च माध्यमिक शाळेतील माझं शिक्षण संपल्यानंतर मी एका शिक्षक प्रशिक्षण महाविद्यालयात प्रवेश घेतला. हे महाविद्यालय माझ्या प्राथमिक शाळेजवळच होतं आणि त्या शाळेप्रमाणेच हीदेखील फ्रान्सिस्कन नन्सनी चालवलेली संस्था होती. प्रात्यक्षिकासाठी जे पाठ आम्हा विद्यार्थ्यांना द्यायला लागायचे ते मी या माझ्या प्राथमिक शाळेतच दिले.

एकूणच मी असं म्हणू शकेन की फ्रान्सिस्कन नन्सचा माझ्या जीवनावर आणि चारित्र्यावर खोल परिणाम झाला. तसे या महाविद्यालयात काही विषयांसाठी समाजाच्या इतर थरातीलही शिक्षक होते. उदाहरणार्थ, क्रीडा, भूगोल, शिक्षणपद्धती, फ्रेंच, जर्मन, इंग्लिश वगैरे, पण संगीत, इतिहास, डच भाषा आणि मानसशास्त्र हे विषय आम्हाला आमच्या नन्सनीच शिकवले. आणखी काही विषय – धर्मविषयक

पाठ, चर्चचा इतिहास आणि ईश्वरशास्त्र – शिकवण्यासाठी काही धर्मगुरू येत असत. ते सेमारांगबाहेरील धर्मशास्त्र विद्यालयातील जेसूइट धर्मगुरु असत.

तलम वस्त्रानं चेहरा अर्धवट झाकणाऱ्या आणि एक प्रकारचा पायपोळ झगा वापरणाऱ्या नन्सबद्दल मला नेहमीच उत्सुकता वाटत असे. त्यांच्या बोलण्या-चालण्यातून, एकंदर वागण्यातून एक प्रकारच्या स्थितप्रज्ञतेची, पवित्रतेची आणि शांततेची अनुभूती येत असे. सकाळी महाविद्यालय उघडण्याच्या बराच वेळ आधी मी हजर होत असे. प्रार्थनालयात प्रथम जाऊन मगच मी दिवसाची सुरुवात करीत असे. त्या वेळी बहुतेक नन्स प्रार्थना करत असत. ईशचिंतनात मग्न असलेल्या नन्सना पाहिल्यावर मलाही त्यांच्यासारखी प्रार्थना करावीशी वाटे.

नन्सचं निवासस्थान आणि आमचं महाविद्यालय या दोन्ही ठिकाणी प्रार्थनालयांतील धीरगंभीर घंटांचा नाद घुमतोय, असं नला वाटत असे. महाविद्यालयासमोरील पटांगणात येशू ख्रिस्ताचा दोन्ही बाहू पसरलेला भव्य पुतळा होता. त्याच्या नजरेतून सगळ्या बांधवांसाठी प्रेम पाझरत आहे, असा भास निर्माण होत असे. या पटांगणातदेखील हा घंटानाद घुमत असे. मध्यान्हीच्या वेळेस परत एकदा घंटा वाजवली जात असे. तिला अँजेलस बेल (Angelus Bell) म्हटलं जायचं. तो आवाज एकू आला की आम्ही सर्वजणं हातातलं कुठलंही काम थांबवून सामूहिकपणे अँजेलस प्रार्थना म्हणत असू.

माझ्या मनावर या प्रार्थनेचा फार छान परिणाम होत असे. मनाला विलक्षण शांतीचा अनुभव येत असे. माझ्यासाठी दिवसभराच्या घाईगर्दीला, गडबडगोंधळाला विरघळवणारा तो जणू विसाव्याचा एक क्षण असे. माझं मन त्या क्षणी ईशचिंतनात रममाण होऊन स्थिर व शांत होत असे.

गाणं म्हणणं हाही माझ्या दृष्टीनं एक मोठा विरंगुळा होता. आमच्या संगीत शिक्षिकेचं नाव लायतिशिया (Laetitia) होतं. अर्थात आम्ही त्यांना सिस्टर लायतिशिया असं संबोधत असू. ग्रेगरियन पद्धतीचा मंत्रजप म्हणण्याची सुंदर कला त्यांनीच मला शिकवली. त्यांच्या शब्दोच्चारात जणू काही त्यांनी जीव ओतलेला असावा, इतक्या तन्मयतेनं त्या गात असत. त्यांचे शब्द भाव धारण करून जिवंत होत, असं म्हटलं तर ती अतिशयोक्ती ठरू नये. मी त्यांच्याकडे टक लावून बघितलं तरी मला वाटायचं, आपल्याही गळ्यातून हे सूर उमटतील.

त्या काळात माझं तनमन चर्चमधल्या वातावरणानं, तिथल्या घंटानादानं, चर्चमधील संगीतानं, प्रार्थनांनी आणि पावित्र्यविषयक प्रवचनांनी भारून गेलं होतं. काही दिवसांनी तर माझ्या मनावरील हे गारुड इतकं वाढत गेलं की आपणही हाच जीवनक्रम स्वीकारावा, धार्मिक जीवनाला स्वतःला वाहून घ्यावं ही इच्छा मनोमन दृढ होऊ लागली. त्या विचारानंही माझं मन आनंदलं. त्याच

आवेगाच्या भरात मी सिस्टर लायतिशियांजवळ माझा मानस बोलून दाखवला. 'मलाही नन व्हायचंय,' मी त्यांना म्हटलं, तेव्हा त्यांनाही आनंद झालेला दिसला. 'तू चांगली नन् बनू शकशील,' त्यांनी मला प्रोत्साहन दिलं.

दुसऱ्या दिवशी त्यांनी मला पिएता हे मेरीमातेचं चित्र भेट म्हणून दिलं. आपल्या मृत पुत्राचं, येशूचं, शरीर बाहूंमध्ये घेऊन बसलेल्या शोकाकुल मेरीमातेचं हे चित्र मायलेकांच्या असामान्य त्यागाचं बोलकं उदाहरण मानलं जातं. त्याच्या मागील बाजूला त्यांनी माझ्यासाठी एक खास प्रार्थना लिहिली होती. ते चित्र माझ्याजवळ आजही आहे.

माझा मनोदय मी त्यांना सांगितल्यानंतर मला एक खास सवलत देण्यात आली. नन्ससाठी असलेल्या मोठ्या वाचनालयात मला प्रवेश मिळाला. मी तिथली पुस्तकं वाचण्यासाठी घरी नेऊ लागले. अर्थात हा माझा निर्णय नन्सव्यतिरिक्त दुसऱ्या कुणाहीजवळ मी अजून बोलले नव्हते.

* * *

शिक्षक प्रशिक्षण महाविद्यालयातील माझं शिक्षण चालू होतं, त्याच काळात युरोपात रणदुंदूभी गर्जू लागल्या. एखाद्या प्रचंड वणव्याप्रमाणे पसरणाऱ्या युद्धाच्या आगीत एकापाठोपाठ एक अशा प्रकारे युरोपातील देश होरपळू लागले. १० मे १९४० या दिवशी जर्मन सैनिकांनी हॉलंडवर हल्ला केला. चारच दिवसांनी हॉलंडनं शरणागती पत्करली. आमचे अनेक नातेवाईक तिथे राहात असल्यामुळे त्यांच्या काळजीनं आमची झोप उडाली, तरी मानवी मनाच्या विचित्र खेळाचाही आम्हाला या वेळी अनुभव आला. 'आपण इकडे दूरवर असल्यामुळे आपल्याला युद्धामुळे होणाऱ्या हालअपेष्टांना तोंड द्यावं लागणार नाही, हे आपलं सुदैव!' असा विचारही आमच्या मनात आलाच. त्या काळी तरी आम्हाला अशी खात्री वाटत होती की युरोपपासून हजारो मैल अंतरावरील डच ईस्ट इंडीजमध्ये रहाणारे आम्ही डच लोक सुरक्षित आहोत.

सुरक्षिततेची ही भावना मनात जागृत असली तरी देशप्रेमानं आम्ही नक्कीच भारलेलो होतो, त्यामुळे युद्ध लढण्यासाठी सहकार्य करण्याच्या हेतूनं आम्ही आपला परीनं हातभार लावायला सुरुवात केली. इंग्लंडच्या विमानदलाला 'स्पिटफायर' नावाची लढाऊ विमानं विकत घेता यावीत, यासाठी आम्ही आमच्या शाळेत, कॉलेजात अनेक कार्यक्रम केले. त्यातून युद्धनिधी उभारला. रोज सकाळी महाविद्यालयात शिरल्यानंतर प्रथम रेडिओवरील युद्धविषयक बातम्या ऐकून मगच मी वर्गात जात असे.

७ डिसेंबर १९४१ रोजी जपान्यांनी पर्ल हार्बर या अमेरिकन युद्धठाण्यावर बॉम्बहल्ला केला व त्याची धूळधाण उडवली. दुसऱ्या दिवशीच्या बातम्यांमध्ये ही घटना नोंदवण्यात आल्यावर आमच्या इतिहासाच्या शिक्षिका सिस्टर व्हिक्टॉयर (Victoire) म्हणाल्या, "आता बहुतेक अमेरिकाही युद्धात उतरेल." त्यांचे शब्द खरेच ठरले.

८ डिसेंबर हा तो दिवस. अजूनही मला जसाच्या तसा डोळ्यांसमोर दिसतो. त्या दिवशी कुमारीमाता मेरीच्या संदर्भात एक खास भोजनसमारंभ होता; पण आमची मनं युद्धाच्या बातमीनं अस्वस्थ झालेली होती. युद्ध आता अगदी दारापर्यंत येऊन पोहोचलंय हे स्पष्टच दिसत होतं. त्यानंतर लवकरच फिलिपाइन्स बेटांवर जपाननं कब्जा केला, तरी आमचं आशावादी मन मात्र आम्हाला धीर देतच होतं, 'इथे जावामध्ये आम्हाला कसला धोका नाही.' पण त्यात काही अर्थ नव्हे, हे काय आम्हाला ठाऊक नव्हतं का? त्या वेळी माझ्या वडिलांचं वय सत्तेचाळीस वर्षांचं असूनही, वर्षभरापूर्वीच त्यांना डच राष्ट्रीय सेनेनं बोलावून घेतलेलं होतं. कर्तासवरता असलेले माझे वडील घरापासून दूर अंतरावर असल्यामुळे या बिकट परिस्थितीत कुटुंबविषयक सर्व निर्णय घेण्याची मोठी जबाबदारी माझ्या आईवरच येऊन पडली होती.

१५ फेब्रुवारी १९४२ रोजी सिंगापूरनं शरणागती स्वीकारली. आता मात्र आपलं काही खरं नाही, या विचारानं आमच्या मनाचा कब्जा घेतला. आज ना उद्या जपानी लोक आपल्या किनाऱ्यावर येऊन थडकणार, हे चित्र आमच्या डोळ्यांसमोर स्पष्ट उभं राहिलं. सबंध देश युद्धाला तोंड देण्यासाठी सज्ज होऊ लागला; पण अनिश्चिततेचं वातावरण असल्यामुळे नक्की कोणती उपाययोजना आखावी तेही कुणालाच समजत नव्हतं.

या वेळी माझ्या आजोबांनी (हेन्री) आमच्या कुटुंबापुरता एक मार्ग दाखवला. आम्ही सर्वांनी बांदोगन पर्वतावरील त्यांच्या घरी जाऊन रहावं, असं त्यांनी आईला सुचवलं. पडत्या फळाची आज्ञा असं मानून माझ्या आईनं आम्हा तिघी बहिणींसह मी, फिअेन आणि सेलेस्त – त्यांच्या घरी जाऊन रहाण्यासाठी बांधाबांध करायला सुरुवातही केली. आपण जावाच्या किनारपट्टीपासून दूर राहायला गेल्यावर इतरांच्या मानानं कदाचित अधिक सुरक्षित राहू, असं साधं गणित तिच्या मनानं मांडलं असावं.

आमच्या या निर्णयानं आमच्या घरातल्या नोकरमाणसांवर आकाशीची कुऱ्हाड कोसळल्यासारखी झाली. त्यांचा रोजचा पोटापाण्याचा प्रश्न पुन्हा त्यांच्यापुढे 'आ' वासून उभा राहिला. माझ्या आईनं तात्पुरता तरी हा प्रश्न सोडवला. पुढील काही महिन्यांचा पगार तिनं सर्वांना आगाऊ म्हणून दिला; पण आम्ही नक्की

केव्हा परत येऊ, याची शाश्वती मात्र ती त्यांना देऊ शकत नव्हती. ‘ॲलिन बेबी अधूनमधून येईल, तुम्हाला भेटेल अन् आमच्याविषयीची खबरबात देईल.’ एवढंच आश्वासन ती त्यांना देऊ शकली.

ॲलिन त्या वेळी सेमारांगमध्ये रहात होती. नेदरलँड्स ईस्ट ईंडीज रेल्वेज (N.I.S) मध्ये तिची नोकरी होती. आत्तापर्यंतचं सगळं आयुष्य केवळ गृहिणी म्हणून सुरक्षितपणे सुस्थितीत जगलेल्या माझ्या आईला हे सगळे निर्णय घेणं फार कठीण जात असावं. माझ्या वडिलांची अनुपस्थिती तिला इतकी जाणवायची की अनेक वेळा हताशपणे ती रडत बसायची. तिची ती अवस्था पाहून माझ्या मनानं खंबीरपणा धारण केला. यापुढे आपल्यालाच या तिघींना आधार द्यावा लागणार आहे, हे सत्य माझ्या नजरेसमोर उभं ठाकलं आणि मी कंबर कसली.

आमच्या गाडीतूनच आम्ही आजोबांकडे जाणार होतो. अहमद, आमचा गाडीचालक, दोन वेळा गाडी वरखाली करणार होता हे खरं असलं, तरी काय सामान बरोबर घ्यायचं आणि काय मागे घरातच ठेवून जायचं, हा मोठा गहन प्रश्न होता. शेवटी आम्ही अगदी आवश्यक तेवढंच सामान बरोबर घ्यायचं ठरवलं त्यामध्ये माझ्या आईचे दागदागिने, काही फोटोसंग्रह आणि नित्याच्या कपड्यांचा समावेश केला.

आपल्याला कोणत्या वस्तू नेता येतील या विचारानं मी माझ्या खोलीत प्रवेश केला. सभोवार नजर टाकली तेव्हा वाटलं, इथल्या सगळ्याच वस्तूंना एक अर्थ प्राप्त झालाय. या सगळ्या माझ्या नेहमीच्या वापरातल्या वस्तू. त्यातल्या कोणत्या वस्तू मागे ठेवायच्या, हे मी कसं ठरवू? शेवटी, मी भिंतीवरचा नित्याचा प्रार्थनेचा क्रॉस माझ्या पेटीत ठेवला, त्याला फारशी जागा लागणार नव्हती. माझी बायबलची प्रत घेतली, प्रार्थनेचं पुस्तक, जपमाळ आणि संतांच्या जीवनगाथा असलेलं पुस्तक (Books of Saints) ही घेतलं. अलीकडेच मी आमच्या नन्सच्या निवासस्थानी एक सप्ताह मननचिंतनात व मौनात घालवल्यानंतर मला ते भेट म्हणून दिलं गेलं होतं.

मी माझं कपड्यांचं कपाट उघडलं आणि माझ्या नजरेसमोर आला तो माझा पहिला संध्यावेष (Evening dress); पण त्याला अनेक झालरी लावलेल्या असल्यामुळे तो घेणं शक्य नव्हतं तरीदेखील एकदा मी तो स्वत:समोर धरला आणि आरशापुढे उभी राहिले. माझा आवडता ड्रेस हँगरवर अडकवून परत कपाटात ठेवताना माझे डोळे भरून आले. शेवटी मी माझे काही जुनेच पण आवडते कपडे व्यवस्थित घड्या घालून पेटीत ठेवले. पुढली तीन-साडेतीन वर्षं मी त्याच कपड्यांवर काढणार होते, याची मला त्यावेळी कशी कल्पना येणार होती?

आयमा, सोमी, तजाक आणि सार्दी या आमच्या नोकरमाणसांना जेव्हा निरोप द्यायचा कठीण प्रसंग आमच्यावर आला, तेव्हा आम्हा सगळ्यांनाच दुःखावेग अनावर झाला. अन् ते साहजिकच होतं. ही मंडळी आमची पगारी नोकरमाणसं होती, तरीदेखील गेल्या कित्येक वर्षांच्या सहवासामुळे ती आम्हाला घरच्यासारखीच होती; पण आमचाही नाईलाज होता. इथे आम्ही सुरक्षित नव्हतो आणि ते सगळे सुरक्षित होते, एवढा मोठा फरक होता; कारण जपान्यांचं युद्ध डच लोकांशी होतं, इंडोनेशियनांबरोबर नव्हतं. त्यांच्या नोकऱ्यांवर गदा आल्याने त्यांना वाईट वाटणंही साहजिकच होतं. तरीदेखील तजाकनं माझ्या आईला आश्वासन दिलं, 'ॲलिन बेबी इथे येऊन कुत्र्याला घेऊन जाईपर्यंत मी त्याची काळजी घेईन आणि घराची देखभालही करेन.' माझं अंतर्मन मात्र मला सांगत होतं की पुन्हा आपल्याला हे घर दिसणार नाही आणि या प्रेमळ माणसांचा सहवास लाभणार नाही.

आम्ही निरोप घेऊ लागलो आणि सगळ्यांच्याच डोळ्यांतून अश्रूंचा पूर लोटला. अगतिकपणे आम्ही एकमेकांना मिठ्या मारल्या. आयमाला, आमच्या लहानपणीच्या स्वयंपाकाच्या बाईला मिठीत घेताना मला तिचा कृशपणा जाणवला. सुखाचे, आनंदाचे किती तरी क्षण या बाईमुळे माझ्या बालपणी मी उपभोगले होते! तिच्या हातच्या (नाना प्रकारच्या) पदार्थांची ती चव माझ्या जिभेवर अजूनही रेंगाळत होती. आम्ही दुपारच्या वेळी भुकेल्या अवस्थेत शाळेतून परत यायचो, तेव्हा अनेकदा ती आमच्या आवडीचे खास पदार्थ तयार ठेवायची. तिच्या स्वयंपाकघरात, तिच्या आजूबाजूला बसून आम्ही भावंडांनी अनेक पदार्थ त्यात बोटं घालून चाखले होते. या सगळ्या जिवाभावाच्या मंडळींना सोडून, त्यांचा निरोप घेऊन आपण निघालो आहोत, यावर विश्वासच बसत नव्हता आमचा.

शेवटी, अहमदनं गाडीचं दार उघडलं आणि आम्ही भानावर आलो. निरोपाचा शेवटचा हात हलवून आम्ही चौघीजणी दाटीवाटीनं गाडीत बसलो आणि गाडी सुरू झाली...

घराचा निरोप घेताना, सेमारांगचा निरोप घेताना आपण आयुष्यातल्या एका सुखद पर्वाचाही निरोप घेतोय, हे तेव्हा आम्हाला ठाऊक नव्हतं!

* * *

बांदोंगनमध्ये आमच्या आजोबांनी आमचं आनंदानं स्वागत केलं. अशा अनिश्चिततेच्या काळात कुटुंबातील सर्वांनी एकत्र रहाणं केव्हाही चांगलं, असा निर्णय या वयोवृद्ध माणसानं घेतला असावा. आम्ही त्यांच्या घरी रहायला जाऊन फार काळ झाला नाही, तोच आमच्या सरकारनं हुकूम काढला, जपानी सेनेनं देशाच्या भूमीवर पाय

ठेवताच त्यांना उपयुक्त ठरतील अशा देशातील सर्व साधनसामुग्रीचा नाश करण्यात यावा. त्याबरहुकूम, वाहतुकीचे पूल उडवून लावण्यात आले, आगगाड्या, बोटी, मोटारगाड्या, मालवाहतूक करणाऱ्या गाड्या, यंत्रसामुग्री इतकंच नव्हे तर घोड्यांसारख्या मुक्या प्राण्यांनाही नष्ट करण्यात आलं.

तेपिरिंगमध्ये असताना आमच्याकडे जॅक नावाचा एक सुंदर ऑस्ट्रेलियन घोडा होता. सकाळी न्याहारीपूर्वी त्याच्यावरून एक रपेट मारायची माझ्या वडिलांना आवड होती. घोडेस्वारीत ते तरबेज होते आणि घोडदौड करणं हा त्यांचा फार आवडता छंद होता. शीण घालवण्याचं उत्तम साधन वाटायचं ते त्यांना. माझ्या वडिलांचं आपल्या घोड्यावरचं – जॅकवरचं – प्रेम आम्हाला ठाऊक असल्यामुळे तेपिरिंग सोडण्यापूर्वी आम्ही जॅकला बांदोगनला आजोबांच्या एका मित्राच्या तबेल्यात पाठवून दिलं होतं. हा मित्र आजोबांच्या घरापासून जवळच रहात असे. नवा सरकारी फतवा आल्यानंतर मात्र आम्हाला कळून चुकलं की आम्हाला आमची गाडी आणि जॅक या दोघांनाही मुकावं लागणार!

जॅकला गोळी घालून ठार मारण्याचा प्रसंग मी माझ्या डोळ्यांनी पाहू शकले नाही; पण कानांना बंदुकीच्या गोळीचा आवाज ऐकू आला आणि माझं मन शतशः विदीर्ण झालं. क्षणभर वाटलं, ही गोळी जॅकच्या नाही, माझ्या वडिलांच्या हृदयावर चालवली आहे!

आमच्या गाडीचालकाला, अहमदला, गाडीबद्दलची दुःखद घटना सांगण्याचं काम आईला करावं लागलं. एका वर्षभराआधीच माझ्या वडिलांनी रेनॉल्ट ही नवी कोरी गाडी विकत घेतली होती. अहमदला ती चालवण्याचा इतका अभिमान वाटायचा की तो अगदी स्वतःच्या जिवापलीकडे तिची देखभाल करायचा, 'आपली गाडी कशी आतूनबाहेरून मस्त दिसली पाहिजे', असं तो नेहमी म्हणायचा आणि आता तिलाच पेटवून नष्ट करावं लागणार होतं.

माझ्या आईचे ते शब्द अहमदनं ऐकले; पण ते बहुधा त्याच्या डोक्यात शिरले नसावेत. तो डोळे विस्फारून आईकडे बघतच राहिला. 'माझी गाडी मी माझ्या हातांनी पेटवून देऊ? शक्यच नाही.' त्यानं साफ नकार दिला. या कामाला शेवटी आईनं दुसऱ्या कुणाला तरी गाठलं आणि गाडी नष्ट करवली.

मला अहमदविषयी फार वाईट वाटलं. गाडीतनं निघणाऱ्या ज्वाळांनी, धुरानं नव्हे, त्या विचारानंदेखील त्याला अवघं आयुष्यच बेचिराख झाल्यासारखं वाटलं असेल. आमच्यासाठी तर ही केवळ सुरुवात होती. एकामागून एक अशा प्रकारे आम्हाला आमच्या अनेक मौल्यवान चीजवस्तूंचा निरोप घ्यावा लागला.

* * *

१ मार्च १९४२ रोजी जपान सैनिकांनी जावाच्या भूमीवर पाय ठेवला त्यावेळी मी एकोणीस वर्षांची होते. फिअेन अकरा वर्षांची आणि सेलेस्त फक्त सात वर्षांची होती. डच सेनेनं निकराचा लढा दिला; पण जपानी इम्पिरियल सेनेपुढे तिचा टिकाव लागला नाही. ८ मार्चला एका आठवड्याच्या लढाईनंतर डच सेनेचा पराभव झाला.

सगळीकडे निप्पॉन झेंडे झळकू लागले. तीनशे वर्षांची डच वसाहत या पराभवानं संपुष्टात आली.

देशभक्तीनं कायम प्रेरित असलेले माझे आजोबा त्यांच्या बागेत डच ध्वज लावत असत. त्यांना तो नेहमी नजरेसमोर हवा असे. इतके दिवस आम्ही आजोबांच्या घरी डोंगरावर रहात असल्यामुळे जपानच्या सैन्याला आम्ही जवळून पाहू शकत नव्हतो. दूर अंतरावर जपानचे लष्करी ट्रक रस्त्यानं जाताना दिसायचे, पण तेवढेच.

एका सकाळी, त्यांच्यापैकी एक ट्रक आमच्या घरासमोर थांबला. जाड वजनदार बूट घातलेला एक संगीनधारी जपानी सैनिक उडी मारून ट्रकच्या मागील उघड्या भागातून उतरला आणि रागानं काही तरी शब्द उच्चारत तो आमच्या लाल, पांढऱ्या व निळ्या रंगाच्या डच ध्वजाच्या दिशेनं धावला आणि त्यानं त्याच्या त्वेषानं चिरफळ्या उडवल्या अन् त्याजागी आपला झेंडा फडकवला. आम्ही धास्तावून ते दृश्य बघतच राहिलो. त्या क्षणी भयानक वास्तवानं आमच्या एका मनाचा कब्जा घेतला. कमालीची निराशा, अगतिकता आणि अविश्वासाच्या भावनांनी माझं मन व्यापलं गेलं. शरीरातून भीतीची लहर धावू लागली. यापुढे काय होणार आपलं? माझे वडील कुठे होते? यापुढे जपनी सैन्य या देशात कायमचं ठाण मांडून बसणार की काय? एकामागून एक असे प्रश्न माझ्या मनात उमटतच राहिले...

त्यानंतरचे काही महिने आम्ही भीतीच्या छायेतच काढले. प्रत्येकाच्याच मनावर विचित्र तणाव असल्याचं आम्हाला जाणवत होतं. काही दिवसांनी एक धक्कादायक बातमी कानावर आली – एका विशिष्ट ठिकाणी, नावनोंदणीसाठी सगळ्या डच लोकांनी एकत्र यायचं होतं. आम्ही त्या ठिकाणी पोहोचलो. प्रत्येक कुटुंब आपापल्या माणसांना जवळ धरून उभं होतं. या ठिकाणी पहिल्यांदाच आम्ही जपानी सैनिकांना जवळून पाहिलं. आरडाओरडा, धक्काबुक्की अशी तंत्र वापरून ते आम्हाला घाबरवण्याचा प्रयत्न करत होते. आमच्या हातात त्यांनी काही कागद माहिती भरून देण्यासाठी कोंबले. शक्य तितक्या नम्रपणे, कमरेत वाकून आम्ही त्यांच्यापुढे वावरत होतो. राष्ट्रीयता, जन्मठिकाण, वय, लिंग, व्यवसाय आणि इतर अनेक मुद्दे असलेल्या माहितीपत्रकात आम्ही योग्य ती माहिती भरून त्यांच्याकडे परत दिली. आम्ही घरी परतलो तरी आमच्या हृदयातली धडधड थांबलेली नव्हती.

या घटनेनंतर लवकरच जपानी सैन्याचे ट्रक डोंगर चढून आजोबांच्या घराच्या दिशेनं येत असल्याचा आवाज आम्हाला ऐकू आला. त्यापैकी एक ट्रक तर अगदी घरासमोरच येऊन उभा राहिला. दोन जपानी सैनिक उडी मारून खाली उतरले. संगिनी रोखून, मोठ्यानं ओरडत ते आमच्या दिशेनं चालू लागले. आत्तापर्यंतच्या माझ्या आयुष्यात इतकी भीती मी कधीच अनुभवली नव्हती. ढेपाळल्यासारखी मी एकाच जागी खिळलेले होते.

त्यांनी घराच्या पुढील व्हरांड्यात प्रवेश केला. आमच्या आजोबांच्या कुत्र्याला लाथेनं ठोकरलं आणि मोठ्या आवाजात गर्जना केल्याप्रमाणे आज्ञा सोडल्या. त्यातला एकही शब्द आम्हाला समजला नाही. आमचं सामान बांधून युद्धछावणीत जाण्यासाठी तयार होण्याचा हुकूम त्यांनी आम्हाला दिला होता. ह्या संकटाची कल्पना असल्यामुळे बरेच दिवस आधीपासूनच आम्ही महत्त्वाची कागदपत्रं आणि चीजवस्तू बांधून तयारच ठेवल्या होत्या. हेतू हा की घाईगर्दीनं निघावं लागलं तर या वस्तू मागे राहू नयेत. सैनिकांची आमच्या हालचालींवर बारीक नजर असल्यामुळे धास्तावलेल्या अवस्थेतच आम्ही जमेल तशी सामानाची बांधाबांध केली. आम्हाला प्रत्येकीला फक्त एकच पेटी घेण्याची मुभा होती. एकेक गादी घेण्याची परवानगीही त्यांनी आम्हाला दिली. इतक्या थोड्या वेळात काय घ्यायचं आणि काय नाही, हे ठरवणंही फार कठीण काम होतं. माझ्या धाकट्या बहिणींना जेव्हा समजलं की त्यांची आवडती खेळणी आणि पुस्तकं त्यांना बरोबर नेता येणार नाहीत, तेव्हा त्यांना रडू कोसळलं. मी अगदी आवश्यक तेवढेच कपडे बरोबर घेतले; पण आईला मच्छरदाणी घेण्याची आठवण मात्र केली. माझं बायबल, संतचरित्राचं पुस्तक, प्रार्थना पुस्तक आणि क्रॉस घ्यायला मी विसरले नाही. मी माझी जपमाळ ड्रेसच्या खिशात लपवून ठेवली.

समजा, आजच्या घडीला तसा प्रसंग माझ्यावर ओढवला तर? मी माझ्याबरोबर न विसरता काही औषधं घेईन किंवा असं म्हणू हवं तर, की ती पेटी मला परत भरावी लागली असती, तर मी माझ्याबरोबर हिवतापावरच्या क्विनाइनच्या गोळ्या, कॅल्शियमच्या गोळ्या, हॅलिबट लिव्हर तेल, साबण, चहा, दुधाची भुकटी, आगपेट्या आणि मेणबत्त्या घेतल्या असत्या. थोडे लिहायचे कागद आणि पेन्सिलीही न विसरता घेतल्या असत्या; पण त्या काळी पूर्णपणे अननुभवी असलेल्या आम्हाला या गोष्टी कशा सुचल्या असत्या?

माझ्या आजोबांना घरीच राहण्याची परवानगी देण्यात आली. इतरांबरोबर त्यांनीही नावनोंदणी केली होती; पण त्यांनी आपण मूळचे फ्रेंच असल्याचे नमूद केलं होतं, जर्मन आणि फ्रेंच लोकांना बंदिवान करण्यात आलेलं नव्हतं.

किती थोड्या कालावधीत आम्हाला दुसऱ्यांदा घर सोडून जावं लागलं होतं!

पुन्हा एकदा आमच्या सवयीच्या, मौल्यवान चीजवस्तूंना मागे सोडून आम्ही निघालो होतो, पुन्हा एकदा आपल्या प्रियजनांचा निरोप घेण्याची वेळ आमच्यावर आली होती!

आजोबांचा निरोप घेताना तर आमची मनं दुःखानं दुभंगल्यासारखी झाली. माझ्या शाळेच्या सगळ्या सुट्ट्या मी त्यांच्या प्रेमळ सहवासात घालवल्या होत्या. बांदोंगनमध्ये माझ्या बालपणीचा खूप मोठा काळ मी अत्यंत सुखासमाधानात घालवला होता. आम्हाला निरोप देताना त्यांनी आम्हाला कवेत घेतलं, त्या वेळी त्यांच्या डोळ्यांतून घळाघळा अश्रू वहात होते. प्रथम आईला, मग फिअेन आणि त्यानंतर सेलेस्तला त्यांनी निरोप दिला. त्यानंतर ते माझ्याकडे वळले. मला आपल्या मिठीत घट्ट आवळत ते माझ्याबरोबर फ्रेंच भाषेत बोलू लागले. त्या क्षणी मला ते इतके जवळचे वाटले की, माझ्याभोवतीचे त्यांचे हात मला दूर लोटवेनात. 'तुझ्या आईची काळजी घे' ते मला थरथरत्या स्वरात म्हणाले. मग आशीर्वादादाखल त्यांनी आमच्या सर्वांच्या कपाळावर क्रॉसची खूण केली. एरवी झोपण्यापूर्वी आम्हाला गुडनाईट म्हणतानादेखील ते आम्हाला असाच आशीर्वाद देत असत.

मी पुन्हा एकदा आजोबांच्या घरावरून नजर फिरवली. त्यांच्या घरातल्या देखण्या शोभेच्या वस्तूंना डोळ्यांत साठवलं आणि माझी पाठ त्या सर्व ऐहिक सुखसोयींकडे फिरवली. दुःखात एकच समाधान आम्हाला वाटत होतं – आम्ही चौघीतरी एकमेकींना साथ देण्यासाठी होतो.

जपानी सैनिकांनी आम्हाला ट्रकमध्ये घालून दूर नेलं तेव्हा मी पुनःपुन्हा मागे वळून पाहत होते. आजोबा आपला पांढरा हातरुमाल हलवून आम्हाला निरोप देत होते. दुःखातही मनावर ताबा ठेवत ते म्हणाले, "कितीही संकटं□येवोत, त्यावर मात करा!"

वाटेत आणखी काही डच स्त्रियांना आणि मुलांना आमच्या ट्रकमध्ये घेतलं गेलं. शेळ्यामेंढ्या कोंबाव्यात त्याप्रमाणे आम्हाला कोंबण्यात आलेलं होतं. आमच्या चीजवस्तूंना उरापोटाशी धरून आम्ही चौघीजणी बसलो. डोंगर उतरून ट्रक खाली आला आणि अंबारावाच्या दिशेनं निघाला. एका सुखी, समृद्ध जीवनाला अखेरचा निरोप देऊन आम्ही निघालो होतो एका अज्ञाताकडे, एका पोकळीकडे...

हजारो डच महिला आणि मुलांच्या साथीनं आम्हाला तब्बल साडेतीन वर्षं युद्धकैदी म्हणून काढावी लागणार होती. माझी सगळी स्वप्नं त्या काळात भग्न पावली, त्यांच्या ठिकऱ्या ठिकऱ्या झाल्या.

मी कॅम्पमध्ये माझे स्केचबुक ठेवले.

भाग २

अंबारावातल्या युद्धछावणीत

धीम्या गतीनं आम्हाला घेऊन जपानी सेनेचा ट्रक निघाला होता. त्याचं शेवटचं स्थानक होतं अंबारावा युद्धकैद्यांची छावणी. रस्त्याच्या दोन्ही बाजूला उभे असलेले स्थानिक जावा लोक – स्त्रीपुरुष आणि मुलं – हात हलवून आम्हाला निरोप देत होते. आमची अशी वरात चाललेली पाहून त्यांच्या मनात काय विचार येत असतील, हा विचार त्या वेळी माझ्या मनात तरळला. अंबारावा बांदोगनपासून फार दूर नसल्यामुळे ती जागा आमच्या परिचयाची होतीच. अनेकदा तिथल्या चर्चमध्ये आम्ही गेलेलो होतो आणि काही वेळा लहान-मोठी खरेदीही आम्ही त्या गावात केलेली होती.

या गावात आता डच स्त्रिया व मुलांसाठी सात युद्धकैदी छावण्या उभारण्यात आलेल्या होत्या. क्रमांक सहाच्या छावणीपाशी येताच आमच्या ट्रकचा वेग कमी झाला. प्रवेशद्वार उघडताच आमच्या लक्षात आलं की हा तुरुंग आहे. आम्ही युद्धकैदी म्हणून इथे आणले गेलो होतो. जपानी सैनिक आमच्यावर मोठ्या आवाजात हुकूम सोडत होते. जमेल तितक्या झटपट आम्ही सगळेजण ट्रकमधून खाली उतरलो; पण त्यांच्या बोलण्यातलं फारच थोडं आम्हाला समजत होतं आणि आमच्या अज्ञानीपणामुळे त्यांचा संताप दरक्षणाला वाढत होता. त्यातच मुलांनी रडायला सुरुवात केली. बायका आपलं सामान – पेट्या, गाद्या वगैरे उतरवून घ्यायला लागल्या, काहींच्या गाद्या खाली चिखलात पडल्या. आम्ही आजूबाजूला नजर टाकली तेव्हा आमच्या मनातली भीतीची निराशेची भावना अधिकच गडद झाली.

ह्या छावणीमध्ये अनेक जुन्या बराकी होत्या. एकानंतर एक मोजता येणार नाहीत इतक्या बरीच वर्षं तिथे कुणीच रहात नसावं. एका टेबलापाशी दोन

जपानी माणसं बसलेली दिसली – बहुतेक अधिकारी असावेत. त्यांच्याजवळ एक टोपली ठेवलेली दिसली. त्यामध्ये आम्हाला आमच्याजवळची चीजवस्तू –पैसे, दागिने आणि इतर मौल्यवान वस्तू टाकण्याचा हुकूम देण्यात आला.

बहुतेक स्त्रियांची त्याला तयारी नव्हतीच. त्यांच्या हे लक्षात आलं तसं त्यांनी आमची झडती घ्यायला सुरुवात केली. माझ्या आईचे मौल्यवान दागिने मी एका पट्ट्याच्या आत शिताफीनं शिवून लपवले होते आणि पट्टा माझ्या कमरेभोवती बांधलेला होता. रांगेतून पुढे सरकत मी त्या अधिकाऱ्याच्या समोर उभी राहिले तेव्हा भीतीनं माझे हातपाय गारठले होते; पण मी चेहऱ्यावर भीती दाखवली नाही. माझ्या सुदैवानं त्यांनी आमच्या अंगाला हात लावून चाचपडलं नाही. त्यामुळे त्यांना आमच्याजवळील दागदागिने सापडले नाहीत.

कपड्यांच्या पेट्या आणि गाद्या कशाबशा ओढत आम्ही बराकीपर्यंत पोहोचलो. तिथली भयानक परिस्थिती पाहूनच माझ्या आईचे डोळे पाण्यानं डबडबले. 'अशा घाणेरड्या जागेत आपण कसं रहायचं?' एक बाई म्हणाली. तेव्हा सर्वप्रथम आम्ही झाडू हातात घेतला आणि जागा स्वच्छ करायला सुरुवात केली; पण वाटलं तितकं ते काम सोपं नव्हतं, हे लवकरच आमच्या लक्षात आलं. ही भयानक जागाच काही काळ आपलं घर असणार आहे, या कल्पनेनंच आमचा उरलासुरला उत्साहही गळून पडला.

क्रमांक सहामधल्या त्या दमट, कुबट बराकीमध्ये इतर अनेक प्राण्यांनी आम्ही तिथे पोहोचण्याच्या आधीपासूनच आपला तळ ठोकलेलं होता. ढेकूण, झुरळं, उवा आणि तशाच प्रकारच्या असंख्य किळसवाण्या किड्यांचं जणू काही तिथे साम्राज्यच होतं. छप्पर अनेक ठिकाणी गळत होतं आणि लाकूडकामाला वाळवी लागलेली दिसत होती. ह्या सर्व अडचणी कमी होत्या म्हणून की काय, रात्रीच्या वेळी उंदीरही तिथे वस्तीला येत असत. आम्ही झोपलो की आमच्या पायांवरून उड्या मारत ते इकडेतिकडे धावत असत. काही वेळा आमची बोटंही कुरतडत. पाण्याचं दुर्भिक्ष्य तर होतंच; पण त्याहून वाईट म्हणजे नळांची संख्या फारच कमी होती. त्यामुळं आम्हाला दैनंदिन गरजा भागवण्यासाठीसुद्धा रांगा लावाव्या लागत होत्या. स्वच्छतागृहांची अवस्था तर इतकी भयानक होती की, दुर्गंधीमुळे आमची डोकी गरगरू लागली. घाणीच्या अशा या साम्राज्यामुळे आमच्यापैकी बहुतेकांची पोटं नेहमीच बिघडलेल्या अवस्थेत असत. ज्या वेळी या बराकी बांधल्या गेल्या होत्या, तेव्हा तिथे दोनशे सैनिकांची राहाण्याझोपण्याची सोय अपेक्षित असावी आणि प्रत्यक्षात आम्हा कितीतरी हजार स्त्रियांना व मुलांना तिथं गुरांसारखं कोंबण्यात आलं होतं. संडासांची संख्या आमच्या संख्येच्या मानानं इतकी अपुरी होती की अनेक वेळा त्यातली घाण आमच्या इमारतीसमोरील

किंवा मागच्या अंगणात पसरत असे.

रात्रीच्या वेळी अंधारातून दूर अंतरावर असलेल्या संडासापर्यंत जाणं अशक्य आणि धोक्याचं असल्यामुळे काही स्त्रिया अंथरुणाजवळ लघवी करण्यासाठी भांडं ठेवत असत. अनेक वेळा ह्या आवाजानं आमची झोपमोड होत असे. माणसागणिक तऱ्हा वेगळी, या न्यायानं प्रत्येक स्त्रीचा हाही आवाज वेगळा असं आमच्या हळूहळू लक्षात येऊ लागलं. एक बाई तर इतका मोठा आवाज करायची की आम्ही तिला 'घोडी' म्हणायचो! नामुष्कीच्या प्रसंगांना तोंड देत जगत असताना आम्ही त्यातल्यात्यातच आमच्या आयुष्यात अशा प्रसंगातून विनोदनिर्मिती करून जगणं सुसह्य करून घेत होता. एवढाच त्याचा अर्थ.

आमच्या काही बराकींमध्ये बंक या प्रकारचे अरुंद पलंग होते. पण त्याच्या गाद्यांमध्ये इतके ढेकूण होते की त्यांच्यावर झोपणं अशक्यच होतं. प्रत्येकीला जेमतेम गादी पसरण्यापुरती जागा देण्यात आलेली होती. दिवसा आम्ही आमच्या गाद्या एकावर एक रचून ठेवायचो. त्यामुळे वावरायला थोडी मोकळी जागा मिळायची. विजेच्या दिव्यांची सोय नव्हतीच, त्यामुळे अंधार पडताच आम्हाला मेणबत्त्या लावायला लागायच्या.

माझ्या आईनं परिस्थितीवर मात करण्यासाठी त्यातल्यात्यात एक युक्ती केली. आमच्याजवळ असलेल्या चादरींच्या साहाय्यानं आम्ही आमच्यापुरती एक आडोशाची जागा बनवली. तोच प्रकार इतर कुटुंबांनीही केला. त्यामुळे थोडीतरी स्वत:ची म्हणता येईल अशी जागा आम्हाला उपलब्ध झाली. अर्थात, ह्या प्रकारच्या कापडी भिंतींचा म्हणावा तसा फायदा नव्हताच. तान्ह्या बाळांचं, मुलांचं रडणं, मोठ्या मुलांचं ओरडणं, बोलण्याचे आवाज कानावर पडतच रहायचे. आमच्या सुदैवानं आमचे शेजारी – स्त्रिया आणि मुलंदेखील चांगल्या स्वभावाचे होते. आमची एकमेकांशी मैत्रीही जमली, नाहीतरी अशा परिस्थितीत सगळ्यांनाच सहानुभूतीची गरज होती.

पण हे सगळे अनुभव हळूहळू येणार होते. पहिल्या दिवशी आमचा नजरेला जे दृश्य पडलं त्यानं आम्ही सगळेच हबकून गेलो. ती रात्र आम्ही कशी काढली असेल ते फक्त आम्हालाच ठाऊक! ज्या प्रकारच्या सुखी, समृद्ध, संपन्न, सुंदर, सुरक्षित आयुष्याची आम्हाला सवय होती, त्याचा आता जणू शेवट झाला होता. अन् भीती आणि अनिश्चिततेची ही जणू सुरुवात होती. किती दिवस आम्हाला तिथे ठेवण्यात येणार होतं, आमची आमच्या प्रियजनांबरोबर परत गाठभेट होईल की नाही, आमचे वडील कुठे होते, जे जिवंत तरी होते का नाही, एक ना दोन कितीतरी प्रश्न आमच्या मनाला भेडसावत होते. त्या रात्री वास्तविक पाहाता, दिवसभराच्या प्रवासानं, मनावरच्या ताणामुळं आम्ही अगदी

थकून गेलो होतो पण आम्हाला झोपच येत नव्हती. आयुष्यात अचानकपणे घडलेल्या या प्रचंड उलथापालथीचं भयानक दडपण उरावर बाळगत आम्ही आडवे पडून राहिलो. त्या रात्री मेणबत्तीच्या फडफडणाऱ्या ज्योतीच्या प्रकाशात आम्हाला छताजवळचे सडके, लाकडी वासे अधिकच भेसूर वाटत होते. आता आम्ही आमच्या सुखी कुटुंबाचा विचारही करू शकणार नव्हतो. आता सारंच संपलं होतं.

आम्ही चौघीजणींनी झोपण्यापूर्वी एकत्रितपणे प्रार्थना म्हटली. त्या दिवसापासून ही सवय आम्ही नियमितपणे पाळली. माझ्या आईच्या प्रार्थना पुस्तकात मी आमच्या त्या वेळच्या परिस्थितीला योग्य अशी प्रार्थना शोधायचा प्रयत्न केला; पण बंदिवासातल्या लोकांसाठी एकही प्रार्थना मला सापडली नाही. "आपण चौघीतरी एकमेकींना आहोत ना आधार द्यायला, तेच पुष्कळ समजायचं," माझी आई हलकेच आम्हाला म्हणाली. 'हे युद्ध फार काळ नाही चालणार,' असा दिलासाही तिनं आम्हाला दिला.

* * *

दुसऱ्या दिवशी आम्हा सगळ्यांना हजेरीसाठी बोलावण्यात आलं. अंबारावा युद्धछावणीतली ती पहिली हजेरी होती. त्यानंतर ती रोजचीच बाब होऊन बसली. निप्पॉन सेनेच्या दृष्टीनं आम्हा युद्धकैद्यांना तुच्छ लेखण्याचा तो एक साधा प्रकार होता. हजेरीदरम्यान जपानी सैनिक आम्हाला अनेक आज्ञा देत असत, त्याही तुच्छतेच्या स्वरात. 'तुम्ही य:कश्चित युद्धकैदी आहात. आणि आम्ही तुमचा पराभव केलेला आहे,' ही भावना त्यांच्या शब्दामधून व्यक्त होत असे. दररोज मुलांची व स्त्रियांची मोजणी करत असताना आम्हाला ते मारहाण करत, आमचा अपमान करत आणि तासन्‌तास कडक उन्हात उभं रहायला लावत असत.

छावणीचा मुख्य अधिकारी आणि त्याच्या हाताखालील रखवालदार ह्या लोकांच्या मर्जीवरच बऱ्याच गोष्टी अवलंबून असत. छावणीच्या बाहेर पायही ठेवायचा नाही, अशी सक्त ताकीद आम्हाला पहिल्याच दिवशी देण्यात आली. स्त्रियांनी आज्ञाधारकपणे सगळी कामं बिनबोभाट पार पाडली पाहिजेत, नाहीतर त्यांना शिक्षा करण्यात येईल, मारहाण होईल किंवा जिवालाही मुकावं लागेल, अशी भीतीही दाखवण्यात आली होती. कुठलाही निप्पॉन अधिकारी समोर दिसला तर कमरेत वाकून त्याला आदर दाखवण्याचा आदेशही आम्हाला देण्यात आला. हा प्रकार कसा करायचा ते आम्हाला प्रात्यक्षिकासह शिकवण्यात आलं.

छावणीतलं कामकाज सुरळीतपणे पार पाडण्याच्या हेतूनं आम्ही कैद्यांनीच

सगळी कामं आपापसात वाटून घेतली. आमच्यापैकी एक आदरणीय अशा श्रीमती जिल्डेरा (Jildera) आम्ही छावणीप्रमुख म्हणून नेमलं. कामाच्या पाळ्या ठरवण्यात आल्या. तरुण स्त्रियांनी कष्टाची कामं करायची आणि वयस्क स्त्रियांना त्यामानानं सोपी अशी स्वयंपाकघरातील अन्न शिजवण्याची कामं द्यायचं ठरलं. आम्ही तरुण मुली ट्रकमधील सामान उतरवण्याचं, जड सामान, पोती वाहून नेण्याचं, लाकूड तोडण्याचं किंवा जमिनीत खड्डे खणण्याचं काम करू लागलो. ओसंडून वाहणारी, दुर्गंधी येणारी स्वच्छतागृहं, न्हाणीघर आम्हीच स्वच्छ करू लागलो. बराकीच्या अवतीभोवतीची मोकळी जागाही आम्ही स्वच्छ करत असू. आपण रहातो तो परिसर शक्य तितका स्वच्छ ठेवण्याची ही सर्वच कामं आम्ही मनापासून करीत होतो.

आम्हा युद्धकैद्यांमधील एक डच स्त्री डॉक्टर होती आणि काही परिचारिकाही होत्या. आमच्याकडे औषधांचा पुरवठा नव्हता; पण आम्ही जमेल त्या पद्धतीनं एक तात्पुरतं इस्पितळ बनवलं. त्या काळी थैमान घालणाऱ्या हिवतापावरचा जालीम उपाय असलेलं क्विनाइन औषध जवळ असण्यासारखं भाग्य नव्हतं. ज्या स्त्रियांनी ही खबरदारी घेतली होती त्या आमच्या दृष्टीनं सुदैवी होत्या.

* * *

त्या दिवसापासून आमच्या सगळ्यांकरता 'अन्न हे पूर्णब्रह्म' ठरलं. कारण आम्हाला मिळणारं जेवण फक्त अर्धपोटी राहाण्यासाठीच दिलं जात असावं. न्याहारीला कसल्यातरी पिठाची पांचट खीर, दुपारचं जेवण म्हणजे मूठभर भात आणि भाज्या घातलेलं सूप अन् रात्रीचं जेवण – पावाचा एखादा कडक झालेला तुकडा. याचा परिणाम असा झाला की बालकांना दूध न मिळाल्यामुळे अन् कुपोषणामुळे आयांना आपल्या मुलांना स्तनपान न करवता आल्यामुळे कितीतरी लहान मुलांना आपला जीव गमवावा लागला.

दूध, लोणी, अंडी, मांस ह्यांसारखे पदार्थ तर आमच्या दृष्टीलाही पडेनासे झाले. आमच्या आहारात ना प्रथिनांचा समावेश होता ना कुठल्या जीवनसत्त्वांचा. माझी धाकटी बहीण सेलेस्त हिनं उपासमारीवरचा वेगळाच उपाय शोधून काढला. तिच्यासारख्या लहान मुलीला पुरेल इतकं जेवणही जपानी सैनिक देत नसत. बिचारी चहाच्या चमच्यानं छोटे छोटे घास तोंडात घालत असे. हेतू हा की जास्त वेळ जेवणाचा आनंद मिळावा. कधीकधी आमच्यासाठी केळी पाठवली जात; पण तीसुद्धा अतिशय मोजकी असत. हॉस्पिटलमधले रोगी, लहान बाळ आणि लहान मुलं ह्यांना प्रथम आम्ही असा पौष्टिक पदार्थ देत असू. आमच्या वाट्याला केळ्याचा नुसता वास आला तरी आम्ही स्वत:ला भाग्यवान समजत असू.

एक प्रसंग मला आठवतो. त्या दिवशी सेलेस्तला अर्धं केळं देण्यात आलं होतं, तेव्हा तिचा चेहरा आनंदानं किती फुलला होता; पण त्यातलाही एक तुकडा तिनं फिअेनला दिला होता. आणि तुम्हाला खरंसुद्धा वाटणार नाही की आम्ही केळ्यांची सालंसुद्धा मौल्यवान समजून खात असू. काही वेळा तर मेणबत्तीच्या मेणातच आम्ही ती थोडावेळ परतायचो आणि त्याचा चट्टामट्टा करायचो.

ही परिस्थितीही दिवसेंदिवस वाईट होत गेली. पोटातले भुकेचे कावळे आपली कावकाव थांबवेनासेच झाले. तेव्हा आम्ही सगळेजण मिळेल त्या मार्गानं पोट भरू लागलो. जपानी सैनिकदेखील केळी खात असत; पण त्यांच्यावर सालं खायची वेळ आलेली नव्हती. आमच्या कुटुंबातली मुलं आता कचऱ्याच्या डब्यातली केळ्यांच्या साली, इतकंच नव्हे, तर कोंबड्यांची हाडं आणि अक्षरश: मिळेल ते अन्नाचे तुकडे गोळा करून आणू लागली. आम्ही कोंबड्यांची हाडं पाण्यात उकळून त्याचं सूप बनवून पिऊ लागलो. कचऱ्याचे डबे धुंडाळणं हा मुलांचा आवडता उद्योगच होऊन बसला. कोंबड्यांच्या हाडावरून त्यांच्यामध्ये भांडणं होऊ लागली. पोटातली भुकेची आग शमवण्यासाठी आम्ही कोणताही पदार्थ बाकी ठेवला नाही. त्यामध्ये गोगलगायींनी, अंगणातल्या गवताने अन् काटेरी झुडपांनीही वर्णी लावली.

मांस-मटणातले चांगले, ठरावीक अवयवच साधारणपणे खाल्ले जातात. प्राण्यांचे डोळे, कान, आतडी आणि असेच बुळबुळीत. भयानक अवयव कचऱ्याच्या डब्यात फेकून दिले जातात. हा सर्व कचरा जपानी सैनिक आमच्या स्वयंपाकघरात आणून देत, तेव्हा आम्ही स्त्रिया त्यावरही तुटून पडत असू. त्यातलाही जो चांगला भाग असेल तो मिळावा यासाठी आम्ही आपापसांत दिवस ठरवले होते. मला आठवतं, एक दिवस असा उगवला जेव्हा आमच्या कुटुंबाला पहिली निवडीची संधी मिळणार होती. मी बादलीत हात घातला आणि माझ्या हाताला एक मोठा मांसल भाग लागला. मी तो बादलीतून बाहेर काढला अन् माझ्या आईला दाखवत आनंदानं म्हटलं, "आई, बघ, सूप बनवण्यासाठी मला केवढं घबाड सापडलंय." माझ्या हातातला मांसल गोळा बघून आई खो खो हसू लागली अन् मग म्हणाली, "अगं वेडे, ते तर बैलाचं बीजांडकोश (Testicles) आहेत. पण त्यामध्ये भरपूर जीवनसत्त्वं आहेत," एरवी फेकून दिला गेला असता अशा त्या मांसाच्या गोळ्यापासून आम्ही एकदाच नव्हे तर अनेकदा चांगलं चमचमीत सूप बनवलं आणि आमची पोटातली आग शांत केली. 'भुकेला कोंडा' या न्यायानुसार ते सूपही आम्हाला चविष्ट वाटलं असलं तर नवल नव्हतं.

* * *

आम्हा युद्धकैद्यांच्या छावणीचा जो प्रमुख अधिकारी होता, त्याच्याकडे एक छान पांढऱ्या रंगाचं मांजर होतं. तिचे भरपूर लाड होत असावेत. हे तिच्या गुबगुबीत शरीराकडे पाहूनच कुणाच्याही लक्षात येत होतं. रोज सकाळी आमची हजेरी घेताना अधिकारी महाशयांच्या पाठोपाठ त्यांचं हे मांजरही फिरत असे. त्यांच्या पायात घोटाळणारं ते मांजर बऱ्याचदा पाहिल्यानंतर माझ्या डोक्यातून एक सुपीक कल्पना निघाली. आमच्या इस्पितळात बरेच लोक वेगवेगळ्या कारणांमुळे आजारी अवस्थेत होते. या मांजराचं सूप त्यांना देता आलं तर बिचाऱ्यांची तब्येत थोडीतरी सुधारेल, एखाद्दुसऱ्याचे प्राणही वाचतील असा उदात्त विचार माझ्या मनात आला. माझ्या काही मैत्रिणींजवळ मी तो बोलून दाखवला. तेव्हा त्यांनाही तो मनापासून आवडला. तेव्हा आम्ही डाव साधून मांजराला पळवायचं ठरवलं.

एका सकाळी हजेरीचा नित्याचा विधी – कैद्यानं कमरेत लवणं, हजेरी देणं, पुन्हा कमरेत झुकणं वगैरे – पार पडला. इतक्यात माझं लक्ष अधिकारीसाहेबांच्या मांजराकडे गेलं. साहेब एका कैद्यावर खेकसत होता, कारण तिनं पुरेसं झुकण्याचं टाळलं होतं. ह्याच वेळात ते मांजर त्यांच्या पायापासून थोडं दूर गेलं होतं.

मी अगदी हळू आवाजात मांजरीला माझ्याकडे बोलावण्याचा प्रयत्न केला, 'पूसी, पूसी, पूस...' आश्चर्य म्हणजे माझ्या हाकांकडे तिचं लक्ष गेलं आणि तिनं माझ्याकडे वळून बघितलंदेखील. मी तिला आणखी हाका मारल्या, खुणा करून माझ्याकडे बोलावलं. त्या दिवशी मी अगदी मागच्या बाजूला उभी होते. डुलतडुलत मांजर माझ्याजवळ आलं, तेव्हा मी खाली वाकून झपकन तिला पकडलं. त्या क्षणी माझं हृदय इतकं जोरात धडधडत होतं की आपण काय भयंकर कृत्य करतोय अन् पकडलो गेलो तर नक्की आपला गळा आवळला जाईल, हेही मला ठाऊक होतं. मात्र पोटातली आग या भीतीपेक्षाही अधिक प्रबळ होती, हेही खरं!

अधिकारी महाशय आपलं हजेरीचं काम करून निघून गेले. जाताना त्यांच्या लक्षातही आलं नाही की नेहमी पायात घोटाळणारी त्यांची मांजरी त्यांच्यापाठोपाठ जात नाहीये. घाईघाईनं आम्ही पण आमच्या बराकीकडे गेलो. त्या दिवशी थोड्याच वेळात त्या मांजरीला आपला प्राण आमच्या क्षुधाशांतीसाठी गमवावा लागला. इस्पितळातल्या आजारी कैद्यांनाही त्या दिवशी चविष्ट आणि गरमागरम सूप प्यायला मिळालं. आम्ही तिची हाडंदेखील पाण्यात अनेकदा उकळली आणि आता त्यातून काहीही मिळणार नाही असं आमच्या लक्षात आलं तेव्हाच ती कचऱ्याच्या टोपलीत विसावली.

इकडे जपानी गोटात अस्वस्थतेचं वातावरण पसरलं. कारण अधिकारीसाहेबांची लाडकी 'पुसी' गायब झाली होती. त्यांना कैद्यांचा संशयही आला असावा, पण

शेवटपर्यंत त्यांना तिचा पत्ता लागला नाही, एवढं खरं! अर्थात त्यांनी आम्हाला इतक्या सहजासहजी सोडलं नाही. एक दिवस आमच्या जेवणासाठी म्हणून पाव आणले गेले अन् आम्हाला शिक्षा फर्मावली गेली – 'एक मोठा खड्डा खणा आणि त्यात सगळे पाव पुरून टाका'. त्या रात्री सगळीकडे (निजानीज), म्हणजे जपानी गोटात, झाल्यानंतर आम्ही खड्डे परत खणले आणि गाडलेले पाव बाहेर काढले. त्यावर चिकटलेली वाळू शक्य तितक्या काळजीपूर्वक झटकून टाकली आणि त्यांनी आमच्या पोटाच्या खळग्या भरल्या. एकीकडे कुपोषण अन् दुसरीकडे शिक्षेचं भयंकर दडपणही मनावर असायचं. नाना प्रकारच्या काळज्या, चिंता, भीती अन् दहशतीनं आमचं मन पोखरलेलं होतं. अशा अर्धमेल्या अवस्थेत आम्ही सगळ्याच जणी वावरत असल्यामुळे अगदी क्षुल्लक कारणावरूनही भांडणाला तोंड फुटत असे. जगण्यामरण्याच्या प्रश्नाला रात्रंदिवस तोंड देणारे आम्ही युद्धकैदी अन्नाच्या एकेक घासासाठी धडपडत होतो. साहजिकच मिळेल तो घास आधी आपल्या कच्च्या-बच्च्यांच्या तोंडात आणि उरलेलं अन्न आपल्या पोटात ढकलण्यासाठी आमच्यात भांडणं व्हायची. सुशिक्षित, सुसंस्कृत जगातून आलेल्या आम्ही बायका आता अशा अवस्थेला येऊन पोहोचलो होतो की आम्हाला फक्त स्वार्थच समजू शकत होता. स्त्रियाच काय, आता मुलंदेखील फसवाफसवी, चोऱ्या करण्यात, खोटं बोलण्यात तरबेज झाली होती. एकेका घासाला आम्ही महाग झालो होतो, हे आमचं मोठं दुर्दैव होतं!

अशा भयानक दुर्धर अवस्थेत आम्ही प्रत्येक दिवस कसातरी ढकलत होतो. साहजिकच, स्वयंपाकघरातलं काम करणं प्रत्येकीलाच हवं असायचं. कारण भाज्या चिरताना कुणी बघत नाहीये असं पाहून चारदोन तुकडे तोंडात घालणं शक्य व्हायचं किंवा थोडंफार अन्न अंगावरच्या कपड्यांमध्ये, खिशात लपवून बराकीत नेता यायचं. अशा चोऱ्यामाऱ्या करणाऱ्यांवर आमच्यातल्याच काही जणी नजर ठेवण्यासाठी नेमल्या जायच्या, हे सांगायला नकोच. अर्थात, सगळीच कामं आम्ही आलटूनपालटून करत असल्यामुळे आजचा रखवालदार उद्या चोरी करताना सापडलाय, असंही दृश्य नजरेस पडायचं.

माझ्या आईच्या वयाच्या स्त्रिया साधारणपणे जेवण बनवण्याचं काम करत असत. एक दिवस, माझ्या आईला बरं नव्हतं म्हणून तिच्याऐवजी मी भाज्या चिरू लागले. त्या दिवशी माझ्याबरोबर रिक नावाची आणखी एक बाई भाज्या चिरत होती. रिकबरोबर काम करण्यात मजा यायची, कारण तिला दुसऱ्यांच्या भानगडींत मनापासून रस! गप्पांमध्ये अनेक जणींवर ती रसभरीत बोलायची. आमचे हात भाज्या चिरत होते अन् रिक माझं मन रिझवत होती. छावणीत हजारो स्त्रिया असल्यामुळे विषयांना मुळीचच तोटा नव्हता.

'आजपण आपल्या नशिबात कँगकाँगच!' रिक वैतागून म्हणाली. ही एक लहान पानांची भाजी होती. खरं तर, आम्ही रोजच कँगकाँगचं सूप प्यायचो. कारण ही सगळ्यांत स्वस्तात मिळणारी भाजी आणि जंगली वनस्पतीप्रमाणे बेफाम वाढणारी. त्यामुळे भरपूर प्रमाणात उपलब्ध असायची. तिला चव अशी विशेष नसायची; पण भरपूर पोषकद्रव्यं असल्यामुळे प्रकृतीला चांगली होती. तिच्या देठात आणि पानातही लोहाचं प्रमाण मुबलक असायचं.

खट् खट् खट्... आमच्या दोघींच्या हातातल्या सुऱ्या भाजी कापत होत्या इतक्यात छताच्या वाशावरून एका पालीनं खाली उडी मारली ती थेट रिकच्या भाजी कापण्याच्या फळीवरच! रिकच्या अनवधनाने सुरीचा घाव पालीवर पडला आणि क्षणार्धात तिचे दोन तुकडे झाले. रिकनं निर्दयपणे त्य पालीची अक्षरश: खांडोळी केली. शेवटी वळवळणारी शेपूट उरली. 'आता तुझा समाचार घेते' असं म्हणत रिकनं तिचेही बारीक तुकडे केले आणि भाजीसकट पालही उकळत्या पाण्यात रटरटू लागली. 'आज आपल्याला मांसाहारी सूपचा लाभ आहे!' रिक आनंदानं उद्गारली.

* * *

१९४३ मधला ईस्टरचा सण आम्ही युद्धकैद्यांच्या छावणीत काढणार होतो. छावणीतला हा आमचा पहिलाच सण. माझ्या धाकट्या बहिणीनं – सेलेस्तनं – मोठ्या आशेनं विचारलं, "आम्हा मुलांना ईस्टर सणानिमित्त अंडी – (Easter Eggs) मिळतील ना?" तिचा तो प्रश्न ऐकून माझ्या आईच्या पोटात नक्की कालवलं असणार. काय उत्तर देणार होती ती आपल्या लेकीला? पण त्या क्षणी माझ्या मनात काय आलं कुणास ठाऊक, मी तिला म्हटलं, "नक्कीच, काही झालं तरी तुला ईस्टर एग् नक्की मिळेल, बघच तू."

मला पक्कं ठाऊक होतं की त्या सुमारास आमच्या छावणीत आम्हाला अंडी मिळण्याची शक्यता अगदी नगण्य होती. कधी तरी लहर आली तर जपानी अधिकारी आम्हाला अंडी देण्याची कृपा करत; पण ती इतक्या कमी संख्येत असत की आम्ही ती फक्त लहानांसाठी ठेवत असू. तीदेखील आळीपाळीनं. अलीकडेच आमच्या वाट्याला अंडी आलेली असल्यामुळे ईस्टरच्या सणाच्या सुमारास सेलस्तची इच्छा कशी पुरी करायची, हा माझ्यापुढचा गहन प्रश्न ठरला असता; पण एका वेगळ्याच प्रकारे ही अडचण दूर व्हायची संधी माझ्यापुढे चालून आली. आम्हाला त्या वेळी रखवालदारांचे संडासदेखील साफ करावे लागत असत. हे कामदेखील आम्ही आळीपाळीनं करत असू. नेमकं ईस्टरच्या सुमारास माझ्याकडं

हे काम आलं. जपानी सैन्यासाठी असलेलं कोंबड्यांचं खुराडं या संडासांच्या आसपासच होतं. आम्हाला एरवी त्या भागात पाय ठेवायलाही बंदी असे.

ह्या खुराड्यातल्या कोंबड्या अतिशय खुरटलेल्या अशा असत. त्या कधी अंडी घालतात की नाही, हेदेखील आम्हाला माहीत नव्हतं, बहुतेक नसाव्यातच. त्या दिवशी मी संडास धुण्याचं काम संपवलं आणि निव्वळ उत्सुकतेपोटी त्या खुराड्याजवळ जाण्याचं धाडस केलं. आत्तापर्यंत जपानी लोकांची कोंबडी चोरायचं धाडस आमच्यापैकी कुणीही केलेलं नव्हतं. कोंबड्यांकडे नजर टाकतानादेखील माझ्या छातीत धडधडत होतं. अन् काय नवल, माझ्या नजरेला मला हवी असलेली वस्तू दिसली. एक छोटंसं अंडं! मी इकडेतिकडे चोरट्या नजरेनं पाहिलं कुणीही रखवालदार जवळपास नाही असं माझ्या लक्षात येताच मी पटकन खाली बसले आणि हात लांब करून ते अंडं उचललं, माझ्या पोलक्याच्या आत दडवलं आणि साळसुदासारखी मी बराकीत शिरले. प्रत्येक क्षणी मला भीती वाटत होती की कुणीतरी मला चोरी करताना पाहिलं असणार अन् माझ्यावर झडप घालणार. केवळ देवाची कृपा होती म्हणूनच माझी चोरी पकडली गेली नाही. अन् मीही कुणाजवळ त्याविषयी उच्चार केला नाही.

तितक्याच गुप्तपणं मी ते अंडं उकडलं आणि थंड झाल्यानंतर रंगीत पेन्सिलींनी त्यावर नक्षीकाम केलं. फिअेन आणि सेलस्तला त्या बंदिवासात थोडातरी ईस्टरचा आनंद घेता आला, म्हणून माझ्या मनाला अतिशय समाधान वाटलं. 'तुमच्या इच्छा परमेश्वर पुऱ्या करतो,' या श्रद्धेवरचा माझा विश्वास त्या प्रसंगानं आणखीनच दृढ झाला.

युद्धछावणीतल्या त्या संपूर्ण काळात आम्हा सगळ्यांना आमच्या लहान बहिणींची तसंच इतर लहान मुलांची अत्यंत काळजी वाटत असे. त्यांना शक्य तितकं सुखात, आनंदात ठेवायचं, हे एकच ध्येय आमच्या डोळ्यांसमोर असायचं. अर्थात, ही गोष्ट सोपीही नव्हती. कारण सतत अर्धपोटी राहिल्यामुळे, कुपोषणामुळे आयांची प्रकृतीही धड नसे. साहजिकच त्या चिडचिडलेल्या असत किंवा आजारी असत. नाहीतर कसल्या ना कसल्या तणावाखाली असत; पण काहीतरी मार्ग तर काढायलाच हवा होता. मुलांना केवळ वाऱ्यावर सोडून चालणार नव्हतं. शेवटी मी माझ्या शिक्षक प्रशिक्षण ज्ञानाचा उपयोग करायचा असं ठरवलं. मी मुलांसाठी अभ्यासाचे वर्ग सुरू केले. माझ्याजवळ ना पुस्तकं होती, ना वह्या ना पेन्सिली; पण चिकाटीनं, हार न मानता मी मुलांना शिकवत राहिले. या बंदिवासातल्या पाठशाळेत मी शिक्षक म्हणून जो अनुभव मिळवला, तो मला आयुष्यभरासाठी उपयोगी ठरला.

माझ्या या कार्यामुळे लहान मुलांच्या आयांना खूपच दिलासा मिळाला. या

बंदिवासात आपण किती दिवस, नव्हे वर्षं रहाणार आहोत, हे कुणालाच ठाऊक नव्हतं. उद्योग नसलेली ही मुलं भटकत राहतील, मारामाऱ्या करतील, वाममार्गाला लागतील, ही भीती बहुतेक आयांना वाटतच असणार. काही वेळ का होईना, त्यांच्यावर कुणाची तरी नजर रहाणार होती.

मी नित्यनेमानं मुलांना अभ्यासाचे विषय तर शिकवलेच; पण त्यांना प्रामाणिकपणाचे पाठही दिले. दुसऱ्या कुणाचंही अन्न चोरायचं नाही, हेही मी त्यांना कटाक्षानं सांगत असे. बिचारी, अर्धपोटी दिवस काढणारी ती चिमणी मुलं कधीकधी मला निष्पापपणे विचारत, "जपानी सैनिकांचं अन्न चोरलं तर काही हरकत नाही ना?" यावर मी त्यांना काय उत्तर देणार होते? माझ्या परीनं मी त्यांना सन्मार्गावरून चालण्याचं शिक्षण देत असे. अशाच एका बिकट प्रसंगी माझ्या तोंडून अचानकपणे शब्द बाहेर पडले, "अशा वेळी काय करायचं, कसं वागायचं ते आपल्याला परमेश्वरच सांगेल."

एक गोष्ट मात्र खरी, माझ्या कामाचं श्रेय मला जरूर मिळायचं – एखादी उपकृत आई कधीकधी मला तिच्या वाट्याला आलेल्या मोजक्याच शिध्यातला एखादा पावाचा तुकडा प्रेमानं देत असे. किंवा दुसरी एखादी स्त्री तिच्या परीनं माझं कौतुक करत असे.

आमच्या इथल्या बहुतेक मुलांचे वडील दुसऱ्या एखाद्या छावणीत असावेत किंवा डच सेनेत तरी. काही अभागी मुलांच्या आयादेखील जिवंत नव्हत्या. त्यांची काळजी इतर स्त्रिया घेत असत. अशा मुलांनी किंवा ज्यांचा जन्मच या बंदिवासात झालेला होता त्यांनी तर बाहेरचं सुखी जग पाहिलेलं, अनुभवलेलंच नव्हतं. एका लहान मुलीजवळ तिच्या वडिलांचा केवळ फोटोच होता. तिनं दुसऱ्या एखाद्या पुरुषाचा फोटो पाहिला तरी ती, 'डॅडी, डॅडी' असं ओरडायला लागायची. सगळ्यांच्याच दृष्टीनं आपल्या प्रियजनांचे फोटो ही मौल्यवान ठेव होती. त्यामुळे ते फोटो जिवापलीकडे जपले जायचे.

लहान मुलांनादेखील स्वत:ची काळजी कशी घ्यायची, आपलं अन्न दुसऱ्या कुणाला पळवू द्यायचं नाही, ह्या गोष्टी अनुभवानं समजू लागल्या. एके दिवशी सकाळी जपानी सेनेच्या वाहनांचा आवाज आमच्या कानावर पडला. रखवालदार ज्या पद्धतीनं कमरेत वाकवाकून सलाम ठोकत होते, त्यावरून आमच्या लक्षात आलं की कुणीतरी वरिष्ठ अधिकारी भेटीवर आले असावेत.

वाऱ्याच्या वेगानं अशी बातमी पसरली की मुलांसाठी पुष्कळ बिस्किटंही आणली आहेत. मुलांनी कचेरीच्या समोरच्या जागेत जाऊन उभं रहावं आणि आपापला वाटा उचलावा, असंही कुणीतरी म्हणालं. मुलांना काय, अनेक दिवसांत त्यांना अशी छान मेजवानी मिळालेली नव्हती. ती उड्या मारत,

धावतच सांगितलेल्या ठिकाणी जाऊन उभी राहिली. त्यांच्यामध्ये काही चिमुरडी अशीही होती; ज्यांना बिस्कीट म्हणजे काय तेही माहीत नव्हतं. रखवालदारांनी भराभरा टेबलं मांडली, त्यावर बिस्किटं ठेवलेल्या बशा आकर्षक रीतीनं मांडण्यात आल्या. मिठाईभोवती माश्या घोंघाव्यात त्याप्रमाणे भुकेली मुलं, टेबलाजवळ गर्दी करून उभी राहिली. त्यांच्या मनातला आनंद डोळ्यांत स्पष्ट दिसत होता. इतक्यात एक छायाचित्रकार तिथे आला आणि त्यानं सगळ्या मुलांना हसायला सांगितलं. बिस्किटावर नजर असलेल्या मुलांनी चेहऱ्यावर स्मित हास्य झळकवलं. कॅमेऱ्याची पटापट उघडझाप झाली, अनेक फोटो काढले गेले अन् पुढच्या क्षणी टेबलावरची बिस्किटं गायब झाली. युद्धकैद्यांना जपानी सेना किती छान वागणूक देते, असा देखावा करण्यासाठी मांडलेला तो एक मोठा तमाशा होता. मला नाही वाटत, त्या दिवशी चारदोन मुलांना तरी बिस्किटांची चव लाभली असेल!

जपानी सेनेच्या अत्याचारांच्या अनेक कहाण्या मला माहीत आहेत, त्यातल्या काहींचा अनुभव मीच घेतलेला आहे; पण माझ्या मते, एक अत्यंत निर्दय, माणुसकीला काळिमा फासणारी दुष्टपणाची वागणूक आम्ही आमच्या डोळ्यांनी पाहिली. अन् ती म्हणजे, युद्धकैद्यांमधील मुलगे दहा वर्षांचे होताच त्यांना त्यांच्या आईपासून तोडलं जात असे. जपान्यांच्या मते, मुलगा दहा वर्षांचा झाल्यानंतर तो पुरुषांच्या छावणीत राहू शकतो. साहजिकच, आमच्या छावणीतील स्त्रिया आपल्या मुलांचं वय लपवण्यासाठी खोटंच वय सांगत असत. तरीदेखील अनेक आयांना आपल्या मुलांना निरोप द्यावा लागला. बिचाऱ्यांना कधीच कळलं नाही की त्यांची मुलं कुठे पाठवली जाणार आहेत अन् त्यांना कशा प्रकारची वागणूक मिळणार आहे. अशा आया दु:खानं वेड्यापिशा व्हायच्या अन् त्यांच्या डोळ्यांदेखत गोंधळलेली, भांबावलेली मुलं ट्रकमधून नेली जायची.

एक काळीज भेदून टाकणारा प्रसंग तर मला कधीच विसरता आलेला नाही. हॅन्सजे (Hansje) नावाचा एक खुरट्या वाढीचा, रोगट मुलगा आमच्यासारखाच युद्धकैदी होता. त्याची शारीरिक अवस्था इतकी वाईट होती की छातीतल्या एकूणएक बरगड्या उठून दिसायच्या. फिएन आणि सेलेस्त ह्या माझ्या बहिणींबरोबर त्याची खास दोस्ती होती, म्हणून मला त्याची एवढी माहिती. एका सकाळी जपानी ट्रक आमच्या छावणीत हजर झाला. आयांनी व मुलांनी रांगा करून उभं राहावं, असे हुकूम सोडण्यात आले. धडधडत्या अंत:करणांनी आया आपल्या मुलांसह उभ्या राहिल्या; पण का, कशासाठी वगैरे प्रश्नांना त्यांच्यापाशी काहीच उत्तरं नव्हती, मुलं आपल्या आयांच्या स्कर्टला धरून उभी राहिली. थोड्याच वेळात छावणीप्रमुख दोघा रखवालदारांसह हजर झाला. त्यांच्या चेहऱ्यावरून क्रौर्य नुसतं ओसंडून वहात होतं. दया-माया यांसारखे शब्द तर त्यांना ठाऊकच नसावेत.

छावणीत प्रवेश केल्यानंतर आमची सर्वांचीच नावं आणि वयं ह्यांची त्यांनी नोंदणी केली असल्यामुळे आवश्यक ती माहिती त्यांच्याजवळ होती. दहा वर्षांवरील सर्व मुलांची नावं पुकारायला त्यांनी सुरुवात केली. एकापाठोपाठ एक अशाप्रकारे सर्व मुलांना त्याच्या आयांपासून वेगळं करण्यात आलं. बिचाऱ्या हॅन्सजेची अवस्था तर अतिशय केविलवाणी झाली. 'मला नाही जायचं', 'मला नाही जायचं' असं एकच पालुपद त्यानं रडतरडत चालू ठेवलं. आईचा हात सोडायला तो तयारच होईना. आम्हा सगळ्यांची काळीजं त्याच्या रडण्यानं विदीर्ण झाली. 'ही माणसं इतकी निर्दयी कशी?' 'ह्यांना काही भावना नाहीतच का' असे प्रश्न आमच्या मनात हॅन्सजेच्या किंकाळ्या ऐकून उमटत होते; पण त्या पाषाणहृदयी माणसांना पाझर फुटला नाही तो नाहीच. फरफटतच त्यांनी हॅन्सजेला ओढत नेलं. बिचारा शेवटपर्यंत मोठमोठ्यानं रडत होता, रखवालदारांना लाथा मारत होता; पण शेवटी त्याला नेलं गेलंच. त्याच्या हताश आईची केविलवाणी अवस्था आमच्यानं पाहावेनाशी झाली. तरीही आम्ही जमेल तशी तिची समजूत काढण्याचा प्रयत्न केला. वैऱ्यावरही असा प्रसंग ओढवू नये, असं प्रत्येकीलाच त्या दिवशी वाटलं असणार. एका आईसाठी याहून मोठं दु:खं ते कोणतं असू शकेल? पण हॅन्सजे एकटाच नव्हता. त्या दिवशी रडणाऱ्या मुलांच्या आणि शोक करणाऱ्या त्यांच्या आयांच्या दु:खानं आम्हाला आमच्या बंदिवासाची नव्यानं जाणीव झाली. हॅन्सजेचं पुढं काय झालं, ते आम्हाला कुणालाच कळलं नाही. त्या दिवशी त्याला आम्ही बघितलं ते त्याचं शेवटचंच दर्शन. आम्हा बंदिवानांना तरी!

फिअेन आणि सेलेस्तनी आपला जिवाभावाचा मित्र गमावल्यामुळे त्यांची अवस्था खूपच केविलवाणी झाली. त्याच्याबरोबर रोज खेळायची त्या दोघींना सवयच झाली होती. अन् आता अगदी अकल्पितपणे तो निघून गेला होता. एक आई तर सात्त्विक संतापानं म्हणाली, "आमचं हे दु:ख त्या देवाला, बघवतं तरी कसं? तो इतका अन्याय कसा पाहू शकतो उघड्या डोळ्यांनी?" या प्रश्नांची उत्तरं कुणाकडेच नव्हती. तरीदेखील मी एक दुबळा प्रयत्न केलाच, "परमेश्वरानं तुमच्या मुलांना तुमच्यापासून हिरावलेलं नाही, तर जपानी सैन्यानं नेलंय. आता तर आपल्याला परमेश्वराच्या मदतीची अधिकच गरज आहे." मी या संधीचा फायदा घेऊन त्यांना म्हटलं, "आपण सगळ्यांनी मिळून या मुलांसाठी प्रार्थना म्हणू या." माझं म्हणणं सगळ्यांना पटलं. आम्ही परमेश्वराची प्रार्थना म्हटली. प्रत्येक आईनं आपल्या मुलाच्या नावाचा उच्चार केला. त्याची काळजी घ्यावी, अशी विनवणी देवाजवळ केली. या प्रार्थनेचा सगळ्यांनाच खूप उपयोग झाला. आश्चर्य वाटावं इतकी मन:शांती सर्वांना लाभली. या प्रकारच्या सामूहिक प्रार्थनांमुळं आमचं मनोधैर्य नक्कीच वाढलं. रोज संध्याकाळी आम्ही छोटे छोटे गट बनवून प्रार्थना करू

लागलो. जपमाळ ओढणं, नोवेना ही प्रार्थना म्हणणं किंवा नुसतीच देवाजवळ आपली इच्छा व्यक्त करणं, असे प्रार्थनेचे अनेक प्रकार त्या दिवसांत आम्ही अवलंबले. आम्हा सगळ्या दुःखितांना या प्रार्थनांचा बराच चांगला अनुभव आला. त्या निमित्तानं एकत्र येणं, मनातल्या दुःखाला, एकाकीपणाला वाट करून देणं, इतरांची दुःखं हलकी करण्याचा प्रयत्न करणं, भीती, वेदना, निराशा अशा नकारात्मक भावनांवर विजय मिळवणं, अशा अनेक गोष्टी आम्हाला शक्य झाल्या. आमच्यापैकी जे कैदी आजारी होते किंवा ज्यांच्या प्रियजनांचा मृत्यू ओढवलेला होता, त्यांच्यासाठीही आम्ही प्रार्थना म्हटल्या. आम्ही एकमेकींसाठी आणि दूर कुठेतरी असणाऱ्या नवऱ्यांसाठीही प्रार्थना म्हटल्या आणि सगळ्यांत महत्त्वाचं म्हणजे युद्ध संपावं, शांती निर्माण व्हावी म्हणूनही प्रार्थना केली. बंदिवासातला साडेतीन वर्षांचा प्रदीर्घ काळ आम्हाला प्रार्थनेच्या बळावरच पार करता आला, अशी माझी तेव्हा आणि अजूनही मनोधारणा आहे.

एक दिवस जपान्यांनी असा फतवा काढला की आमच्याजवळची सर्व पुस्तकं तपासणीसाठी सादर केली जावीत. त्यातली काही जप्त केली गेली. पण बहुतेक पुस्तकांवर एक चिकटपट्टीसारखा जपानी अक्षरातला कागद लावून ती परत करण्यात आली. माझ्याकडील संतजीवनावरच्या एका पुस्तकावर आणि माझ्या प्रार्थनासंग्रहावर ते जपानी शिक्के असलेले कागद अजूनही आहेत. इतक्या वर्षांनंतर ते शिक्के आता पुसट झाले आहेत; पण मनातल्या आठवणी तशाच आहेत – ठुसठुसत्या, भळभळत्या...

रोज रात्री झोपण्यापूर्वी मी माझ्या संतचरित्राच्या पुस्तकातली (The Lives of God's Beloved Saints for Everyday of the Year.) एक गोष्ट फिअेन आणि सेलेस्तला वाचून दाखवत असे. दोघींनाही हा कार्यक्रम खूप आवडायचा. त्यातली एकही गोष्ट मला किंवा माझ्या बहिणींना कंटाळवाणी वाटली नाही.

बंदिवासातल्या पहिल्या नाताळच्या सणाच्या थोडे दिवस आधी मी ह्या दोघींना संत सर्व्हुलस या एका भिकाऱ्याची गोष्ट वाचून दाखवत होते. हा संत गरीब तर होताच, पण अपंगही होता. त्याच्याकडे आपली म्हणावी अशी एकही चीजवस्तू नव्हती. आम्हाला तिघींना ही कहाणी वाचताना त्याच्याविषयी फार वाईट वाटलं. अर्थात, त्या वेळी आमची परिस्थिती सर्व्हुलसहून फार वेगळी नव्हती. माझी गोष्ट वाचून होत आली त्या वेळी आईनं आपलं फाटकं, सतरा ठिकाणी ठिगळं लावलेलं जाकीट दाखवलं अन् चेष्टेच्या सुरात म्हणाली, "बघा ना, माझी स्थितीसुद्धा सर्व्हुलससारखीच आहे." आम्ही बहिणी आईच्या विनोदावर खळखळा हसलो (असे प्रसंग आमच्या आयुष्यात अलीकडे क्वचितच येत असत!) त्या दिवसानंतर आम्ही आईच्या जाकिटाचं नाव 'सर्व्हुलस जाकीट' असंच ठेवलं.

त्या प्रसंगाची आठवण म्हणून आईनं ते जपून ठेवलं आणि आता ते माझ्या बहिणीकडे आहे. तिनंही आईची आठवण म्हणून ते नीट ठेवलंय.

त्या खडतर दिवसांचा एकच फायदा होता. आमची आई व आम्ही तिघी बहिणी यामध्ये प्रेमाचं एक अतूट बंधन निर्माण झालं. कितीतरी सुखदुःखाचे (दुःखाचेच जास्त!) आणि हलाखीचे प्रसंग आम्ही एकत्रपणे, एकमेकींच्या आधारामुळेच काढले. खरंच, आम्ही एकमेकींना होतो म्हणूनच आम्ही जिवंत राहू शकलो. प्रेमाच्या आधाराशिवाय दुःखाचे दिवस पेलता येत नाहीत, हे एक चिरंतन सत्य त्या काळात आम्हाला जाणवलं. आमचे वडील किंवा डच स्त्रियांच्या नवऱ्यांना बंदिवासातल्या दिवसांमध्ये हा बहुमोल आधार उपलब्ध नव्हता. त्यांच्याबरोबर त्यांची मुलं नव्हती. उलट, स्त्रियांना मुलं बरोबर असल्यामुळे जगण्याची, क्षणोक्षणी लढण्याची जिद्द कायम टिकवावी लागत होती. पुरुष त्या दृष्टीनं अगदी एकाकी पडले होते. त्यांना प्रेमळ सहवास मिळत नव्हता. ह्याच कारणामुळे स्त्रियांहून अधिक मोठ्या संख्येनं डच पुरुष युद्धकैदी मृत्युमुखी पडले. स्त्रियांमधला जातिवंत चिवटपणाही त्यांना लढण्याच्या कामी उपयोगी पडला.

आम्ही चौघी एकत्र होतो; पण आमची थोरली बहीण ॲलीन जावातच होती. ती कुठे आहे, तिचं काय झालं, ह्याचा काहीच पत्ता नसल्यामुळे आम्हाला तिची काळजी वाटत होती. अजूनही ती सेमारांगमध्ये त्याच जुन्या घरात राहाते आहे आणि त्याच पूर्वीच्या नेदरलँड्स ईस्ट इंडिज रेल्वेमध्ये नोकरी करत आहे, असा विचार करून आम्ही स्वतःची समजूत काढत होतो. ती सुखरूप असावी, असं मनाचं समाधान करत होतो. रेल्वे हे देशातलं महत्त्वाचं दळणवळणाचं साधन असल्यामुळे 'अत्यावश्यक साधनसेवा' या सदराखाली त्याचा समावेश होत होता. त्यामुळे जपानी लोकांनी डच नोकरवर्गाला कामावरून काढलेलं नव्हतं.

एक दिवस छावणीतल्या माझ्यासारख्या तरुण मुलींना कुदळी दिल्या गेल्या. आजूबाजूची जमीन खणून सारखी करा व त्यात भाज्यांची लागवड करा, असे हुकूम देण्यात आले. ह्या कामामुळे आमच्या कमरेचे काटे ढिले झाले कारण ती जमीन म्हणजे खडकाळ भागच होता. दिवसभराच्या खणण्यानंतर माझ्या तळहातावर फोड आले आणि चुकीमुळे कुदळ पायावर आदळून पायही कापला गेला. मोठी जखम झाली. छावणीतल्या अस्वच्छ वातावरणामुळे जखम चिघळली. आता ही लवकर बरी झाली नाही तर भलतंच संकट ओढावेल, अशी भीती मला वाटू लागली. कारण काही स्त्रियांना चिघळणाऱ्या जखमा झाल्यामुळे पाय गमवावे लागले होते.

लहानपणी खेळाचा भाग म्हणून आम्ही बहिर्गोल भिंगाच्या साहाय्यानं सूर्यकिरण कागदावर केंद्रित करून कागद पेटवत असू. मला तो खेळ आठवला. बर्हिर्गोल भिंग तर माझ्याजवळ नव्हतं; पण मी एक काचेचा तुकडा मिळवला आणि त्याच्या साहाय्यानं सूर्यकिरणं माझ्या जखमेवर एकवटली. अशा पद्धतीनं जखमेवरची सडलेली त्वचा अक्षरश: भाजून जाळून काढली. ह्या अघोरी उपायामुळे माझा पाय वाचला, जखम बरी झाली; पण त्या वेळच्या भाजल्याच्या वेदना मी कशा सहन करू शकले ते फक्त माझं मलाच माहीत!

छावणीतली बहुतेक जमीन खडकाळ असल्यामुळे भाजी-लागवडीच्या प्रयोगाचे तीनतेरा वाजले हे सांगायला नकोच. त्या जमिनीत काहीही रुजण्याची, वाढण्याची शक्यता नव्हती, हे एखाद्या शेंबड्या पोरालाही समजलं असतं; पण आम्हाला हुकूम पाळण्याशिवाय गत्यंतर नव्हतं. म्हणून आम्ही भाज्यांच्या बिया पेरल्या, त्यांना पाणी घालून जगवलंही. थोडी रोपं वाढली. काहींना कोबीसारख्या खुरट्या भाज्या आल्याही; पण त्या पुरेशा मोठ्या होईपर्यंत धीर कुणाला होता? भुकेल्या स्त्रियांनी, मुलांनी चिमुकल्या कोबीची केव्हाच वाट लावली. काही बायका-मुलांच्या पोटात दोनचार घास गेले असावेत, एवढंच त्या सर्व परिश्रमाचं फलित!

मला कुणी विचारलं, बंदिवासातल्या काळातली तुझी सर्वांत वाईट आठवण कोणती? तर मी म्हणेन, आजूबाजूला चालू असलेलं मृत्यूचं तांडव! मला नाही वाटत असा एकही दिवस गेला असेल ज्या दिवशी कुणी अखेरचा श्वास घेतला नाही. कधी एखाद्या बाईचं मूल मरायचं, तर कधी एखादं मूल अनाथ, पोरकं व्हायचं. आमच्या चहूबाजूला आजार आणि मृत्यू याचंच थैमान होतं. शिवाय, औषधांविना किंवा इतर काही आवश्यक सामुग्रीविना आम्ही फारसं काही करूही शकत नव्हतो.

एखादं मूल किंवा बाई मरणाच्या दारात येऊन पडली, त्यांच्या जगण्याची सर्वांनी आशा सोडली की मग त्यांना एका वेगळ्या, दूरच्या झोपडीत शेवटचे श्वास घेण्यासाठी नेऊन ठेवलं जात असे. एक ना एक दिवस आपली पण तिकडे रवानगी होणार, अशा धास्तीतच आम्ही सगळ्याजणी एकेक दिवस ढकलत होतो. त्या झोपडीचं नावच आम्ही 'मृत्युकुटीर' असं ठेवलं होतं. त्यामुळे तिच्या जवळपास फिरकण्याचं धाडसही आम्हाला होत नसे. मृत्यूचा वास तिथे रेंगाळतोय, असं वाटत असे आम्हाला; पण एक दिवस सकाळच्या वेळी का आणि कशी कोण जाणे पण मी त्या झोपडीच्या दिशेनं ओढली गेले. एक तरुण स्त्री तिथे अत्यंत वाईट अवस्थेत गादीवर निजलेली मला दिसली. एकेकाळी सुंदर, उत्साही असलेल्या त्या बाईला कसला आजार होता कुणास ठाऊक; पण त्या दिवशी मात्र

ती अगदी 'अस्थिपंजर' अवस्थेत पडलेली होती. फिकुटलेला चेहरा, भकास डोळे आढ्याकडे लागलेले, अशा अवस्थेत तिला बघूनच माझ्या काळजात धस्स झालं. तिला न्यूमोनिया झालेला होता आणि अन्नान्नदशेमुळे तिची उपासमार झालेली दिसत होती. त्या वेळची परिस्थितीच अशी होती की तिच्याप्रमाणेच बहुतेक आया स्वत:च्या पोटाला चिमटा घेत अन् आपल्या मुलांना आपल्या वाटचं जेवण देत असत.

आपल्या बाळाला डोळे भरून पहाण्याची तिची इच्छा दिसली, म्हणून तिच्या लहानग्या मुलीला मी उचलून तिच्याजवळ नेलं. मी त्या तान्हुलीला जेव्हा तिच्या आईच्या छातीवर ठेवलं, तेव्हा तिच्या नजरेत जो अगतिकतेचा भाव मला दिसला तो मला आजपर्यंत विसरता आलेला नाही. आपल्या दुबळ्या हातांनी तिनं मुलीचा चेहरा गोंजारण्याचा प्रयत्न केला. "माझ्या छकुल्या, तुझ्या आईचं तुझ्यावर खूप प्रेम आहे", ती ओढलेल्या आवाजात म्हणाली. मग माझ्याकडे वळून ती मला म्हणाली, "कोण घेईल हिची काळजी?" डोळ्यातले अश्रू कसेबसे थोपवत मी तिला आश्वासन दिलं की आम्ही सगळ्याजणी तिला सांभाळू.

खिडकी किंवा झरोकाही नसलेल्या त्या खोलीत दमट हवेमुळे श्वास घेणंही कठीण जात होतं. मृत्यू तर जणू आसपासच वावरत असावा असाच दरक्षणाला भास होत होता. त्या वेळी मला विलक्षण असाहाय, अगतिक वाटलं. कोणत्या शब्दांनी मी तिला धीर द्यायला हवा, तेच मला समजत नव्हतं. योग्य अशी प्रार्थनाही मला त्याक्षणी सुचत नव्हती. तिचे दमट, चिकट हात एका हातानं धरून दुसऱ्या हातानं मी तिच्या डोक्यावर हळुवारपणे थोपटत तशीच कितीतरी वेळ बसून राहिले. काही वेळानं तिनं डोळे बंद केले तेव्हा हलक्या पावलांनी मी तिच्या मुलीला घेऊन झोपडीबाहेर पडले. दोन दिवस तशा स्थितीत काढल्यानंतर तिचा प्राण गेला. आणखी एक मुलगी त्या दिवशी पोरकी झाली!

अपुरं अन्न, अस्वच्छता, घाणेरडं पाणी या कारणांमुळे बहुतेक स्त्रियांना व मुलांना हगवण आणि अमांश या पोटाच्या विकारांनी पछाडलेलं होतं. त्या दिवसांत कुपोषणामुळे बेरीबेरी हा आजार व्हायचा अन् हिवताप तर जणू आमच्या सगळ्यांच्याच राशीला लागलेला होता. आमच्यातली प्रतिकारशक्ती आता इतकी कमी झालेली होती की साधं खरचटलं किंवा जरासं खाजवलं तरी त्यामुळे होणारी जखम चिघळत असे. अस्वच्छ पाण्यामुळे मुलांना जंताचा विकार जडत असे; पण आमच्याकडे त्यावर काही औषधंच नव्हती. अपुरं अन्न आणि कुपोषण यामुळे मुलांची वाढ खुंटल्यासारखी झाली. ती खुजी राहू लागली आणि उपासमारीमुळे मोठ्या स्त्रिया मृत्युमुखी पडू लागल्या.

अशा प्रकारे मृत्यू घडून आला की निप्पॉन सैन्याचे लोक एखादी लाकडी शवपेटिका – तीही ओबडधोबड – छावणीत पाठवत आणि त्यात मृतदेह ठेवून त्याची रवानगी छावणीबाहेरील दफनभूमीत करून तिथे पुरण्याची व्यवस्था करत असत. शोकाकुल महिलांना तिथपर्यंत जाऊन शेवटचा निरोप घेण्याचीही परवानगी मिळत नसे.

तब्बल पन्नास वर्षांनंतर मला सेमारांगमधील युद्धकैद्यांना ज्या ठिकाणी चिरशांती मिळाली होती, त्या दफनभूमीत जाण्याची संधी मिळाली. माझ्या ज्या दुर्दैवी मैत्रिणींनी युद्धछावणीत प्राण सोडले होते, त्यांना मी फुलांच्या रूपानं पुन्हा एकदा श्रद्धांजली वाहिली. एक नव्हे, दोन नव्हे, शेकडो डच नावं वाचताना माझ्या डोळ्यांतून अश्रूंचा पूर लोटला. त्यातली अनेक नावं माझ्या परिचयाची होती. या वीर स्त्रियांचे चेहरे माझ्या डोळ्यांसमोर उभे राहिले.

कितीही वाईट शारीरिक अवस्था असली तरी युद्धकैद्यांना दैनंदिन हजेरीला यावंच लागत असे. कधीकधी कडक उन्हात बराच वेळ उभं राहिल्यामुळे काही स्त्रिया घेरी येऊन खाली पडत. निप्पॉन सेनेच्या दृष्टीनं युद्धकैद्यांना अशी शिक्षा आपोआपच मिळत असल्यानं त्यांना आसुरी आनंद वाटत असावा. कधीकधी पायाखालची जमीन इतकी गरम होत असे की लहान मुलं आपल्या आईच्या पावलावर पाय ठेवून उभी रहात असत. वरून सूर्य आग ओकतोय अन् खाली पायाला चटके बसत आहेत अशा अवस्थेत आम्ही अनेक तास काढले आहेत.

असा नाना प्रकारचा त्रास सहन करत असूनही आम्ही युद्धकैदी त्यातल्यात्यात आनंदी रहायचा प्रयत्न करायचो, अगदी गमतीही करायचो. आमचे हात काम करत असायचे तेव्हा आम्ही आमची डच राष्ट्रभक्तीपर गीतं गायचो; कारण आमच्या गाण्यांमुळे जपानी सैनिकांना राग येतो, हे आमच्या लक्षात आलेलं होतं. मन रिझवण्यासाठी आम्ही करमणुकीचे कार्यक्रम करायचो, एवढंच नव्हे, तर आम्ही एक प्रार्थनागीत गाणाऱ्यांचाही एक समूह बनवला होता. आमच्यापैकी ज्या स्त्रिया दुःखी असतील, संकटात असतील, त्यांचं मनोधैर्य त्याद्वारे उंचावण्याचा आम्ही प्रयत्न करत असू. आमच्या सुदैवानं आमच्याच छावणीत एक संगीतशिक्षिका होती. तिनं छावणीत येताना काही गाणी वगैरे आणली होती. तिनंच आमच्यातील तरुणींना एकत्र आणून एक गायकवृंद तयार केला. आमच्याकडे पियानोसारखी वाद्यं कुठून असणार; पण तिच्याकडेच एक सूर धरण्याचं साधन (Tuning fork) होतं. आमच्या या मिस म्युझिकला धार्मिक गीतांबद्दल विशेष प्रेम वाटायचं. आशावादी स्वभावाच्या या बाईतल्या उत्साहामुळे इतर स्त्रियांमध्येही चैतन्याचं वारं संचारलं तर नवल नव्हतं.

आम्ही गाण्याच्या सरावासाठी एकत्र जमलो तो पहिला दिवस तर मला आजही

चांगला आठवतोय. आम्ही सर्वजणी मनातून आनंदलो होतो. एरवीचं आमचं आयुष्य खूपच कंटाळवाणं आणि कष्टाचंही होतं. त्यामुळे मनाला विरंगुळा म्हणून काहीतरी उद्योग प्रत्येकीलाच हवा होता. आमच्याशी मिस म्युझिकनं थोडी चर्चा केली. मग आपली गाण्यांची वही चाळल्यासारखी केली. अन् त्यानंतर एक गाणं निवडलं. तिनं त्यातले पहिले सूर गायिले मात्र, आम्ही सगळ्याजणी अवाकच झालो. पॅलेस्ट्रिना नावाच्या एका सुप्रसिद्ध इटालियन गायिकेचं ते प्रसिद्ध गाणं होतं. त्याचं नाव होतं स्टॅबाट मेटर.

"हे अवघड गाणं आम्हाला म्हणता येणं शक्य आहे?" आम्ही सगळ्या जणी एका सुरात बोलल्यासारख्या म्हणालो. "का नाही म्हणू शकणार?" मिस म्युझिक उत्साहानं म्हणाली, "तुम्ही हे गाणं शिकणार तर आहातच; पण समारंभात गाणार पण आहात." आत्मविश्वासानं आमच्या शिक्षिकेचा चेहरा उत्फुल्ल झाला होता.

ते गाणं कशाप्रकारे गाता येईल हेही तिनं आम्हाला समजावून सांगितलं. तिच्या म्हणण्यानुसार काही गोड गळ्याच्या स्त्रिया ते गाणं त्याच्या चार भागांतही गाऊ शकणार होत्या.

त्या दिवसापासून हा गाण्याचा सराव आमच्यासाठी एक निदिध्यासच होऊन गेला. ते गाणं होतंच त्या ताकदीचं. प्रत्येकाच्या हृदयाला छेडण्याइतका प्रभाव त्यात निश्चितपणे होता. एक प्रकारे ते गीत आम्हाला उदात्ततेकडे जाण्यासाठी, धैर्यानं संकटांना तोंड देण्यासाठी प्रेरित करत होतं. विशेष म्हणजे, हा सगळा सराव आम्ही बराकीबाहेरच्या मोकळ्या जागेत करत असू. आम्ही काहीतरी गुप्त खलबतं करतोय, असा संशय जपानी लोकांच्या रखवालदारांच्या मनात येऊ नये, अशी आमची इच्छा होती. आश्चर्याची गोष्ट म्हणजे अनेक वेळा ते मुद्दाम थांबून आमचं गाणं ऐकत उभं राहात. त्यांचं रखवालदारीचंही कामही नाहीतरी एकसुरी व कंटाळवाणंच होतं. आमच्या गाण्याच्या सुरांनी त्यांचंही मनोरंजन होत असेल, कुणास ठाऊक! पॅलेस्ट्रिनानं अनेक गोड चर्चगीतं रचली आहेत; पण आमच्या लेखी स्टॅबाट मेटर अजोड होतं. त्यातून एक दिव्यत्वाचा साक्षात्कार आम्हाला होत असे. कदाचित ज्या खडतर परिस्थितीत आम्ही जगत होतो, त्याचाही हा परिणाम असेल. पुरेसा सराव झाल्यानंतर आम्ही छावणीतील एका संगीत कार्यक्रमात हे गीत सादर केलं. श्रोत्यांच्या डोळ्यांत अश्रू उभे राहिले. मिस म्युझिकला सगळ्यांनी टाळ्यांच्या कडकडाटानं वंदना दिली. त्या वेळी रखवालदारांनीदेखील टाळ्या वाजवल्या. आमच्या गाण्यानं त्यांची मनंदेखील हेलावली असावीत.

असे गाण्याचे कार्यक्रम किंवा खेळ करणं ही अमच्यासाठी फार मोठी

करमणूक होती. एरवी आमचं सगळ्यांचंच आयुष्य उदास, एकसुरी होतं! त्या दिवशीच्या त्या गाण्याच्या कार्यक्रमानं माझ्या आयुष्यातील त्या काळ्याकुट्ट कालखंडात आनंदाचा किरण दाखवला. मी प्रार्थनासमूहात गाणं म्हणण्याचा छंदच माझ्या मनाला लावून घेतला. पुढे ऑस्ट्रेलियात स्थायिक झाल्यानंतर आमच्या ॲडलेड या शहरातील माझ्या चर्चमध्येसुद्धा मी १९६४ पासून नेमानं गात आले आहे. आजही बीथोव्हन या सुप्रसिद्ध संगीतकाराची मिन्युएत इन जी (Minuet in G) ही संगीतरचना मी ज्या ज्या वेळी ऐकते, त्या त्या वेळी मला आमच्या छावणीतल्या कार्यक्रमाची आठवण येते. पायात काहीही न घालताही मी धुंद होऊन त्याच सुरांवर त्या दिवशी नाचले होते.

आमच्या गाण्याच्या, प्रार्थनागीतांच्या कार्यक्रमांकडे जपानी अधिकाऱ्यांनी कानाडोळा केला. आमच्यावर बंदी घातली नाही हे पाहिल्यानंतर आमच्या 'मिस म्युझिकचा' उत्साह अधिकच वाढला. त्यांनी छावणीच्या प्रमुख अधिकाऱ्याकडे पियानोची मागणी केली. बहुधा त्यांची मनःस्थिती चांगली आहे, हे लक्षात घेऊनच त्यांनी हे धाडस केलं असावं (असे प्रसंग अर्थातच फार क्वचितच अनुभवायला यायचे). दोन दिवसांनी थोड्या वेगळ्या प्रकारे आमची मागणी पुरी करण्यात आली – आम्हाला पियानो मिळाला नाही; परंतु त्यांनी कुठलंतरी डच घर लुटलं होतं, तिथे त्यांना एक व्हायोलिन मिळालेलं होतं. तेच त्यांनी आम्हाला आणून दिलं. दुधाची तहान ताकावर भागली, असा विचार आम्ही केला. आमच्या मिस म्युझिकनी बीथोव्हनची रचना व्हायोलिनवर उत्कृष्ट प्रकारे वाजवली आणि त्याच्या सुरावटीवर आम्हाला नृत्य करायलादेखील शिकवलं. अर्थात ही कला दुसऱ्या दोन तरुणींमध्ये होती. हे इथे सांगितलं पाहिजे. या दोन अविवाहित बहिणी होत्या. दोघींमध्ये इतका फरक होता, की त्या बहिणी असतील असं आम्हाला सुरुवातीला तर वाटलंच नाही. कारण एक खूप लठ्ठ होती, तर दुसरी तितकीच बारीक. या दोघीजणी युद्धकैदी म्हणून इथे येण्यापूर्वी संगीत, नृत्य आणि शारीरिक शिक्षण हे विषय शिकवत असत. त्यांनाही रिकामा, कंटाळवाणा वेळ सत्कारणी लावावा असं वाटत होतं. त्यांचा या बाबतीतला उत्साह अगदी वाखाणण्यासारखा होता.

या विशिष्ट गाण्यासाठी मला जुना, पारंपरिक, धीम्या गतीचा मिन्युएत (Minuet) हा नाच आणखी काही मुलींसह सादर करायचा होता. त्यांच्यापैकी काहींनी पुरुषांचे, तर काहींनी स्त्रियांचे वेष धारण केले होते. मी माझा पूर्ण लांबीचा सुती झगा (Dressing gown) घातला व केसांमध्ये रिबिनींची फुलं बांधली. शक्य तितके चांगले कपडे घालून नृत्य करताना मला कोण आनंद झाला होता म्हणून सांगू? आमच्या दैनंदिन भकास जीवनातले दुःख विसरण्यासाठी

त्याहून योग्य उपाय आम्हाला सापडलाच नसता. आम्हाला सगळ्यांनाच नवल वाटलं ते आमच्यातील अनेकींच्या अंगातील कलागुणांचं, कौशल्याचं. खरोखरच खूप छान झाला तो कार्यक्रम. गंमत म्हणजे आमच्या नजरेस पडणार नाही, अशा पद्धतीनं छावणीच्या प्रमुखानंदेखील या कार्यक्रमाचा आनंद घेतलाच!

दुसऱ्या दिवशी आमच्याकडील व्हायोलिन काढून घेण्यात आलं! क्षणिक आनंदाचा बुडबुडाच ठरला तो!

* * *

आमच्या छावणीत अनेक खऱ्याखोट्या वावड्या उठत असत. आमच्यापैकीच कोणीतरी त्या निर्माण करत असणार. त्यातली अधूनमधून उठणारी सर्वांना ऐकाविशी वाटणारी अशी बातमी म्हणजे युद्धसमाप्तीबद्दलची. लवकरच युद्धाला विराम मिळणार आहे, अमेरिकनांनी जावात सैन्य पाठवलंय, जर्मनी युद्धात हरला आहे, एक ना दोन, खऱ्याखोट्या कशाही असल्या तरी या वावड्यांची आम्हाला खरोखरच मानसिकदृष्ट्या गरज होती. त्यामुळेच आम्ही एकेक दिवस ढकलत होतो, खोट्या आशेवर जगत होतो... जावाबाहेर खरोखरच सर्वसाधारण म्हणावं तसं आयुष्य लोक जगत होते का, आपापल्या घरात मुलाबाळांसह सुखात रहात होते का, असे प्रश्न आमच्या मनात वारंवार येत असत. हे युद्ध कधीकाळी संपेल की नाही, कुटुंबातील सदस्य पुन्हा एकनेकांना भेटतील की नाही, अशा शंकाही आमच्या मनाला भेडसावत असत. यशिवाय अर्धपोटी जगण्याचाही आम्हाला वैताग आला होता. चारी ठाव आम्हाला अन्नाशिवाय काहीही सुचत नव्हतं. आमच्या बोलण्याचा विषय फक्त एकच असायचा - अन्न, अन्न आणि अन्न. आमच्यावर ओढवलेल्या अशा दुर्धर प्रसंगाची कल्पना सर्वसामान्यांना येऊ शकणार नाही. कारण महिनोन्महिने अर्धपोटी रहाणं म्हणजे काय हे त्यांनी कधी अनुभवलेलंच नसतं. भिकाऱ्यांपेक्षाही वाईट अवस्थेत आम्ही जगत होतो, कारण भिकाऱ्यांनी चार ठिकाणी हात पसरले तरी निदान एक वेळचं पोटभर अन्न मिळायची शक्यता असते. आम्हाला तर अन्न दृष्टीस पडणंही दुर्मिळ होत चाललं होतं. अशा स्थितीत कितीतरी वेगवेगळ्या प्रकारांनी आम्ही भूक विसरण्याचे, भुकेवर मात करण्याचे प्रयत्न करत होतो. एकदा तर आम्ही आमच्याजवळच्या पाककृतीची मैत्रिणींबरोबर चर्चा करीत बसलो होतो. एखादी नवी पाककृती एखादीनं सांगितली की ती लगेच उतरवून ठेवू लागलो. अन् त्यातूनच छावणीतल्या त्या दिवसांत अनेक पाककृतींच्या पुस्तकांचा जन्म झाला. त्यातल्या काही पाककृती मी अजूनही जतन करून ठेवल्या आहेत.

आमच्या छावणीत एकदा अमांशाची मोठी साथ आली. त्याविषयी ऐकल्यानंतर जपानी सेनाधिकाऱ्यांचा ताफा छावणीत पाहणीदाखल हजर झाला. 'आणखी एक तपासणीचं नाटक,' आम्ही स्वत:शीच म्हटलं. पुन्हा एकदा हजेरीसाठी सगळ्या कैद्यांना एकत्र बोलावण्यात आलं. आमच्यापैकी प्रत्येकाला एक छोटी पारदर्शी कागदाची पिशवी देण्यात आली, वरती हुकूम सोडण्यात आला, "वीस मिनिटांच्या आत विष्ठेचे नमुने आणून द्या." किती कमालीचा मूर्खपणा होता तो! हसावं की रडावं तेच कळेना आम्हाला, तरी त्यांच्या मूर्खपणाला हसत आम्ही तिथून निघालो.

जिला हे काम थोडक्या वेळात करणं शक्य झालं ती इतरांना ओरडून सांगायची, "या गं माझ्यातलाच थोडा नमुना तुम्हीही उचला आणि द्या त्या मूर्खांना." बहुतेकींना हाच मार्ग अवलंबावा लागला; कारण हुकमाची अंमलबजावणी करणं, तेही वीस मिनिटांच्या आत, किती जणींना शक्य झालं असतं? मी पंधरा-वीस मिनिटं कण्हण्याकुंथण्याचा प्रयत्न केला; पण काम फत्ते होईना, मग माझ्या डोक्यात एक भन्नाट कल्पना आली. आमच्या छावणीत रात्रीच्या वेळी एक भटका कुत्रा यायचा आणि बऱ्याच ठिकाणी घाण करून ठेवायचा. त्या दिवशीही जागोजागी त्याच्या भेटीचे नमुने पडलेले होतेच. मी, माझ्या मैत्रिणींना म्हटलं, 'या माझ्याबरोबर, माझ्याकडे इलाज आहे.'

अशा प्रकारे, वीस मिनिटांनंतर आम्ही जपानी आरोग्य सैनिकांजवळ विष्ठेच्या पिशव्या दिल्या. माणसांच्या किंवा कुत्र्यांच्या, काय फरक फरक पडणार होता! काही वेळानं ती माणसं निघून गेली. पुढे या प्रकरणाचं काय झालं, ते एक त्या जपान्यांनाच ठाऊक!

माझ्या मनात मात्र सूड उगवल्याचं एक विचित्र दुष्ट समाधान तरळलं!

* * *

छावणीतलं आयुष्य खडतर होतं, कष्टाचं होतं, तरीदेखील ते आपल्या माणसांच्या सहवासात थोडं तरी सुसह्य व्हायचं. ज्या स्त्रियांना आपलं म्हणावं असं कुणीच नव्हतं, त्यांच्यासाठी बंदिवास हा निव्वळ वनवास होता. अशीच एक तरुण स्त्री आमच्या छावणीत रहात असे. तिला नात्याचं असं कुणीही नव्हतं. शिवाय अतिशय लाजाळू स्वभावाची असल्यामुळे ती इतर स्त्रियांपासून काहीशी दूरच राहायची. त्यामुळे तिच्या एकटेपणात अधिकच भर पडायची. एक दिवस मला अचानक आठवलं की त्या दिवशी तिचा वाढदिवस होता. बरेच दिवस तिनं तिच्या वाटणीचं काम केलेलं नसल्यामुळे माझी व तिची गाठभेटही झालेली नव्हती. मी

तिला शोधून काढण्यासाठी तिच्या बराकीत गेले. बघते तर एका अंधाऱ्या कोपऱ्यात आपल्या गादीवर ती शरीराचं मुटकुळं करून निजलेली होती. पांढुरका चेहरा आणि हाडांची मोळी असं तिचं ते रूप पाहूनच माझ्या छातीत धस्स झालं. मूर्तिमंत दु:ख आणि निराशा असं वाटलं मला तिच्याकडे बघून! मी मायेनं तिला स्पर्श केला आणि तिच्या तब्येतीची चौकशी केली. डागाळलेल्या चादरीनं शरीर झाकून घेत क्षीण आवाजात ती म्हणाली, "गेले कित्येक दिवस मला भयंकर रक्तस्राव होतोय. कर्करोग झाला असावा, अशी भीती वाटते आहे मला." तिचे शब्द माझ्या कानापर्यंत पोहोचत नव्हते इतका तिचा आवाज खोल गेला होता. तिच्या गादीशेजारी एक बादली होती. त्यात तिनं रक्तानं भरलेल्या कापडाच्या घड्या ठेवल्या होत्या. माझं तिकडे लक्ष गेलेलं तिनं पाहिलं अन् ती अपराधी सुरात म्हणाली, "कुणी माझ्यासाठी हे कपडे धुणारंही नाही आणि माझ्या अंगात तर उभं राहण्याचंही त्राण नाही."

"तू काळजी करू नकोस मी धुवेन ना ते," तिची समजूत काढत मी तिला म्हटलं, "हवं तर ही माझ्यातर्फे तुला वाढदिवसाची भेट असं समज."

माझे शब्द ऐकूनच तिचा चेहरा थोडा उजळला, "तू हे काम करशील माझ्यासाठी?"

त्या दिवसापासून मी रोज तिचे कपडे धुवायला नेत असे. त्यांना इतकी भयानक दुर्गंधी येत असे की ते धुवत असताना माझ्या पोटात ढवळत असे. मान दुसरीकडे वळवूनच ते काम करणं मला शक्य होत असे; परंतु आपण कुणातरी दु:खिताला थोडीफार मदत करू शकतोय, या विचारानं माझ्या मनाला फार बरं वाटत असे. जणू काही मी स्वत:लाच एक प्रेमाची भेट देत होते. तिच्या नजरेत मला दर वेळी कृतज्ञतेचा जो भाव दिसायचा त्यानं मी भारावून जायचे. माझ्या लेखी तेच माझ्या चांगल्या वागण्याचं फळ होतं.

युद्ध संपेपर्यंत ती जगू तरी शकली की नाही, ते मात्र मला समजू शकलं नाही.

* * *

छावणी क्रमांक ६ मध्ये राहणाऱ्या आम्ही युद्धकैदी स्त्रिया इतरांच्या मानानं नशीबवानच म्हणायच्या. कारण आमच्याबरोबर काही नन्सदेखील कैदी म्हणून आणल्या गेल्या होत्या. त्यातल्या काहीजणी तर माझ्या चांगल्याच परिचयाच्या होत्या. कारण त्या अंबारावा कॉन्व्हेंटमध्ये राहात होत्या. मला शिकवणाऱ्या सिस्टर लायतिशिया पण आमच्याच छावणीत होत्या. पूर्वीप्रमाणेच या छावणीतदेखील

सगळ्या नन्स आपला नेहमीचा पांढरा पोशाख घालत असत. इथल्या कठीण परिस्थितीतदेखील त्यांनी आपले कपडे बऱ्यापैकी स्वच्छ राखले होते, ही खरोखरच आश्चर्याची गोष्ट होती. त्यांच्या शांत-गंभीर चेहऱ्याकडे, निश्चयी हालचालींकडे पाहूनच माझ्यासारख्या सामान्य कैद्यांना बरं वाटत असे, आमच्या मनाची उभारी वाढत असे, अंगामध्ये काम करण्याचं बळ येत असे. एका बराकीत त्यांनी छोटंसं कॉन्व्हेंटही बनवलेलं होतं. मी कधी त्या बाजूनं जात असले की माझ्या कानावर त्यांच्या हळू आवाजातले प्रार्थनांचे स्वर पडायचे. दरवेळी मला वाटायचं, आपल्यालाही त्यांच्याबरोबर अशा प्रकारे प्रार्थना म्हणता आली असती तर किती बरं झालं असतं!

त्यांच्याकडे पाहिलं, त्यांची वागणूक पाहिली की त्यांच्याबद्दल सर्वांनाच आदर वाटायचा. कायम काहीतरी काम करत रहाणाऱ्या, आनंदी स्वभावाच्या या स्त्रिया कुणालाही मदत करण्यासाठी तत्पर असत. चहूबाजूला दु:ख आणि निराशा यांचंच राज्य असूनही या सिस्टर्स आम्हाला आधारस्तंभाप्रमाणे निश्चल वाटत. त्यांच्यामुळे इथे शांती नांदते आहे, असा भास निर्माण होत असे. छावणीतला जीवनक्रम इतर स्त्रियांइतका त्यांना दु:सह वाटत नसावा, कारण ख्रिश्चन धर्मानुसार साधू व संतिणींनी दारिद्र्यात राहाण्याचा वसा (Vow of Poverty) घेतलेला असतो. त्यामुळे इथे येण्यापूर्वीदेखील त्या अत्यंत साधेपणानंच आयुष्य व्यतीत करीत होत्या. 'स्वत:ची, आपली' म्हणावी अशी काही चीजवस्तू त्यांच्याकडे नव्हतीच, ज्याची काळजी करावी, असा नवरा नव्हता किंवा मुलांच्या जगण्या-मरण्याचीही त्यांना चिंता नव्हती. त्यामुळेच तन-मनानं त्या छावणीतील स्त्रियांची व मुलांची प्रेमानं सेवा करत असत. ती मदत आमच्या दृष्टीनं अमूल्य होती. त्यांच्या वेगळ्या वेषभूषेमुळेदेखील त्या उठून दिसत आणि कदाचित त्यामुळेच जपानी अधिकारी व सैनिकही त्यांना योग्य तो मान देत असत.

आमच्या छावणीत काही वयोवृद्ध पुरुषांनाही रहाण्याची परवानगी दिलेली होती. त्यांतले एक होते फादर डायडेरिच (Diderich). हे एक जेसुइट पंथाचे पाद्री होते. पूर्वी ते अंबारावातील छोट्या चर्चमध्ये प्रवचन देत असत. फादर डायडेरिचमुळेदेखील आमचं मनोधैर्य बऱ्याच अंशी टिकून राहिलं होतं. आम्हाला त्याही परिस्थितीत सुरक्षित वाटत असे. मोकळ्या स्वभावाच्या फादर डायडेरिचच्या चेहऱ्यावर आणि डोळ्यांतदेखील एक प्रकारचा शांत भाव विलसत असे. 'सौतेन' (Soutane) हा त्यांचा पूर्ण लांबीचा पांढरा वेषच ते नेहमी वापरत असत. छावणीत स्वच्छ पाणी नसायचंच; शिवाय साबणाचं पण दुर्भिक्ष्य असायचं. त्यामुळे त्यांचा पोशाख नेहमी मळकटलेला असायचा आणि कॉलरपाशी तर अधिकच! युद्धापूर्वी दर रविवारी ते अंबारावातील चर्चमध्ये प्रवचन देत असत; परंतु

इथं छळछावणीत त्यातलं काहीही शक्य नव्हतं, ह्या गोष्टीचं त्यांना फार दुःख होत असे. पवित्र मास (Holy Mass) नंतर भक्तवृंदाला एक प्रकारचा पाव व लाल रंगाची मदिरा प्रसाद म्हणून देण्यात येते. हे दोन पदार्थ माससाठी अत्यावश्यक असतात; पण आणणार कोठून? एकदा त्यांना छावणीपलीकडील बाजूला एका लहान मुलाचा आवाज ऐकू आला. त्यांना त्या मुलाचा चेहरा दिसू शकत नव्हता; पण आवाजावरून त्यांनी ओळखलं की तो आतान नावाच्या मुलाचाच आवाज होता. हा इंडोनेशियन मुलगा त्यांच्या चर्चमध्ये छोटीमोठी सेवा करत असे. फादर डायडेरिचनी अगदी हळू आवाजात त्याला साद घातली, "आतान, पलीकडच्या बाजूला तूच आहेस ना?" त्यांनी कुंपणाला कान लावलेला होताच. पलीकडून आतान म्हणाला, "हो, मी आतानच बोलतोय फादर, तुम्ही मला भेटाल, असं मला सारखं वाटत होतं."

"आतान, आता मी काय सांगतो ते शांतपणे ऐक. माझ्यासाठी तू चर्चमधील सॅक्रिस्ट्रीमधून थोडा पाव आणि मदिरा घेऊन येशील का?"

"आणेन ना. त्यात काय अवघड आहे?" आतानन‌ं आत्मविश्वासपूर्वक उत्तर दिलं. आतान स्वतः चर्चमध्ये सेवाभावी काम करत असल्यामुळे त्याच्यासाठी हे काम मुळीचच अवघड नव्हतं.

अशा प्रकारे फादर डायडेरिचनी त्यांना माससाठी हव्या असलेल्या वस्तू आतानतर्फे मिळवल्या. त्यासाठी त्यांनी कुंपणात असलेल्या एका छिद्राचा उपयोग केला. हे काम रात्रीच्या वेळीच करणं गरजेचं होतं. कारण एका ठरावीक वेळी रखवालदार तिथून दूर जात असे व तो परत येण्यापूर्वी थोडा वेळ सुरक्षितपणे त्यांना हे काम करता येणं शक्य होतं. अशा प्रकारे होली मासची सर्व सिद्धता झाल्यानंतर फादर डायडेरिचनी आम्हाला सांगितलं, "आता आपण होली मास भरवू शकतो; पण हे सगळं काम गुप्तपणे व्हायला हवं. जपानी लोकांच्या कानांवर ही गोष्ट पडता कामा नये." फादरच्या आज्ञेनुसार भल्या पहाटे आम्ही उठत असू. लहान लहान गटांसाठी त्यांनी ह्या प्रार्थनासभा घेतल्या; पण जपानी सेनाधिकाऱ्यांना त्यांचा मुळीच सुगावा लागला नाही.

त्यानंतरच्या अनेक रविवारी आम्हाला फादर डायडेरिचच्या आशीर्वचनांचा लाभ मिळाला. आम्हाला सगळ्यांनाच अपूर्व समाधान लाभलं. होली मासचा खरा अर्थ मला बंदिवासात दिवस काढण्यापूर्वी समजलाच नव्हता. आमच्यासाठी आपला जीव संकटात टाकणाऱ्या शूरवीर आतानसाठीदेखील आम्ही दर वेळी प्रार्थना म्हणत असू. दर वेळी ह्या गोष्टी आणून फादरच्या हाती सुपूर्द करणं हे सोपं काम नव्हतं.

"मला नन व्हायची इच्छा आहे, तसा ईश्वरी आदेश मला मिळालाय,"

असं मी फादर डायडेरिचना एकदा सांगितलं. त्या दिवसापासून माझ्या आध्यात्मिक उत्थानाची जबाबदारी त्यांनी स्वत:च्या शिरावर घेतली. त्यांनीच मला चिंतन करण्याची कला शिकवली. स्वत:जवळची काही पुस्तकंही मला वाचण्यासाठी म्हणून दिली. ती पुस्तकं वाचताना, फादर डायडेरिचचं मार्गदर्शन घेताना माझ्या मनातला ईश्वरसेवेचा निर्धार अधिकच दृढ होत गेला. छावणीतल्या खडतर आयुष्यातल्या वाटचालीत मला जणू हे मन:शांतीचं ठिकाण लाभलं होतं, एक नवं सुख माझ्या जीवनात अवतरलं होतं...

* * *

आपल्या प्रत्येकाच्याच आयुष्यात काही क्षण असे येतात जे आपल्या कायमचे लक्षात रहातात. काही वेळा ते इतके अचूकपणे लक्षात रहातात की आपल्याला तो दिवस, ती जागा आणि तो प्रसंग त्यातलं काहीही विसरलं जात नाही. दरवर्षी मलादेखील ईस्टरच्या सणाच्या दिवशी १९४३ सालचा ईस्टरचा रविवार अगदी जसाच्या तसा आठवतो.

त्या दिवशी एप्रिल महिन्याची २५ तारीख होती. सकाळी हजेरीच्या वेळी कुणीतरी म्हणालं की फादर डायडेरिचना आतानकडून आणखी एक पुडकं मिळालं आहे. त्यामुळे ईस्टरच्या सणाचा खास मासही ते साजरा करणार आहेत. वेळ अर्थातच भल्या पहाटेची, झुंजमुंजूही होण्यापूर्वीची.

या वेळी अधिक सुरक्षिततेखातर आम्ही एका जुन्या झोपडीत एकत्र जमायचं ठरवलं. या वेळीदेखील रात्रीचे रखवालदार – त्यांना फुशिंबन म्हणत असत – गस्त घालत असत तेव्हा कुणीतरी एकानं बाहेरच्या बाजूला सावध करण्याच्या हेतूनं उभं रहायचं, अशी योजना आम्ही केली. त्या दिवशी ही जबाबदारी माझ्यावर येऊन पडली. मी बंद दरवाजाबाहेर उभी राहिले; पण माझे कान दरवाजाला लागलेले होते –

फादर डायडेरिचचे शब्द ऐकू यावेत म्हणून. फादरच्या तोंडून प्रार्थनेतील शेवटचे शब्द बाहेर पडलेले मी ऐकले. यांनतर फादर भक्तांच्या शिरावर पवित्र जल शिंपडण्याचा (Consecration) विधी पार पाडणार, हे माझ्या लक्षात आलं. आपल्याला ते दृश्य बघायला मिळावं, या हेतूनं धडधडत्या अंत:करणानं मी दार किलकिलं केलं. या पवित्रतम क्षणी आपणही हजर रहावं या हेतूनं मी गुडघे टेकून खाली बसले आणि प्रार्थनेतले शेवटचे शब्द डोळे झाकून कानात साठवू लागले.

नेमक्या त्याच क्षणी, मला जाणवलं की आणखी कुणीतरी व्यक्ती माझ्या

मागच्या बाजूला गुडघे टेकून बसली आहे. मी बघितलं तेव्हा मला एक तरुण जपानी हवालदार छातीवर क्रुसाची खूण करताना दिसला. निमिषमात्रच आम्ही एकमेकांच्या नजरेला नजर भिडवली असावी. पुढल्या क्षणी तो उठून उभा राहिला आणि शांतपणे निघून गेला. आमच्या या ईस्टरच्या सामूहिक प्रार्थनेची कुणकुणही जपानी अधिकाऱ्यांना लागली नाही. जपान्यांमध्ये ख्रिश्चनांची संख्या फारच कमी आहे. त्या थोड्या लोकांमध्ये त्या तरुण रखवालदाराचा समावेश असावा.

काही दिवस असेच गेले अन् एका रात्री अचानकपणे कुंपणाजवळ आरडाओरडा, किंचाळणं ऐकू आलं. रखवालदारांनी आतानला पाहिलं होतं. त्याच वेळी तो फादर डायडेरिचना नेहमीच्या वस्तू देत होता. ते ऐकताच आम्हा सर्वांची हृदयं धडधडू लागली. या शूर मुलावर आता कोणता प्रसंग ओढवणार, ह्या विचारानं आम्ही चिंतातुर झालो. मग ती दुष्ट बातमी कानावर आली. केम्पेताईंनी – जपानी लष्करातील पोलिसांनी – बेदम मारल्यामुळे आतानचा मृत्यू ओढवला होता. चर्चच्या इतिहासात नोंदी न झालेल्या संतांची आणि हुतात्म्यांची संख्या पुष्कळ मोठी आहे. आतान हा अशाच हुतात्म्यांपैकी एक. या शूर इंडोनेशियन मुलाच्या साहसी कृत्याचं, वीरमरणाचं विस्मरण मला अजही झालेलं नाही. आम्हा युद्धकैद्यांना छळछावणीत मास साजरा करता यावा, आम्हाला ईश्वराच्या कृपेचा लाभ मिळावा म्हणून एका परक्या, पोरगेल्या तरुणानं आपले प्राण वेचले होते. त्याचं बलिदान श्रेष्ठ व अतुलनीय होतं!

आतानमुळेच रविवारचा दिवस आमच्या सगळ्यांसाठी एक खास दिवस असायचा. आमच्यातील वेगवेगळे गट, छोट्या संख्येनं त्या दिवशी एकत्र यायचे. त्यानंतर मात्र आम्हाला मास साजरा करणं अशक्य झालं; पण आम्ही एकत्र येऊन फादर डायडेरिचची प्रवचनं, त्यांचा उपदेश ऐकत राहिलो. धार्मिक वचनांना, त्यावरील व्याख्यानांना माझ्या दृष्टीनं आता एक वेगळाच अर्थ प्राप्त झाला होता. मला ती सर्व वचनं, ख्रिस्ताची निरनिराळ्या वेळची शिकवण नव्यानं समजू लागली होती.

फादर डायडेरिचना प्रवचनं देण्याची उत्तम कला साधली होती. आपल्या हृदयाच्या शुद्ध गाभ्यातून आलेल्या आवाजात ते एखादा धार्मिक उपदेश सद्य परिस्थितीच्या संदर्भात समजावून सांगत. बीटीट्यूड किंवा ज्याला पर्वतावरील उपदेश (Sermon on the Mount) असं ओळखलं जातं, तो संत मॅथ्यूचा उपदेश एकदा फादर डायडेरिचनी आम्हाला विशद करून सांगितला –

किती भाग्यवान असतात निर्धन जन : स्वर्गाचं राज्य त्यांनाच मिळालेलं असतं.

किती पुण्यवान असतात सहृदय लोक : पृथ्वीवर राज्य त्यांचंच असतं.

जे शोकाकुल आहेत : त्यांचं सांत्वन नक्कीच होईल.

चांगल्या गोष्टींची ज्यांना आस असते, भूक असते : त्या भाग्यवंतांचंही समाधान केलं जाईल.

किती पुण्यवान असतात दयाळू लोक : त्यांच्यावरही दया दाखवली जाईल.

खरोखरच पुण्यवान आहेत पवित्र मनाचे जन : त्यांना परमेश्वराचं दर्शन घडेल.

खरोखरच पुण्यवान आहेत शांतता निर्माण करणारे सज्जन : त्यांना देव पित्याचं प्रेम देईल.

खरोखरच पुण्यवान आहेत आदर्शासाठी छळ सोसणारे जन : त्यांनाही स्वर्गाचं राज्य मिळेल.

तुम्हीही सगळे भाग्यवान आहात. जेव्हा लोक तुमची निंदानालस्ती करतात, तुमचा छळ करतात, माझ्याखातर तुमची बदनामी करतात, आनंदी रहा, आनंद माना, तुम्हाला तुमच्या कष्टाचं, अपमानाचं, अवहेलनेचं फळ स्वर्गात मिळेल.

येशू ख्रिस्ताच्या या सुंदर शब्दांना एक वेगळाच अर्थ प्राप्त झाला आहे, असं मला वाटलं. येशू ख्रिस्ताला अभिप्रेत असलेले निर्धन (Poor in spirit) या शब्दांचा अर्थ आता मला समजला. गरीब असणं ही निश्चितपणे नकारात्मक कल्पना नव्हती. बंदिवासात रहात असताना मी गरीबच होते, माझ्याजवळच्या सर्व चीजवस्तू, ऐहिक समृद्धी काढून घेण्यात आली होती. कदाचित त्यामुळेच मी धनवान झाले होते. आता मी सर्व प्रकारे परमेश्वरावर अवलंबून होते. आपण ईश्वराच्या नजीक आहोत, त्याचे प्रेमळ हात आपल्याभोवती आहेत, असं मला वाटू लागलं. मला एका आंतरिक शक्तीची, सामर्थ्याची जाणीव झाली. ही शक्ती मला परमेश्वराकडून प्राप्त झालेली होती. या शक्तीच्या बळावरच मला सर्व प्रकारचे कष्ट सोसण्याची ताकद मिळणार होती. काहीही होवो, मी आता सर्व संकटांवर मात करणार होते!

* * *

अंबारावा छळछावणीतला आमचा दुसरा नाताळचा सणही जवळ येऊ लागला. आम्हाला मिळणाऱ्या तुटपुंज्या शिध्यातला काही हिस्सा आम्ही बाजूला काढून ठेवू लागलो. त्यामुळेच नाताळचा सण आम्हाला मेजवानीनं साजरा करता आला असता. जपान्यांनी आम्हाला काही खराब झालेली अंडी दिली होती. ती

नुसती नाकाजवळ धरली तरी लक्षात येत असे की ती खाण्यायोग्य नाहीत; पण आमची स्थिती भिकाऱ्याहूनही वाईट असल्यामुळे आम्ही तीदेखील मुकाट्यानं स्वीकारली. 'कोंड्याचा मांडा' या म्हणीनुसार त्या अंड्यांपासूनदेखील आम्ही काहीतरी पदार्थ बनवू शकलो असतो. आम्ही या पदार्थाला 'पंख असलेलं अंडं' असं नाव दिलं. कारण जेव्हा ही अंडी उकडून आम्ही त्यावरची टरफलं बाजूला केली तेव्हा आमच्या लक्षात आलं की आतील पिवळ्या बलकाला खरोखरच लहानसे पंख फुटले होते!

जपानी लोकांच्या कचऱ्याच्या डब्यातून आम्ही कोंबड्यांची हाडकं उचलली. भाज्या व जपून ठेवलेला तांदूळ यांच्यासह ती भरपूर उकळली आणि एक प्रकारचं पौष्टिक आणि चविष्ट सूप तयार केलं. मेजवानीतलो मिठाई म्हणून आम्ही रताळ्याचे केक – केटेला – बनवले.

नाताळच्या सणात सजवलेल्या ख्रिसमस ट्रीला मुलांच्या दृष्टीनं खूप महत्त्व असतं. छळछावणीत हे झाड कसं बनवायचं, हा माझ्यापुढे मोठ्ठा प्रश्न होता. कारण फिएन आणि सेलेस्तला ते हवं असणार, हे मला माहीत होतं. मी एका झाडाची फांदी मिळवली होती; पण त्यावर लावायच्या रंगोबेरंगी सजावटीच्या वस्तू आमच्याकडे नव्हत्या; पण माझ्या बहिणींचं नशीब जोरावर असावं. नाताळच्या सणाआधी मला जपानी सैनिकांनी फेकलेलं एक सिगारेटचं रिकामं पाकीट सापडलं मी ते लगबगीनं उचललं आणि आत पाहिलं तर त्याच्या आत छानसा चंदेरी कागद होता.

त्या पाकिटाचा छोटासा तुकडाही आम्ही वाया जाऊ दिला नाही. चंदेरी कागदापासून मी एक चमचमणारी चांदणी बनवली आणि बाहेरच्या पुठ्ठ्यापासून इतर सजावटीच्या वस्तू बनवल्या आणि फांदीवर लावून ख्रिसमस ट्री तयार केला.

ख्रिसमस ट्रीच्या भोवती आम्ही एकत्र जमलो आणि ख्रिसमसची गीतं म्हटली. आमची मनं काही क्षणासाठी भूतकाळात गेली. तेपिरिंगच्या घरात साजरा केलेला दिमाखदार ख्रिसमसचा सण आमच्या डोळ्यांसमोर उभा राहिला. आयमानं बनवलेले लज्जतदार पदार्थ आठवले, तजाकनं मेणबत्त्यांनी सजवलेलं ख्रिसमस ट्री माझ्या नजरेसमोर तरळलं. येशू ख्रिस्ताच्या जन्माचा तो अपूर्व सोहळा आठवला. कलावंत वृत्तीचे माझे वडील लाल रंगाचे दगड वापरून गुरांच्या तबेल्याऐवजी गुहेचं दृश्य निर्माण करत असत. त्या सगळ्या आठवणींनी आमची मनं भरून आली. मनं सद्गदित झाली. "पुढचा नाताळ सण आपण नक्की आपल्या घरी साजरा करू," मी सगळ्यांना धीर देण्याच्या दृष्टीनं म्हटलं.

त्या दिवशी संध्याकाळी मी आणि माझी आई दोघीच बराकीबाहेर बसलो होतो.

मी बोलताना सहज माझ्या आईकडे बघितलं, किती बारीक, अशक्त दिसत होती माझी आई! पूर्वी तिचे केस तपकिरी रंगाचे होते. आता त्यामध्ये रुपेरी छटा स्पष्ट जाणवत होती.

त्या निरभ्र रात्री आकाश स्वच्छ दिसत होतं. काळोखाच्या पटलावर चांदण्या चमचमत होत्या. माझी आई मूकपणे रडत होती, मला समजू नये म्हणून. तिनं लखलखणाऱ्या आकाशातील शुक्रताऱ्याकडे बोट दाखवलं अन् म्हणाली, "तो पहा जान्तजे, (माझं नाव याच नावानं मला घरी बोलवलं जायचं.) शुक्राचा तारा – आमचा दोघांचा तारा." एकमेकांपासून दूर होताना त्यांनी एक अलिखित करारच केला होता. जणू काही आकाशात शुक्राचा तारा दिसला की एकमेकांची आठवण काढायची. त्या रात्रीदेखील दोघं जणं एकमेकांचाच विचार करत असावेत. माझे वडील कुठे होते, देवच जाणे, पण तेही शुक्राकडे नजर लावून माझ्या आईचा विचार करत असणार! भावनावेगानं मी आईला माझ्या कवेत घेतलं, आमच्या दोघींमधलं अंतर जणू काही मिटलं. त्या क्षणी मोठी होऊन मी माझ्या आईला आधार दिला.

एकाएकी मला सगळं काही भासमय वाटू लागलं. आमच्या जीवनात केवढी उलथापालथ झाली होती! हे सगळं खरंच घडलं होतं का आमच्या आयुष्यात? आमच्या प्रियजनांपासून दूर, या ठिकाणी शत्रूच्या छळछावणीत आम्ही कसे आलो, आम्हाला बंदिवान कसं करण्यात आलं? बाहेरच्या जगापासून आम्ही इतके दूर इथे कसे फेकले गेलो? इथे आम्हाला भविष्यकाळ नव्हता. या जिण्याला काही अंत असेल, असं त्या क्षणी तरी आम्हाला वाटत नव्हतं. आम्ही पूर्वी ज्या पद्धतीनं जगलो होतो ते आयुष्य कुठे गेलं होतं? आम्ही त्याला कसे दुरावलो होतो? मनात नुसते प्रश्न उठत होते; पण एकाचंही उत्तर ठाऊक नव्हतं.

मला माझे बालपणीचे सुखाचे दिवस आठवले. कसलंही दुःख, चिंता नसलेले ते दिवस मला याक्षणी तरी स्वप्नवतच वाटत होते. आंब्याच्या झाडांवर चढणं, वडाच्या पारंब्यांना घट्ट पकडून झोके घेणं, उबदार, कोमट पावसाच्या धारा अंगावर घेत चिंब भिजणं, इतकंच नव्हे तर छपरावरून कोसळणारं पावसाचं पाणी वाहून नेणाऱ्या तोटीच्या खालीसुद्धा आम्ही मजेत उभं राहात असू! अनवाणी पायांनी घरात चालत असताना जमिनीवरच्या लाद्यांचा थंडगार स्पर्श मला खूप आवडायचा, तोही मला या क्षणी आठवला. न्हाणीघरातल्या टबमध्ये आम्ही उन्हाळ्यात सुवासिक फुलं टाकायचो आणि त्या सुगंधित पाण्यानं आंघोळ करायचो. तांब्यानं ते पाणी अंगावर बदाबद ओतताना किती मजा वाटायची. दुपारच्या वेळी आरामात कलाम्बो नावाच्या जाळीदार सावलीत आम्ही थोडीशी झोप काढत असू. त्यानंतर उघड्या व्हरांड्यात वेताच्या आरामखुर्चीत बसून घरच्या लिंबांपासून बनवलेलं

आंबटगोड, थंडगार सरबत चांदीच्या चमच्यानं पीत बसायचो. आमच्या लहानपणी कसलाच आरडाओरडा, गोंधळ नसायचा. घरातील सारी मंडळी हळू आवाजात, शांतपणे बोलायची. आमचा माळी बागेतला कचरा काढायचा. त्या झाडूला जावानीजमध्ये 'सापो लिदी' असं नाव होतं झाडूचं! आवाजदेखील मला आठवतोय अजूनही! खरंच किती रम्य होते ते दिवस!

त्या स्वप्नवत अनुभवातून मी जागी झाले अन् युद्धकैद्यांच्या जगात परत आले ते आमच्यापैकीच एका बाईच्या बोलण्यानं. हातात लघवीनं भरलेलं भांडं घेऊन ती बराकीपासून दूर अंतरावर असलेल्या संडासाच्या दिशेनं चाललेली होती. ''जरा दूरच रहा हं, मी टिमची पॉटी घेऊन चाललेय रिकामी करायला,'' हसून ती म्हणाली.

त्या काळात पॉटी म्हणून वापरण्यात येत असलेलं खोलगट भांडं आमच्या दृष्टीनं महत्त्वाचं असायचं. वयोवृद्धांना आणि लहान मुलांच्या दृष्टीनं तर ते अत्यावश्यकच असायचं. युद्धकैद्यांच्या छावणीत रहाण्याचा इथे कुणाला अनुभव होता? त्यामुळे बऱ्याच जणींजवळ अशी काही सोय नव्हती. तेव्हा बिचाऱ्यांना नाइलाजानं स्वयंपाकाच्या भांड्यांमधील एखाद्या जुन्या भांड्याचा या कामासाठी उपयोग करावा लागला. ब्ल्यू बँड या कंपनीचे मार्गरिनचे एक प्रकारच्या लोणीवजा पदार्थाचे मोठे डबे काहींनी या कामासाठी उपयोगात आणले. भल्या पहाटे, बायका हे लघवीनं भरलेले डबे किंवा भांडी हातातून काळजीपूर्वक नेत आणि दूर अंतरावरल्या संडासात रिकामी करत, अर्थातच चालताना ती डचमळणार नाहीत, ह्याची खबरदारी प्रत्येकजण घेत असे.

* * *

काही महिने, नव्हे, वर्षं अशाच बिकट परिस्थितीत काढल्यानंतर मात्र आमची सहनशक्ती संपुष्टात आल्यासारखी झाली. डोक्यावर तऱ्हेतऱ्हेच्या काळज्यांचं ओझं आणि अर्धपोटी जगणं! फार कठीण दिवस होते ते! शिवाय बाहेरच्या जगात काय चाललंय, त्याचा काहीच मागमूस आम्हाला लागत नव्हता. कधी संपणार होतं आमचं नष्टचर्य?

त्यात अचानकपणे आम्हाला गोवराच्या साथीला तोंड द्यावं लागलं. अनेक बालकं या साथीत मरण पावली. लहानलहान शवपेटिका छावणीतून बाहेर नेल्या जायच्या, तेव्हा ते दृश्य बघताना आमच्या काळजांना घरं पडायची. शोकाकुल आयांना आपल्या अचेतन बाळांना शेवटची साथ देणं फक्त छावणीच्या मुख्य दारापर्यंतच शक्य व्हायचं. आपलं बाळ कुठे चिरशांती घेणार आहे, ती जागा

बघण्याचं दुःखातलं सुखदेखील त्यांच्या नशिबी नसायचं. खरोखरच, आमचा छावणीप्रमुख एक पाषाणहृदयी माणूस होता, असं आम्हा सगळ्यांना वाटायचं.

बहुतेक सर्व जपानी माणसांप्रमाणे हादेखील एक ठेंगणा माणूस होता. त्याची नजर भेदक होती आणि पातळ ओठ असलेलं तोंड त्याच्या दुष्टपणाचीच साक्ष द्यायचं. त्याच्या आक्रस्ताळ्या स्वभावाची जपानी रखवालदारांनाही भीती वाटत असे. जेव्हा एखादी गोष्ट त्याच्या मनासारखी घडत नसे, तेव्हा तो सगळा राग इंडोनेशियातील रखवालदारांवर किंवा आम्हा स्त्रियांवर आणि मुलांवर काढत असे. त्याच्या हातात नेहमी एक वेताची छडी असे.(तिच्यामुळे त्याचा रुबाब वाढतो असं त्याला वाटत होतं की काय कुणास ठाऊक!) मुलांसमोर तिचा सपसप आवाज काढून तो त्यांना घाबरवत असे. स्त्रियांचा अपमान करण्यात त्याला आसुरी आनंद मिळत असावा बहुतेक!

एका सकाळी हजेरीच्या वेळी माझं दुर्दैव आडवं आलं असावं. मी कमरेत पुरेशी वाकले नाही, या क्षुल्लक कारणासाठी मला शिक्षा फर्मावण्यात आली. मला आश्चर्यच वाटलं, कारण निप्पॉनसमोर मी हा सोपस्कार नेहमीच अगदी योग्य प्रकारे पार पाडत असे. मला रांगेतून बाहेर यायला सांगण्यात आलं. 'माझ्या कचेरीत ये', त्यानं कडक शब्दात हुकूम सोडला. मी तिथे पोहोचल्यानंतर माझ्या हातात एक कापड कापण्यासाठी वापरतात त्या प्रकारची कात्री ठेवण्यात आली व त्याच्या कचेरीसमोरील बागेतलं गवत कापण्याचा हुकूम सोडण्यात आला. थोड्याच वेळात माझी बोटं सोलवटली, लाल झाली आणि आणखी काही वेळानं त्यातून रक्त येऊ लागलं. माझ्या पाठीतून सतत वाकून काम केल्यामुळे कळा येऊ लागल्या. माझा अपमान करण्याची निप्पॉनची ही तऱ्हा अतिशय जीवघेणी होती.

दिवसेंदिवस आम्हाला मिळणारा अन्नाचा शिधा कमी होत होता. अन्नान्नदशा होऊन युद्धकैदी मेले तर त्यांच्या दृष्टीनं ते बरंच असणार होतं. जेवणासाठी रांग लावताना आता आम्ही शक्यतो रांगेच्या शेवटी उभं रहाणं पसंत करू लागलो, कारण त्यामुळे पातेल्याच्या तळाशी असलेलं काहीसं दाट सूप आणि थोड्या भाज्या मिळण्याची शक्यता असते, हे अनुभवानं आमच्या लक्षात आलं होतं. रांगेतील सुरुवातीच्या कैद्यांना वरवरचं पांचट सूपच मिळत असे. आमच्या आईची तब्येत फारच खालावली असल्यामुळे आम्ही मुली तिला आमच्या वाडग्यातल्या भाज्या देत असू.

आई आता इतकी अशक्त आणि दुबळी झाली होती की, नेमून दिलेलं काम करणं तिला शक्य होत नसे. तरी पण बिचारी चेहऱ्यावर उसनं हसू आणून 'आपल्याला काही होत नाहीये' असा आव ती आणत असे. जपानी लोक आम्हा

युद्धकैद्यांच्या शरीराला यातना देऊ शकत होते, पण आमच्या मनोधैर्याला धक्काही लावू शकत नव्हते, असंच जणू आमच्यातील प्रत्येक स्त्री आपल्या वागण्यातून दाखवण्याचा आटोकाट प्रयत्न करीत होती. आमची विनोदबुद्धीदेखील आम्ही याच प्रकारे जिवंत ठेवली. काय वाट्टेल ते झालं तरी या छळछावणीतून सहीसलामत बाहेर पडायचंच, असा निर्धारच सगळ्यांनी केला होता. एक दिवस युद्ध संपेल आणि आपली सुटका होईल, त्या दिवसासाठी एक पोशाखही बहुतेक स्त्रियांनी अगदी जपून ठेवला होता. ज्या क्षणी आपण आपल्या दुरावलेल्या पतीला भेटू, त्यावेळी त्यानं आपल्याला चांगल्या रूपात पाहावं, ही त्यामागची इच्छा होती.

१८ जानेवारी, १९४४. माझा वाढदिवस. मी त्या दिवशी २१ वर्षांची झाले. जवळजवळ दोन वर्षं आम्ही या अंबारावातील छळछावणीत होतो. माझी आई, फिअेन आणि सेलेस्तनी आपल्या परीनं माझा वाढदिवस साजरा करायचा प्रयत्न केला. माझ्या आईजवळ एक सोन्याचं कडं होतं ते तिनं मला वाढदिवसाची भेट म्हणून दिलं; पण ते मला छावणीत असताना वापरता येणार नव्हतं. 'युद्ध संपल्यानंतर वापरता येईल तुला,' आशावादी सुरात माझ्या आईनं मला सांगितलं. आजही ते कडं माझ्याजवळ आहे – माझ्या एकविसाव्या वाढदिवसाची सोनेरी आठवण या रूपात!

२६ फेब्रुवारी १९४४, दिवसभर अतिशय उकडत होतं. हवेतील आर्द्रता वाढल्यामुळे एक प्रकारचा असह्य चिकचिकाट शरीराला जाणवत होता. छावणीतले सगळेच दिवस एकसुरी आणि कंटाळवाणे होते, पण माझ्या दृष्टीनं तो दिवस दुर्दैवाचा नवा अवतार घेऊन उगवला असावा. माझ्या आयुष्यात एक भीषण उलथापालथ होणार होती त्या दिवशी. दिवसाची सुरुवात तशी नेहमीसारखीच झाली – तीच ती हजेरी, त्याच त्या सलामीसंबंधीच्या कटकटी, कुणाचा तरी मृत्यू, रखवालदारांचं खेकसणं, भुकेनं कळवळणाऱ्या मुलांचं रडणं, वैतागलेल्या, चिडचिडलेल्या आयांचं कातावणं अन् शिवाय छावणीतली नित्याची अवजड, नकोशी वाटणारी कामं...

माझ्या दृष्टीनं तर हा दिवस उगवायलाच नको होता. छावणीतली स्वच्छता व्यवस्था दिवसेंदिवस अपुरी पडत चालली होती, ढासळत चालली होती. संडास स्वच्छ कसे राखायचे, मलमूत्रादी गोष्टींची विल्हेवाट कशी लावायची, हा आमच्यापुढे एक गहन प्रश्न – नव्हे डोकेदुखी होऊन बसली होती. भरून वाहात चाललेल्या मलमूत्रांचे खड्डे रिकामे करायचं एक अत्यंत गलिच्छ काम आम्हा कैद्यांना करावं लागे. बादल्या भरभरून हा मैला आम्हाला जवळच्या एका ओढ्यात नेऊन टाकावा लागत असे. हे काम बहुधा छावणीतल्या तरुण मुलींना करावं लागत असे. त्या दिवशी माझी या कामाची वेळ होती. माझे जुन्यातले

जुने कपडे मी अंगावर चढवले, नाकावर आणि तोंडावर एक रुमाल बांधला आणि कामाला सज्ज झाले. दूर अंतरावर उभे राहून जपानी रखवालदार आम्हाला फिदीफिदी हसत होते. एक तासभर हे अंगमोडीचं, आरोग्याच्या दृष्टीनं अत्यंत हानिकारक आणि किळसवाणं काम केल्यानंतर मी माझ्या बराकीकडे परतले. माझ्या सर्वांगाला विलक्षण भयंकर दुर्गंधी येतेय, असं मला वाटलं; पण अंग धुवून काढण्यासाठी माझ्याकडे साबणाचा बारकासा तुकडाही शिल्लक नव्हता. काही दिवसांपूर्वी जवळच्या साबणाच्या बदल्यात मी काही मेणबत्त्या, आगकाड्या आणि थोडा पाव मिळवला होता. त्या दिवशी थोड्याशा वाळूनं आणि झाडांच्या पानांनी मी घासघासून हातपाय स्वच्छ धुतले. हे काम अर्थातच सोपं नव्हतं, शेवटी अंगावरल्या कपड्यांनिशी मी नळाखाली उभी राहिले. माझं अंग, चेहरा स्वच्छ धुतला अन् मग उन्हात कपडे वाळण्यासाठी म्हणून थोडा वेळ उभी राहिले. तेवढ्यात तो भयानक किळसवाणा प्रकार घडला.

एक जपानी हवालदाराला माझ्यापाठोपाठ येताना मी पाहिलं होतं. एका क्षणात तो माझ्यासमोर येऊन उभा राहिला आणि त्यानं लघवी केली – त्यांच्या अनेक किळसवाण्या, संतापजनक सवयींमधली ही एक सवय! आमच्यासमोर उभं राहून थुंकणं ही आणखी एक वाईट सवय होती त्यांना. आमचे अपमान करण्याचे नित्यनवे मार्ग ते शोधून काढत असत.

कशीबशी मी बराकीत परत आले. इतक्यात माझी सर्वांत धाकटी बहीण सेलेस्त माझ्याकडे धावत आली. तिला बघताच माझं मन आतल्या आत आक्रंदलं. किती खुजी, अशक्त दिसत होती माझी बहीण. गेल्या वर्ष-दोन वर्षांत तिची वाढच खुंटल्यासारखी झाली होती. रडत रडत तिनं मला तिची जुनीशी बाहुली दाखवली. तिचा एक हात निखळला होता. 'प्लीज, मला शिवून दे ना माझी बाहुली' असं म्हणत तिनं बाहुलीचा हात माझ्या हातात ठेवला.

''जराशी थांब, आधी मी माझे कपडे बदलते अन् मग शिवून देते!'' मी तिला म्हटलं.

कपडे बदलल्यानंतर मला किंचित बरं वाटलं. तरी इतका थकवा आला होता की मी झोपायच्या गादीवर स्वत:ला लोटून दिलं. फिअेननं आणि सेलेस्तनं माझ्यासाठी मिळालेली न्याहारी – पिठात पाणी घालून शिजवलेली कांजी (Kandji) झाकून ठेवली होती; पण त्याक्षणी तरी मला काहीही खावंप्यावंसं वाटत नव्हतं. थोड्या वेळानं खाऊ असा विचार करून मी तशीच पडून राहिले.

इतक्यात बाहेरच्या बाजूला बऱ्याच मोठ्या आवाजातला गलका ऐकू आला. जपानी सेनेचे ट्रक आल्याचा तो आवाज होता, त्यातच रखवालदारांचं मोठ्या आवाजातलं बोलणंही मी ऐकलं. कुणीतरी उच्चपदस्थ सेनाधिकारी तपासणीसाठी

किंवा नव्या नियमांची अंमलबजावणी करण्याच्या हेतूनं आले असावेत, असा अंदाज मी मनाशी बांधला.

त्यापूर्वी काही दिवस जपानी सैन्यातील अधिकारी अचानक आमच्या छावणीत अवतरले होते. त्यांनी सतरा ते अठ्ठावीस दरम्यानच्या वयाच्या तरुण स्त्रियांची नावानिशी नोंदणी केली होती. विवाहित की अविवाहित, कोणत्या देशाचं नागरिकत्व आहे, हेही विचारलं होतं. त्यावरून छावणीमध्ये घबराटीचं वातावरण निर्माण झालेलं होतं. तरुण मुलींच्या आयांना तर फारच भीती वाटू लागली होती. हा काय प्रकार आहे, या विचारानं मला आणि माझ्या आईला त्या रात्री झोपच लागली नव्हती.

त्या दिवशीही मी दमून गादीवर आडवी झाले असताना माझ्या मनात आलं, आजही पुन्हा एकदा हजेरीसाठी बोलावणार, सामानाची झडती घेणार; कारण साहेब लोक तपासणीसाठी आले की हा सर्व तमाशा व्हायचाच; पण त्या दिवशीचा रागरंग काही वेगळाच होता हे लवकरच आम्हाला लक्षात आलं.

सतरा वर्षांवरील सर्व कुमारिकांना ताबडतोब मोकळ्या आवारात एकत्र जमण्याचा हुकूम सोडण्यात आला. आमच्या मनात संशय बळावला. बायकांनी – विशेषत: तरुण मुलींच्या आयांनी आरडाओरडा करायला सुरुवात केली. घाबरलेल्या मुलींनी आपल्या आयांच्या मागे लपण्याचा मार्ग पत्करला. भीतीची एक लाटच छळछावणीत पसरली.

या छळछावणीत आमचं नेतृत्व करणारी स्त्री खंबीर आणि धाडसी होती. तिचं नाव श्रीमती जिल्डेरा (Jildera) असं होतं. ती ताडताड चालत छावणीप्रमुखाच्या कचेरीत शिरली. तिच्यापाठोपाठ इतरही स्त्रिया त्याच्या कचेरीत शिरल्या. संतापानं त्यांनी आपला विरोध व्यक्त केला. 'फक्त तरुण मुलींना रांगेत उभं राहायला सांगण्याचं कारण काय?' असा प्रश्नही त्या विचारू लागल्या; परंतु श्रीमती जिल्डेरांना धक्काबुक्की करून बाजूला सारण्यात आलं आणि पुन्हा तोच हुकूम दिला गेला. या वेळी अधिकाऱ्यांचा सूर अधिकच भीतिदायक वाटला.

माझ्या आईच्या चेहऱ्यावर मला भीती आणि गोंधळ स्पष्ट दिसला. कापऱ्या आवाजात तिनं मनातली भीती बोलून दाखवली, 'तुझ्यावर कुऱ्हाड कोसळलीय गं पोरी.' आमच्याजवळच्या छोट्याशा आरशात मी स्वत:ला पाहिलं. मला भयानक अस्वस्थता वाटली. काय केलं म्हणजे आपण कुरूप दिसू ह्या विचारानं माझ्या मनाचा पगडा घेतला. मी माझे केस चेहऱ्यावर ओढून तो झाकण्याचा प्रयत्न केला अन् जवळच्या कपड्यांमधला सगळ्यात वाईट दिसणारा ड्रेस अंगावर चढवला.

काही मुलींनी ह्या प्रकारापासून स्वत:ला वाचवण्यासाठी लपून बसायचं

ठरवलं; पण तितका वेळ आमच्याजवळ नव्हता. एक मुलगी तर बिचारी संडासात जाऊन बसली. आम्ही वेळ लावतोय, हे पाहून संतापलेल्या अधिकाऱ्यांनी अधिकच चढ्या आवाजात हुकूम सोडायला सुरुवात केली.

आमच्या छावणीचा प्रमुख अधिकारी, बाहेरून आलेल्या वरिष्ठ अधिकाऱ्यांना घेऊन छावणीच्या आवारात आला. या अधिकाऱ्यांच्या कमरेला चामड्यांच्या पिशव्यांमध्ये सामुराई पद्धतीच्या तलवारी लटकत होत्या. त्यावरून आमच्या लक्षात आलं की हे कुणीतरी उच्चपदस्थ सेनाधिकारी असावेत.

पूर्वानुभवावरून एक गोष्ट मी शिकले होते – जपानी अधिकाऱ्यांचे हुकूम आम्ही तंतोतंत पाळले नाहीत, तर नियमभंग करणाऱ्यालाच नव्हे, तर सगळ्याच युद्धकैद्यांना शिक्षा भोगावी लागत असे. भीतीनं आम्हा मुलींच्या पोटात गोळा उठला होता. तरीही आम्ही मुली पुढे उभ्या राहिलो अन् आमच्यामागे आमच्या आया उभ्या राहिल्या.

आम्ही सगळ्या मुली एका लांबलचक रांगेत उभ्या होतो. अनेक सेनाधिकारी आमच्या दिशेनं चालत येताना मी पाहिले आणि माझं उभं शरीर भीतीनं कापू लागलं.

मी मागे वळून माझ्या आईकडे व फिअेन आणि सेलेस्तकडे पाहिलं. मी आता त्यांच्यापासून दूर जाणार या विचारानं त्यांच्या डोळ्यांतून घळाघळा अश्रू वहात होते. माझीही अवस्था तितकीच, किंबहुना, अधिकच वाईट होती, कारण गेले कित्येक दिवस आम्ही चौघींनीच एकमेकींना मानसिक आधार दिलेला होता.

जपानी अधिकाऱ्यांच्या चेहऱ्यावरील भाव पाहूनच माझ्या मनात घृणा निर्माण झाली. त्यांचं वागणं विचित्र व संशयास्पद होतं. निश्चितपणे त्यांच्या मनातला हेतू एरवीपेक्षा वेगळा असणार, असं मला वाटलं. कारण ते आम्हाला बारकाईनं न्याहाळत होते, आमच्याकडे बोट दाखवून आपापसात हसत होते. माझ्या शरीरातून भीतीची एक अनामिक थरथर विजेसारखी गेली. वर बघण्याची माझ्यात हिंमतच नव्हती. जमिनीवर नजर खिळवून मी उभी होते. एखाद्या पुतळ्यासारखी...

किती वेळा ते जपानी अधिकारी रांगेच्या या टोकापासून त्या टोकापर्यंत फिरले ते मी मोजले नाही; पण बराच वेळ त्यांचा हा उद्योग चालूच होता. प्रत्येक मुलीकडे ते एखाद्या विकाऊ वस्तूप्रमाणे निरखून बघत होते. एकानं तर आपल्याजवळच्या छडीनं माझा चेहरा वर केला. तो आणि त्याचे सहकारी माझ्याकडे पाहात एकमेकांशी काहीतरी चर्चा करू लागले. आपापसात हसू लागले. माझा चेहरा, माझे पाय, माझं शरीर या सगळ्यांवरून त्यांची गलिच्छ नजर फिरते आहे अशी जाणीव मला होत होती. एकूणच त्यांचं वागणं – त्यांचा उद्दामपणा, बोटं दाखवून मुलींबद्दल चर्चा करणं, विचित्र हसणं – किळसवाणं होतं. त्यामुळे आम्ही मुली कमालीच्या घाबरून

गेलो होतो. चोरट्या नजरेनं एकमेकींकडे बघत होतो. पुन:पुन्हा ते नराधम आम्हाला त्यांच्याकडे बघायला सांगत होते, फेऱ्या मारत होते. हा सगळा तमाशा कधी संपणारच, नाही असं हताशपणे मी स्वत:लाच म्हणत होते.

माझं मन काळजीनं, चिंतेनं काळवंडून गेलं होतं. मी गेले इथून तर माझ्या आईची काळजी कोण घेईल? आधीच ती भयंकर अशक्त झाली होती. फिअेन आणि सेलेस्तकडे कोण बघेल? आईचं काही बरंवाईट झालं तर? या दोघींची इतर अनाथ मुलांसारखीच अवस्था होईल. त्यांना कुणीच वाली उरणार नाही. विचारांच्या या भोवऱ्यात माझं मन गरगरू लागलं; पण एकाही प्रश्नाचं उत्तर माझ्याजवळ नव्हतं.

'देवा, दया कर आमच्यावर,' मी मनातल्या मनात प्रार्थना करू लागले. 'कृपा कर आणि मला ह्या संकटातून सोडव.' नकळत माझा हात खिशातील जपमाळेकडे गेला. शेवटचा आधार असं समजून मी थरथरत्या हातांनी मणी पुढे सरकवत म्हणू लागले, 'मेरी माते, कृपा करून मला वाचव या संकटातून.'

काही वेळानंतर, बऱ्याच चर्चेनंतर आमच्यातील निम्म्या-अधिक मुलींना परत पाठवण्यात आलं. सुटकेचा नि:श्वास टाकत त्या आपल्या आयांच्या मिठीत शिरल्या. तरीही रांगेत माझ्यासारख्या अजून पुष्कळ मुली उभ्या होत्याच. त्या क्षणी मला तीव्रतेनं वाटलं की मी कुरूप, बेढब असते तर किती बरं झालं असतं. जपानी अधिकाऱ्यांचं विकृत वर्तन, मुलींना स्पर्श करणं, त्यांच्या रंगरूपाची चर्चा करणं, आपापसात विचित्र पद्धतीनं हसणं, रांगेसमोरून फेऱ्या मारणं चालूच होतं.

इकडे इतर मुलींप्रमाणेच माझ्या अंगातून भीतीच्या लहरी फिरत होत्या. माझं शरीर तापानं फणफणलंय अशी विचित्र भावना माझ्या मनाला घेरू लागली. असा अनुभव मी पूर्वी कधीही घेतला नव्हता. हातपाय गळाल्यासारखे झाले. आणखी काही मुलींना परत पाठवण्यात आलं. आता तर एकदोन अधिकारी माझ्या पुढ्यातच उभे राहिले, पुन:पुन्हा त्यांची विषारी नजर माझ्या सर्वांगावरून फिरू लागली. माझ्या शरीरातला अणूरेणू देवाची प्रार्थना करू लागला, 'देवा, मलादेखील परत पाठव,' पण तसं व्हायचं नव्हतं.

माझ्यासह ज्या थोड्या मुली रांगेत उभ्या होत्या त्यांनी शेवटचा आधार म्हणून एकमेकींचे हात हातात घेतले. भीतीनं माझ्या शरीराचा पूर्णपणे कब्जा घेतल्यामुळे माझं सगळं अंग बधिर झालं अन् हृदयाचे ठोके मात्र क्षणागणिक वाढत राहिले. आता आपली सुटका नाही, ह्या भावनेनं मी पूर्णपणे निराश झाले. कारण आता जपानी अधिकाऱ्यांच्या फेऱ्या थांबल्या होत्या. त्यांचा निर्णय झाला असावा.

किती वेळ आम्ही तिथे उभ्या होतो, ते एक देवालाच ठाऊक. दुसऱ्या कुठल्या मुलीकडे पहाण्याचं धारिष्ट्य आम्हा कुणातच उरलं नव्हतं. प्रत्येकीच्या मनावर भीतीचा जबरदस्त विळखा पडला होता. इतक्यात पुन्हा एकदा मुली निवडण्याची प्रक्रिया सुरू झाली. मला वाटतं, ती शेवटची फेरी होती. आता फक्त एकच अधिकारी हे काम करू लागला. खास जपानी पद्धतीनं त्यानं आमच्यापैकी काही जणींकडे निर्देश करत दहा मुलींना रांगेतून पुढे सरकायला सांगितलं. बाकीच्यांना त्यानं परत पाठवलं. मी त्या दहा दुर्दैवी मुलींपैकी एक होते.

आमच्यातल्या एका मुलीनं पळून जायचा अयशस्वी प्रयत्न केला. त्यानं खसकन ओढून तिला परत रांगेत उभं केलं. आता आमच्या आया दुःखानं, संतापानं बेभान झाल्या होत्या. त्यांनी किंचाळत आम्हाला सैनिकांपासून आपल्याकडे खेचण्याचा प्रयत्न केला. त्यांच्या धैर्याचं आम्हाला कौतुक वाटलं... किती शूरपणे त्या जपानी सैनिकांना विरोध करण्याचा प्रयत्न करीत होत्या! पण शेवटी त्यांना हार पत्करावीच लागली. जपानी सेनेशी मुकाबला करणं त्यांना शक्यच नव्हतं.

माझं लक्ष माझ्याशेजारी उभ्या असलेल्या मुलीकडे गेलं. ती माझी मैत्रीणच निघाली. तिचं नाव लिएझ (Lies) असं होतं. 'बुडत्याला काडीचा आधार' या म्हणीनुसार आम्ही एकमेकींना घट्ट मिठी मारली.

आमच्या छावणीतील एक डच स्त्री युद्धकैदी आणि जपानी सेनाधिकारी ह्यांच्यामध्ये दुभाष्याची भूमिका पार पाडत असे. कारण तिला जपानी भाषा अस्खलितपणे बोलता येत असे. तिनं आम्हाला सेनाधिकाऱ्यांचा हुकूम ऐकवला, "थोडंसं सामान बांधून घ्या आणि ताबडतोब छावणीप्रमुखाच्या कचेरीजवळ या." तिथून आम्हाला दुसरीकडे नेण्याचा त्यांचा विचार होता.

आम्हाला नक्की कुठे नेण्यात येणार आहे, किती काळासाठी वगैरे कोणतीही माहिती आम्हाला देण्यात आली नाही; पण आम्ही एकट्या नव्हतो, ह्याची प्रचीती आम्हाला लवकरच मिळाली. केवळ आमच्या आयाबहिणींनीच नव्हे, तर छावणीतील सर्व स्त्रियांनी आपला जोरदार आवाज उठवून त्यांच्या निर्णयाचा निषेध केला. बायकांचं रडणं, ओरडणं, किंचाळणं, यामुळे एकच गलका झाला. सिस्टर लायतिशिया, इतर काही नन्स यांच्यासह आमची पुढारी श्रीमती जिल्डेरा छावणीप्रमुखाच्या कचेरीत घुसली. त्या सगळ्यांनी जपान्यांच्या निर्णयाला विरोध केला, त्यांच्या मनधरण्या केल्या; पण कशाचाही उपयोग झाला नाही. कसायाच्या हातातल्या मुक्या मेंढरांची आणि आम्हा मुलींची अवस्था सारखीच दयनीय होती.

रखवालदारांच्या कडक नजरेखालीच आम्ही मुली आपापल्या बराकीत गेलो

आणि घाईघाईनं जमेल ते सामान पेटीत कोंबू लागलो. नेण्यायोग्य अशी एखादी पेटी शोधण्याचा केविलवाणा प्रयत्न माझी आई करत होती; पण माझं तिकडे लक्ष नव्हतं. आठवणीनं मी ज्या वस्तू घेतल्या त्यांमध्ये माझं बायबल, प्रार्थनापुस्तक, जपमाळ आणि क्रॉस होते. माझ्या दृष्टीनं याच गोष्टी सर्वांत जास्त महत्त्वाच्या होत्या. जणू काही मी त्यांच्यावरच माझ्या संरक्षणाचा भार टाकून निघणार होते. मी भरल्या डोळ्यांनी चहूबाजूला बघितलं, चादरींचे पडदे लावून आडोसा केलेली ती छोटीशी खोली हेच आमचं गेल्या काही दिवसांचं घर झालेलं होतं. जवळजवळ दोन वर्षं आम्ही चौघी जणी तिथे रहात होतो; पण आज मला मात्र ती जागा एखाद्या सुरक्षित कवचासारखी वाटली. माझ्या आईनं वरकरणी तरी धीरानं या प्रसंगाला तोंड दिलं; पण माझ्या बहिणींची अवस्था भ्रमिष्टासारखी झाली होती. दोघी हमसाहमशी रडत होत्या. मनावर दगड ठेवून मी त्यांना जवळ घेतलं, त्यांचे डोळे पुसले, पण माझ्या मिठीत शिरल्यावर त्यांचे डोळे अधिकच पाझरू लागले. माझ्या या लाडक्या बहिणींना अशा प्रकारे सोडून जाताना माझ्या मनाला ज्या यातना झाल्या त्याचं शब्दात वर्णन करणं मला आजही शक्य होत नाही.

त्यांचं सांत्वन करण्यासाठी मी त्यांना म्हटलं, ''तुम्ही चिंता करू नका. खूप लवकर मी परत येईन तुमच्याकडे.''

माझी आई आणि मी मात्र एकमेकींशी काही बोलू शकलो नाही. माझ्यावर ओढवलेल्या परिस्थितीची तिला कल्पना असल्यामुळे ती मला कोणत्या शब्दांनी धीर देणार होती? अन् तिला असहाय परिस्थितीत सोडून जात असताना मी तरी काय बोलू शकणार होते? एकमेकींचा निरोप आम्ही घेतला तो केवळ नजरेच्या भाषेतच. तिनं मला आपल्या मिठीत घट्ट आवळलं. त्या क्षणी मात्र असं वाटलं की आमची प्राणज्योत चाललेली आहे, आम्ही मरून जात आहोत. मृत्यूपेक्षा तो क्षण खचितच अधिक चांगला नव्हता. पुन्हा आपली भेट तरी होणार की नाही, 'मला कुठे घेऊन चालले आहेत हे लोक? काय होणार आहे माझं?' या प्रश्नांच्या मणामणाच्या बेड्या पायात वागवत मी दूर चालले आहे, असा भास मला झाला.

त्या क्षणी मनात एक विचार आला तो मला अजूनही स्पष्ट आठवतोय. आपल्या लाडक्या पुत्राला, येशूला, सुळावर चढवण्यासाठी लोक घेऊन चालले आहेत, त्या वेळी मेरीमातेला झालेला शोक माझ्या आईच्या दु:खाहून वेगळा नसेल. तिचंही हृदय त्याला निरोप देताना असंच छिन्नविच्छिन्न झालं असेल. त्या क्षणी मला माझ्या दु:खापेक्षा माझ्या आईचं दु:ख अधिक मोठं आहे असं वाटलं. आपणच तिचं सांत्वन करायला हवं, असाही विचार माझ्या मनात त्या वेळी तरळला.

रखवालदारांनी अनेकदा शिट्ट्या फुंकल्यानंतर, ओरडून ओरडून हुकूम सोडल्यानंतर, आम्ही दहा मुली निघण्यासाठी तयार झालो. आमच्यापाठोपाठ आम्हाला निरोप द्यायला आमच्या आया आणि भावंडंही रडतरडत निघाली. इतर स्त्रिया व मुलंही निरोप देण्यासाठी जमली. जे काही घडत होतं ते सर्वांच्याच कल्पनेपलीकडचं होतं. रखवालदारांच्या सोबत आम्ही मुख्य कचेरीपर्यंत पोहोचलो. आम्हाला घेऊन जाण्यासाठी आलेला ट्रक फाटकापाशी उभाच होता.

बधीर अवस्थेतच मी पावलं उचलत होते. छावणीतल्या स्त्रियांनी आम्हाला छोट्या छोट्या वस्तू भेटीदाखल दिल्या. एकीनं छोटासा रुमाल दिला, तर दुसरीनं हिवतापावरच्या गोळ्या – क्विनाइन – दिल्या. मैत्रिणींनी दुःखावेगानं मिठ्या मारल्या. फादर डायडेरिचही धावत माझ्याकडे आले.

''जान्तजे, हे घे, तुझ्याजवळ ठेव,'' असं म्हणून त्यांनी मला थॉमस केम्पिसचं 'द इमिटेशन ऑफ ख्राईस्ट' हे पुस्तक भेट दिलं. आजही मी ते पुस्तक जिवापाड जपते.

त्यांच्या डोळ्यांत मला जो करुणेचा भाव दिसला, त्याला तोड नव्हती. माझ्यावर कोणतं संकट कोसळणार आहे, ह्याची त्यांना कल्पना असावी. माझ्या हातात ते छोटंसं पुस्तक ठेवून त्यांनी मला आशीर्वाद दिला. तीच आमची शेवटची भेट ठरणार आहे, हे तेव्हा मला ठाऊक नव्हतं. ते माझ्या डोक्यावर हात ठेवून मला आशीर्वाद देत होते, त्या वेळी मला आठवलं, अगदी थोड्याच महिन्यांपूर्वी त्यांनी मला एका वर्षासाठी धर्मकार्याला वाहून घेण्याची शपथ देववली होती. ज्या क्षणी मी त्यांना माझा नन् होण्याचा मानस सांगितला होता, त्या क्षणापासून त्यांनी माझ्या आत्म्याला हळुवारपणे नव्या जीवनक्रमाविषयी मार्गदर्शन दिलं होतं. आध्यात्मिक चिंतन कसं करायचं, ऐहिक जगापासून स्वतःला दूर कसं ठेवायचं, याविषयींचं मार्गदर्शन करायला त्यांनी सुरुवात केली होती. ख्रिस्ताची वधू (Bride of Christ) होण्यासाठी मला ते सर्व प्रकारे मदत करणार होते, अन् त्या विचारांनीच माझं मन आनंदलं होतं. आता कुठलं नन् होणं आणि कुठलं काय, अशी माझी अवस्था झाली होती.

निवडल्या गेलेल्या आम्ही सर्व मुली स्वतःच्या दुर्दैवाला दोष देत रडत होतो. तेवढ्यात माझं लक्ष माझ्या आईकडे व बहिणींकडे गेलं, त्याही एकमेकींना मिठ्या मारून रडत होत्या. मला त्यांच्याबरोबर बरंच काही बोलायचं होतं; पण दुःखावेगामुळे माझ्या तोंडून शब्दही फुटला नव्हता. आता तर मी त्यांना सोडून दूर चालले होते... किती अकल्पितपणे ही उलथापालथ झाली होती आमच्या आयुष्यात!

वरिष्ठ सेनाधिकारी आता घाई करू लागले. मोठमोठ्या आवाजात हुकूम सोडू लागले. धक्काबुक्की करून आम्हाला अधिकच भीती दाखवू लागले. शेवटी आम्ही

ट्रकमध्ये चढून बसलो.

अंबारावातील दुसऱ्या एका छावणीतल्या आणखी सहा मुली आमच्याबरोबर येणार होत्या. जपानी सेनाधिकारी एकूण सोळा मुलींना त्यांच्या इच्छेविरुद्ध घेऊन चालले होते. घाबरलेल्या, भेदरलेल्या मुक्या जनावरांप्रमाणे आम्ही एकमेकींना लगटून बसलो होतो. आपापली कपड्यांची पिशवी आम्ही उराजवळ घट्ट धरली होती. कुठे नेणार आहेत, कशासाठी नेणार आहे, ह्यातल्या एकाही प्रश्नाचं उत्तर नि:संदिग्धपणे आम्हाला ठाऊक नव्हतं. छावणीचा मुख्य दरवाजा ट्रक बाहेर पडल्यानंतरही उघडाच होता. रडणाऱ्या स्त्रियांना, मुलांना आम्ही बघू शकत होतो. अश्रूभरल्या नजरेनं त्यांच्यामध्ये मी माझ्या आईला शोधायचा व्यर्थ प्रयत्न करत होते. मन हताश झालेलं होतंच, इतक्यात मला क्षणभरासाठी आई नजरेस पडली. मग फाटक बंद झालं...

मला ट्रक दूरदूर नेत असताना मी ढसढसा रडत होते...

एल्स. फक्त एकोणीस वर्षांची.
सेव्हनसीज मधल्या घरी मी इतर मैत्रिणींची पेन्सिल स्केचेस काढत असे.
कायम लक्षात राहण्यासाठी.

भाग ३

सात समुद्रांचं निवासस्थान

ट्रकमधून जात असताना लवकरच माझ्या लक्षात आलं की आम्ही अंबारावाहून सेमारांगला (मध्य जावाची राजधानी) जाणाऱ्या मुख्य रस्त्यावरून कुठेतरी जात होतो. पूर्वी माझ्या कुटुंबियांसह कित्येक वेळा मी या रस्त्यावरून गेलेली होते, कधी शनिवार-रविवारच्या सुट्टीत किंवा काही वेळा इतर सुट्ट्यांमध्ये आजोबांच्या घरी राहात असताना. त्या वेळी आम्ही मजेत, गाणी गात प्रवास करायचो, तो देखील आमच्या स्वत:च्या गाडीनं १९४२ मध्ये छळछावणीत गेल्यानंतर आज जवळजवळ दोन वर्षांनी मी बाहेरचं जग पाहात होते. जावामधल्या लहानलहान गावांमध्ये मला बराच फरक जाणवला. पूर्वी स्थानिक लोकांचे चेहरे हसरे वाटायचे, आता त्यांच्या चेहऱ्यावरचं हसू मला लोपल्यासारखं वाटलं. डोळे खोल गेलेले, पोटंही खपाटीला गेलेली, चेहऱ्यावर भीतीचं सावट दिसणारे लोक आता पूर्वीहून हलाखीच्या परिस्थितीत रहात असावेत. जवळजवळ सगळ्या डच नागरिकांना युद्धकैदी म्हणून छळछावणीत बंद केलं गेलं होतं. त्यामुळे इंडोनेशियातील स्थानिक लोकांच्या नोकऱ्यांवर गदा आली होती. कामधंदा नसल्यामुळे त्यांची आर्थिक स्थिती खालावली होती. फाटक्यातुटक्या कपड्यातल्या लोकांना पाहिल्यानंतर मला त्यांची दया आली. आमच्याबरोबर त्यांचेही हाल सुरू झाले होते.

बाहेरचं जग पाहाताना – आसपासचा परिसर, झाडं, घरं, रस्ते डोळ्यांखालून घालताना – माझ्या मनात काहीतरी विचित्र भावना निर्माण होत होत्या. ओळखीचं आहे पण तरी हे जग वेगळं आहे, असं वाटत होतं. अर्धनग्न मुलं आमच्याकडे पाहून म्लानसं हसत होती.

आम्ही सेमारांगजवळ आलो पण मुख्य शहरात शिरलो नाही. सेमारांगला वेढणाऱ्या ज्या अनेक टेकड्या होत्या, त्या भागाचं नाव तजांदी (Tajandi) असं

होतं. आम्ही त्या भागातून पुढे निघालो. ह्या भागातलं हवामान समुद्रकिनाऱ्यावरील गावांपेक्षा थंड असल्यानं राहाण्याच्या दृष्टीनं हा भाग अधिक चांगला मानला जायचा. मला ही जागा, हा प्रदेश नवा नव्हता. शाळेत असताना माझ्या अनेक मैत्रिणी या भागात रहायच्या. त्यांच्याकडे शनिवार-रविवारच्या सुट्टीत मी रहायलाही जात असे. आता तिथल्या घरादारांवर, समोरच्या बागांवर एक प्रकारची अवकळा पसरली होती. रस्त्याच्या दुतर्फा असलेली झाडं तोडून टाकण्यात आलेली दिसली. खिडक्या बंद दिसत होत्या. काही घरांमध्ये आता इंडोनेशियातले लोक रहात होते, तर काही घरांचा कब्जा जपानी सैन्यानं घेतला होता. ट्रकमधनं जात असताना पूर्वीच्या सगळ्या आठवणींनी मनात एकच गर्दी केली...

काही वेळानं ट्रकचा वेग कमी झाला. मग एका जुन्या धाटणीच्या प्रशस्त, डच वसाहतीतील मोठी घरं ज्या प्रकारची असतात, अशा घरासमोरच्या गाडीमार्गावर (drive) ट्रक थांबला. ट्रकच्या पाठीमागील फळी उघडण्यात आली आणि सात मुलींना उतरण्याचा हुकूम देण्यात आला, त्यांची नावं होती, लिअेस, गर्डा, मिअेप, एल्स, ॲनी, बेट्टी आणि मी. इथे मी मुलींची नावं बदलली आहेत. कारण काही मुलींना आजही स्वत:च्या अनुभवांची वाच्यता व्हायला नको आहे.

आम्हाला सोडून ट्रक पुढे जाण्यासाठी निघाला तेव्हा परत एकदा रडारडी, निरोपानिरोपी झाली. कारण आम्हाला सोडून निघालेल्या मुलींमध्ये आमच्या मैत्रिणी होत्या. ट्रक बाहेर पडताच फाटकाचे दरवाजे घट्ट बंद करण्यात आले. इकडेतिकडे नजर टाकताच माझ्या लक्षात आलं की घराभोवतीचं चारी बाजूचं कुंपण उंच भिंतींचं होतं आणि त्यावरही काटेरी तार लावलेली होती. ते बघताच माझ्या काळजाचा ठोका चुकला. आम्हाला घराच्या दिशेनं जवळजवळ ढकलण्यातच आलं. छातीशी आमच्या सामानाच्या पेट्या सांभाळत खालमानेनं आम्ही चालू लागलो. पायात मणामणाच्या बेड्या पडल्याचा भास होत होता. घराच्या जवळ येताच मला आतील बाजूला जपानी पुरुषमाणसं बोलत असल्याचं ऐकू आलं.

आपल्यावर काय परिस्थिती ओढवली आहे, ह्याचा लवकरच आम्हाला अंदाज आला. एका जपानी अधिकाऱ्यानं आम्हाला घरात नेलं. धास्तावल्यामुळे आम्ही सगळ्या जणी एकमेकींना लगटूनच चालत होतो. त्या जपानी अधिकाऱ्याची नजरच त्याच्या मनातला भाव स्पष्टपणे सांगत होती. एक विचित्र, छद्मी स्मित त्याच्या चेहऱ्यावर तरळत होतं. पाहताक्षणी ज्याच्याबद्दल तिटकारा वाटावा, अशा प्रकारचा माणूस वाटला तो. त्यानं आम्हाला प्रत्येकीला तिची खोली दाखवली अन् शारीरिक लगट करून खोलीत ढकललं.

मी खोलीतल्या वस्तूंवर नजर टाकली आणि मला माझ्यासमोरच्या संकटाची स्पष्ट कल्पना आली. आपलं मरण ओढवलंय हे न कळण्याइतकी मूर्ख मी

निश्चितच नव्हते. खोलीचा बहुतांश भाग एका मोठ्या पलंगानं व्यापलेला होता त्याच्या वरच्या बाजूला मच्छरदाणी लावलेली होती. त्याशिवाय खोलीत पलंगाजवळ एक छोटं टेबल होतं, एक आरसा होता, तोंड धुण्यासाठी असलेल्या बेसिनवर एक मोठा पाण्याचा जग होता. कपड्याचं कपाट, टॉवेल ठेवण्यासाठी धातूचा दांडा आणि दोन खुर्च्या व त्यांच्यामध्ये कपबशा ठेवण्यासाठी एक छोटं टेबल हाही सरंजाम होता.

आलेल्या परिस्थितीवर हिमतीने मात करायलाच पाहिजे, असा विचार करून मी माझ्या सामानाची पेटी उघडली आणि जवळचे थोडेफार कपडे कपाटात टांगून ठेवले. कपाटात डांबराच्या गोळ्या ठेवल्याचा वास येत होता. आणि कपाटातील फळ्यांवर जे ब्राऊन पेपर्स ठेवलेले होते, त्यांचाही वेगळा वास माझ्या नाकाला जाणवला. मी खिडकीतून बाहेर बघितलं तेव्हा मला पुष्कळ मोठी झाडं असलेली प्रशस्त बाग दिसली. बागेच्या दुसऱ्या टोकाला कोंबड्यांचं खुराडंही होतं.

आमच्यासारख्या डच कुटुंबांना जपान्यांनी युद्धछावणीत टाकल्यानंतर बहुतेकांच्या घरांवर इंडोनेशियातील स्थानिक लोकांनी किंवा जपान्यांनी कब्जा केला होता. बहुतेक घरांमधील वस्तूंची लूट करण्यात आली असली तरी काही घरं व्यवस्थित ठेवण्यात आली होती.कारण जपान्यांना ती रहाण्यासाठी वापरायची होती. आम्हाला जिथे ठेवण्यात आलं ते घर अशा घरांपैकीच एक होतं. आमच्यापैकी प्रत्येकीला स्वतंत्र खोली देण्याइतकं ते घर मोठं होतं. अशा बहुतेक डच घरांमध्ये मागच्या बाजूला इंग्रजी एल या अक्षरासारखा एक मोठा व्हरांडा असतो. त्यामध्ये स्वयंपाकघर, कोठीची खोली, नोकरमाणसांसाठी राहाण्याच्या खोल्या, न्हाणीघर, संडास ह्यांची सोय असते आणि तरीही काही खोल्या रिकाम्या असतात, ज्यांचा उपयोग अतिरिक्त कामासाठी केला जातो.

जपान्यांनी ह्या घराचं नाव 'सात समुद्रांचं निवासस्थान' असं ठेवलेलं होतं. पूर्वी जे डच कुटुंब इथे राहात होतं त्यांच्या अनेक वस्तू तेथे होत्या. भिंतीवरील निळ्या रंगाच्या शोभेच्या वस्तू तिथेच होत्या. डच दिनदर्शिका, त्यावर हॉलंडमधील एडम (Edam) चीज बाजाराचं चित्र होतं. त्या कुटुंबाचा एक फोटोसंग्रही मला आढळला. फोटोतील हसऱ्या, आनंदी मुलांवरून, त्यांच्या आईवडिलांच्या उत्फुल्ल चेहऱ्यांवरून ते एक सुखी कुटुंब असावं, असं जाणवत होतं. तो फोटो पाहिल्यावर माझ्या छातीतून एक दु:खाची कळ उठते आहे, असा भास मला झाला. तेपिरिंगमधल्या आमच्या घराची मला तीव्रतेनं आठवण झाली. आता तिथे कोण रहात असेल, माझ्या आवडत्या वस्तूंना कोणाचे हात लागत असतील, कोण आमच्या फोटोंकडे कसल्या नजरेनं पाहत असेल, माझा कंगवा कुणी वापरला असेल का, आमच्या जेवणाच्या बशाचमचे ह्याही वस्तू कुणीतरी, कदाचित बेपर्वाईनं, वापरत असेल,

या विचारांनी माझ्या डोक्यात एकच गर्दी केली...

पहिल्या दिवशी आम्हाला इंडोनेशियन पद्धतीचं नासी गोरेंग हे छान जेवण देण्यात आलं. दोन वर्षं युद्धछावणीत अर्धपोटी काढल्यानंतर असं चविष्ट जेवण आणि तेही पोटभर मिळाल्यामुळे आमची मनं हरखून जायला हवी होती; पण जी परिस्थिती आमच्यावर ओढवली होती त्यामुळे आमची भूकच मेल्यासारखी झाली होती. त्या घरात एक इंडोनेशियन स्त्री – बाबो (baboe) आणि जोंगोस (Djongos) म्हणून ओळखला जाणारा हरकाम्या मुलगा असे दोन नोकर आमच्या दिमतीला देण्यात आले होते. त्यांनीच आम्हाला जेवायला वाढलं आणि चाचरत्या आवाजात आपली ओळख करून दिली. त्या बाईचं नाव सतिनाह व मुलाचं नाव हसन असं होतं. घरातलं सगळं काम — जेवण बनवण्यापासून ते कपडे धुण्यापर्यंत — तेच दोघं करणार होते. त्यांच्याकडे बघितल्यानंतर, थोडंसं बोलल्यानंतर माझ्या लक्षात आलं की या अनोळखी जागी हीच दोघं जणं आपल्याला मैत्रीचा हात देऊ शकतील. आमच्यावर जो प्रसंग ओढवणार होता त्याची त्यांना कल्पना असल्यामुळे त्यांनी आमच्याकडे सहानुभूतीपूर्ण नजरेनं पाहिलं. थोडासा अपराधीपणाचा भावही जाणवला त्यांच्या वागण्यात. आम्ही कोणत्या प्रसंगाला घाबरत होतो, हे त्यांना समजू शकत होतं.

जेवणखाण झाल्यानंतर आम्ही सगळ्याजणी पुन्हा एकत्रच बसलो. आमच्यावर कुणाचीच देखरेख किंवा कडक नजर नव्हती. आमच्या बोलण्यात पुन:पुन्हा तोच विषय येता होता – 'आपलं काय होणार? कुणी सांगावं, कदाचित आपल्याला उपहारगृहात नोकरीला ठेवतील किंवा एखाद्या कारखान्यात काम करायला सांगतील,' आमच्यातलंच कुणीतरी म्हणालं अन् त्या भाबड्या आशेनं काही काळ आमची मनं पालवली; पण आमच्या अंतर्मनाला सत्य भेडसावत होतंच.

आमच्यातील लिओस, गर्डा आणि एल्स या तिघींना मी ओळखत होते. कारण त्या पण मी राहात होते त्या अंबारावा छावणीतूनच आलेल्या होत्या.

लिअेसचे केस भुऱ्या रंगाचे होते. माझ्याहून एकच वर्षांनी लहान असलेली ही तरुणी एका कट्टर कॅथॉलिक कुटुंबात जन्मली होती. मला लिअेसच्या आईबद्दल फार वाईट वाटलं – १९४२ मध्ये जपाननं जावावर हल्ला केला त्या वेळच्या लढाईत तिचा नवरा मारला गेला होता. अन् तिच्या दोघा मुलांना गेल्या वर्षीच, ती दहा वर्षांची झाल्यानंतर तिच्यापासून तोडण्यात आलं होतं. तो दिवस होता ४ फेब्रुवारी १९४३. अन् आता तर बिचारी आपल्या मुलीलाही दुरावली होती.

अतिशय निष्पाप वाटणारी गर्डा अठरा वर्षांची होती. काहीशा गुटगुटीत, बाळसेदार अशा ह्या तरुण मुलीचे केस तपकिरी रंगाचे अन् दाट होते. तिची आई छावणीतल्या वास्तव्यात प्रत्येक वेळी गर्डावरच अवलंबून रहायची त्यामुळे आता

माझे आजोबा, हेन्री ओ'हर्न, त्यांची पत्नी जीन आणि
मेव्हणी (बग्गीत बसलेल्या) पाठीमागे ओ'हर्न मुलं दिसताहेत.
मध्यभागी माझे वडील.

आपल्या मुलांसमवेत हेन्री आणि जीन आजी
डावीकडून : एदुआर्द, हेन्री, एलोदी आणि सेलेस्त

बग्गीत बसून नदी पार करून जाणारे माझे आजोबा, हेन्री,
बेट्सी आत्या, आणि माझी आई.

(पर्वतराजींनी वेढलेलं) बांदोंगन येथील माझ्या आजोबांचं घर.

१९२३, माझे आई-वडील आणि त्यांची पहिली मुले – डावीकडून वॉर्ड, मी आणि ॲलिन.

आमचा 'कुटुंबपरिवार'– घरातील नोकरमाणसं, डावीकडून आयमा, सोमी, सारदी आणि तजाक.

१९२९, माझे आईवडील आणि त्यांची पहिली मुले – डावीकडून – वॉर्ड, मी आणि ॲलिन.

तेपिरिंग – १९३०. माझे प्रेमळ आजोबा, हेन्री ओ'हर्न. लहानग्या फिअेनला मांडीवर घेऊन. डावीकडून – मी, वॉर्ड अन् ॲलिन.

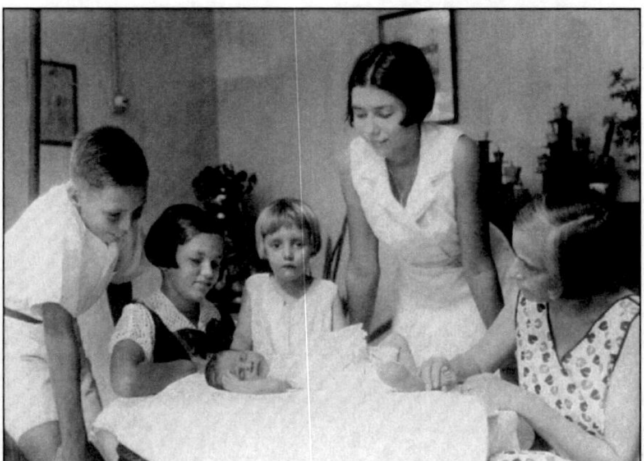

ऑगस्ट, १९३४. माझ्या सगळ्यात धाकट्या बहिणीच्या; सेलेस्तच्या जन्मानंतर. डावीकडून – वॉर्ड, मी, फिअेन, ॲलिन आणि माझी आई.

१९३८, आम्ही ओ'हर्न कुटुंबीय तेपिरिंगच्या घरासमोर.
डावीकडून – वॉर्ड, मी, माझे वडील, माझी आई, फिअेन,
सेलेस्त आणि ॲलिन अन् आमची लाडकी कुत्री हर्था.

बांदोंगनच्या बागेत हेन्री आजोबांसमवेत.

१९३९ – मी सोळा वर्षांची असताना

माझी मैत्रीण तिनेकेसह (डावीकडील) बांदोंगनच्या पोहोण्याच्या तलावात.

पहिल्या मालफिस्ट बॉलसाठी
मी नटूनथटून सज्ज.
माझ्या अंगावरला फ्रॉक
माझ्या आईनं शिवला होता.

माझ्या वडिलांनी डच सेनेत
प्रवेश केला तेव्हाच्या
गणवेषातील फोटो.

टॉम रफ बटाविया (जकार्ता), जावामधील फोटो.

क्रॅमॅट छावणीत टॉम आणि मी – 'सुखाच्या दिवसांची पहाट'

११ जानेवारी, १९४६. जावाचा निरोप घेताना.
बोटीवर फिअेन आणि मी डावीकडे पुढच्या रांगेत.

१९४६, ॲमस्टरडॅम. डावीकडून – मी आणि माझे वडील,
माझी आई आणि ॲलिन. समोरच्या बाजूला – सेलेस्त आणि फिअेन.

१४ ऑगस्ट, १९४६. सेंट मेरीज् माउंट कॅथॉलिक चर्च,
वॉलसॉल, इंग्लंड येथील आमच्या विवाहसोहळ्याच्या प्रसंगी.

सप्टेंबर, १९४९
टॉम आणि मी, आमच्या
पहिल्या कन्यारत्नासमवेत –
आयलिन.

१९५२, ब्रिडलिंग्ज या ठिकाणी आम्ही दोघं आमच्या मुलींसमवेत – सुट्टी घालवण्यासाठी.

१९५४ तेच गाव,
ब्रिडलिंग्ज पण
नवी मजा,
नवा आनंद –
समुद्रकिनाऱ्यावर मी,
माझ्या मुली आयलिन
आणि कॅरलसमवेत.

ॲडलेड (द ऑस्ट्रेलिया) १९८० 'आमचं कुटुंब'. डावीकडून– आयलिन, एम्मा, टॉम, मी, जड् आणि कॅरल (हा फोटो गॅरी मिट्टननं – माझ्या थोरल्या जावयानं काढलाय.)

१९९२, आंतरराष्ट्रीय महिला दिनानिमित्त पदयात्रा. मी व कॅरल.

११ डिसेंबर, १९९२, टोकियो. अनामिक सैनिकांस श्रद्धांजली वाहताना दुसऱ्या जागतिक युद्धात जे जपानी सैनिक धारातीर्थी पडले त्यांच्या स्मारकापाशी. (फोटो – कॅरल रफ्)

१९९३, सेमारांग, इंडोनेशिया. एक वृद्धा मला ती जागा दाखवते आहे, ज्यावर एकेकाळी 'सात समुद्रांचं निवासस्थान' होतं. (फोटो – कॅरल रफ्)

डिसेंबर, १९९२ टोकियो. आंतरराष्ट्रीय सार्वजनिक सुनावणीप्रसंगी उत्तर व दक्षिण कोरिया, चीन आणि फिलिपिन्समधील 'सुखदायिनी' समवेत. मी सर्वात उजव्या बाजूला. (फोटो - कॅरल रफ्)

२००७, सिडनी. आंतरराष्ट्रीय महिला दिनानिमित्त काढलेला मोर्चा – सुखदायिनींसमवेत. माझ्या डावीकडे – श्रीमती गिल व श्रीमती वू. उजवीकडे – ॲना साँग, (फोटो - कॅरल रफ्)

ऑगस्ट, १९९३ हॉलंडमध्ये माझ्या बहिणींसमवेत– डाव्या बाजूला सेलेस्त.
उजव्या बाजूला फिअेन (फोटो - कॅरल रफ्)

माझं कुटुंब– डावीकडून – कॅरल, एम्मा, जड्, आयलिन, गॅरी, मी आणि रूबी.
(फोटो घेतलाय कॅरलचा पती ग्रेगने.) कुटुंबातील नवी भर- मॅट– एम्माचा पती.

आपल्या आईचा कसा निभाव लागणार अशीही भीती तिला वाटत होती.

गोरा रंग, गवताच्या रंगाचे पिवळट केस आणि मैत्रीपूर्ण चेहरा असलेली एल्स एकोणीस वर्षांची होती. ती अगदी सर्व दृष्टींनी डच वाटायची अन् दिसायचीदेखील.

उरलेल्या तिघी जणी – मिअेप, बेट्टी आणि ॲनी अंबारावातील दुसऱ्या एका छावणीतून आलेल्या होत्या. त्यांच्यातील बावीस वर्षांची मिअेपच सगळ्यात मोठी होती. बरीचशी अबोल असलेली मिअेप फारशी कुणामध्ये मिसळायची नाही. बेट्टीला शिवणकामाची आवड होती आणि तिला ती कला उपजतच अवगत असावी, इतके छान कपडे ती शिवायची. तिला याच क्षेत्रात नाव कमवायचं होतं. ती एल्सच्याच वयाची – एकोणीस वर्षांची होती. अतिशय देखण्या असलेल्या केवळ सतरा वर्षांच्या ॲनीचे वडील डच तर आई इंडोनेशियन होती. ही मुलगी वयापेक्षा पुष्कळच लहान वाटायची. केवळ काही तासांमध्ये आम्ही सर्व आता जिवलग मैत्रिणी बनलो होतो. समदुःखी होतो, त्यामुळे यापुढे आपणच एकमेकींना आधार द्यायचा आहे, ह्याची जाणीव आम्हाला होती.

नवी जागा, विचित्र परिस्थिती आणि दिवसभराचा शारीरिक आणि त्याहूनही अधिक मानसिक शिणवटा यामुळे रात्री आम्ही लवकरच झोपी गेलो. किती प्रचंड उलथापालथीला आम्हाला सामोरं जावं लागलं होतं त्या दिवशी! आपापल्या खोल्यांमध्ये आम्ही पलंगावर आडव्या झालो खऱ्या; पण झोप कशी येणार होती? मनात विचारांची एकच गर्दी होती. शेवटी मी उठले आणि लिअेसच्या दरवाज्यावर थाप मारली. "मलाही झोप येत नाहीये," ती म्हणाली. बाकीच्यांची अवस्था आमच्याहून फार वेगळी नव्हती. शेवटी आम्ही सगळ्या जणी माझ्या पलंगावर कोंडाळं करून बसलो.एकमेकींना बिलगून बसल्यानंतरही आमच्या मनातली भीती कमी होत नव्हती. पण एकमेकींच्या सान्निध्यात थोडं बरं वाटत होतं इतकंच! एकमेकींना सोबत केली तर कदाचित आपण सुरक्षित राहू अशी वेडी आशा आम्हाला वाटत असावी... कदाचित त्या भीतीवरही मात करण्याच्या हेतूनं असेल पण मी माझ्या मैत्रिणींना म्हटलं, "आपण प्रार्थना म्हणून या." माझ्या पेटीतलं पुस्तक मी बाहेर काढलं आणि कुठलीही विशिष्ट प्रार्थना न ठरवता सहजपणे पुस्तक उघडलं. त्या पानावर साम-३१ (Psalm-31) ही संकटसमयी म्हणायची प्रार्थना होती. 'ईश्वरावरील श्रद्धेचं प्रतीक' अशा नावाची ती प्रार्थना मी कापऱ्या आवाजात म्हणू लागले –

देवा, मी तुझ्याकडे संरक्षणाच्या आशेनं येते
माझा पराभव होऊ देऊ नकोस
तू न्यायी आहेस.
देवा, माझं रक्षण कर अशी मी तुला विनवणी करते

माझी हाक ऐक, देवा, मला या वेळी वाचव
माझा आधारस्तंभ, माझा रक्षणकर्ता तू हो
मला वाचवण्यासाठी तूच सज्ज हो
तूच माझा आधारस्तंभ आहेस, तूच माझा तारणहार आहेस
मला मार्ग दाखव, माझ्या सांगाती ये,
तसं वचन तू मला दिलं आहेस.

माझ्यासाठी व्यूह रचला गेला आहे
त्यापासून तूच माझं रक्षण कर
मी तुझ्या हाती स्वत:ला सोपवते आहे
देवा, मला खात्री आहे, तू माझं रक्षण करशील
तू भक्तांना नेहमीच तारतोस, त्यांची लाज राखतोस
माझ्यावर दया कर देवा,
कारण मी संकटांनी घेरली गेली आहे
रडूनरडून आता माझे डोळे शिणले आहेत

वाट चालून माझे पाय थकले आहेत
पण माझा विश्वास कायम आहे देवा,
तूच माझा परमेश्वर आहेस
माझं आयुष्य आता तुझ्या हातात आहे, मला वाचव
माझ्या शत्रूंपासून आणि माझा छळ करणाऱ्यांपासून
करुणाकरा, तुझी नजर माझ्यावर असू दे
नेहमीच्याच उदार मनानं माझं रक्षण कर
तुझ्या प्रेमाची मी भुकेली आहे

मी शांतपणे ते कवन वाचत होते. वाचता वाचता भक्तिभावानं माझा गळा दाटून आला.

डेव्हिडच्या प्रार्थनेतील शब्दांनी आमच्या मनाला खोल कुठेतरी स्पर्श केला.

आमची मनं थोडी शांत झाली. त्यानंतर आम्ही परमेश्वराची ती प्रार्थना म्हटली; जी आम्हा सगळ्यांना माहीत होती. थकल्या-भागल्या अवस्थेत आम्ही सगळ्याजणी एकमेकींना लागटून झोपेच्या अधीन कधी झालो ते आम्हाला कळलंच नाही.

***

दुसऱ्या दिवशी सकाळी सगळ्यात आधी मलाच जाग आली. माझ्या मैत्रिणींना माझ्या हालचालींनी जाग येणार नाही ह्याची काळजी घेत मी पलंगावरून खाली उतरले. सकाळची प्रार्थना बागेत बसून म्हणावी, या विचारानं मी बागेत आले. सकाळच्या प्रसन्न वातावरणानं मला बरं वाटलं. पायाखालच्या मऊ लुसलुशीत गवतावरचे, दवाचे थेंब प्रसन्न गारवा देत होते. पक्ष्यांची किलबिल सुरू झाली होती. कोंबड्यानंही आरवायला आरंभ केला होता. क्षणभर मला असं वाटलं की आपण पुन्हा एकदा युद्धपूर्व काळात प्रवेश केलाय. तेव्हा सगळंच कसं सुरळीत चालू असायचं... इथून पळून जाता आलं तर किती बरं होईल... खरंच तसं घडू शकेल? इतक्यात मला बायबलमधील इसिहा (Isaiah) चे शब्द आठवले – 'घाबरू नकोस, मी तुझ्या सांगाती आहे' त्या शब्दांनी माझ्या मनाला इतकी उभारी आली की मी सर्व शक्तिनिशी परमेश्वराची प्रार्थना केली. जगन्नियंता माझं रक्षण करेलच, अशी श्रद्धा माझ्या मनात पुन्हा एकदा जागृत झाली.

प्रार्थनेनंतर मी पुन्हा एकदा माझ्या खोलीत आले आणि माझी स्वप्नावस्था जणू भंग झाली. कटू वास्तव डोळ्यासमोर उभं राहिलं. मी आरशासमोर उभी राहिले, झोप पुरी न झाल्यामुळे सुजलेले डोळे रडण्यामुळे अधिकच लाल दिसत होते. पुन्हा एकदा अनामिक भीतीनं माझं सर्वांग ताठरल्यासारखं झालं त्यानंतर सतत – दिवसा आणि रात्रीदेखील त्या भीतीनं माझी सोबत केली...

माझ्या खोलीत बेसिनजवळच्या टेबलावर मला पाण्याने भरलेला जग दिसला. हे सतिनाहचं काम हे माझ्या लक्षात आलं. जगवर झाकण म्हणून किनारीला मणी लावलेलं गोलाकार जाळीदार कापड ठेवलेलं होतं. झाकण काढताच मण्यांचा मंजूळ आवाज कानावर पडला. जणू काही तेवढ्यानं पण माझं उदास मन थोडंसं तरारलं. थंडगार पाण्यानं घशाला बरं वाटलं. माझ्या अंगावर काल दिवसभर घातलेला पोशाखच होता. दिवसभराच्या प्रवासानं आणि रात्रीतही तोच पोशाख अंगावर असल्यानं त्याची पार रया गेली होती. झोपण्यापूर्वी कपडे बदलायची पूर्वीची सवय गेल्या काही वर्षांत आम्ही विसरूनच गेलो होतो. काल तर आमची मानसिक अवस्था अशी होती की कपडे बदलण्याचं भानच आम्हाला उरलं नव्हतं. त्यातल्यात्यात एकच गोष्ट मनाला बरी वाटत होती – इथे शारीरिक कष्टाची कामं

करावी लागणार नव्हती. सतिनाह आमचे कपडे धुण्याचं काम करणार होती. त्या निमित्तानं तिच्याशी आणि इतर कामाच्या निमित्तानं हसनबरोबर बोलणं होणार होतं...

तेवढ्यात माझ्या कानावर इतर मुलींच्या बोलण्याचे आवाज आले. थोड्या वेळानं जेवणाच्या खोलीत हसननं आम्हाला न्याहारी आणून दिली. आम्ही खायला सुरुवात करणार इतक्यात जपान्यांच्या गाड्यांचे आवाज ऐकू आले आणि त्यापाठोपाठ जपानी बुटांचे खाडखाड आवाज. आम्ही एकमेकींकडे पाहिलं प्रत्येकीच्या चेहऱ्यावर मला तोच भाव दिसला – यापुढे कधीही, केव्हाही दिवसा किंवा रात्रीही जपानी सेनेचे अधिकारी इथे येणार. समोरच्या बशीत चांगलं, पोटभर अन्न दिसत असूनही आणि पोटातल्या भुकेची जाणीव असूनही मला घास तोंडात घालावासा वाटला नाही...

माझ्या मैत्रिणींची अवस्थाही माझ्याहून वेगळी नव्हती.

त्याच दिवशी, काही वेळानंतर आणखी दोन डच स्त्रिया ह्या निवासस्थानी आल्या. त्यांची नावं डॉली आणि इव्हॉन (Yvonne). आमच्याहून वयानं मोठ्या असलेल्या या दोघीजणी विवाहित होत्या, हे आम्हाला त्यांच्याच तोंडून कळलं. अर्थात काही दिवसांनंतर. कारण पहिल्या दिवशी तरी त्यांनी आमच्याशी गप्पा वगैरे मारल्या नाहीत. मग बोलता बोलता त्या म्हणाल्या, "आम्ही स्वखुषीनंच इथे आलोय." आम्ही मुली चाटच पडलो, कारण एक तर आम्ही भीतीनं चूर झालो होतो आणि दुसरं म्हणजे या स्त्रियांनी उघड्या डोळ्यांनी इथे येण्याचं मान्य केलं होतं आणि तशा त्या बिनधास्त वाटल्या.

त्यानंतरच्या दिवशी काही वरिष्ठ जपानी अधिकारी आमच्या निवासस्थानी आले. आम्हाला बैठकीच्या खोलीत हजर होण्याचा हुकूम सोडण्यात आला. जपानी लोकांची भाषा आम्हाला कळत नसे. त्यामुळे त्यांचं मोठ्या आवाजातलं बोलणं ओरडल्यासारखंच वाटायचं. त्यांच्यापैकी जे उच्चशिक्षित होते किंवा वरिष्ठ अधिकारी होते, त्यांना थोड्याफार प्रमाणात इंग्रजी बोलता यायचं व समजायचंदेखील. काहींनी तर इंडोनेशियातील स्थानिक भाषाही शिकून घेतली होती. अर्थात त्यात त्यांचा हेतू आपलं बोलणं स्थानिक लोकांना समजावं, हाच होता.

आम्हाला तिथे आणण्यामागे त्यांचा फक्त एकच हेतू होता, हे त्यांनी त्यांच्या मोडक्यातोडक्या इंग्रजीत स्पष्ट केलं. जपानी अधिकाऱ्यांची शारीरिक भूक आम्ही भागवावी हा तो हेतू होता. आपल्या घरापासून दूर रहाणाऱ्या, रात्रंदिवस मृत्यूच्या छायेत वावरणाऱ्या त्यांच्या अधिकाऱ्यांना आम्ही लैंगिक सुख द्यावं, असं त्यांनी आम्हाला बजावलं. कोणत्याही वेळी, कुणीही आमच्याशी संबंध ठेवण्याची शक्यता होती आणि आम्ही फक्त त्यांची इच्छा पुरी करायची होती. आमच्याकडून फक्त

आज्ञाधारकपणाचीच अपेक्षा होती. त्या घरातून, खरं म्हटलं तर वेश्यागृहातून, बाहेर पाय ठेवायची आम्हाला परवानगी नव्हती. चोवीस तास जपानी सैनिक बाहेर पहारा देत उभे रहाणार होते. त्यामुळे पळून जायचा विचारही आम्ही मुली करू शकत नव्हतो. थोडक्यात सांगायचं तर, आमची भूमिका युद्धकैदी अशी नसून युद्धभोगदासी अशी होती.

आमच्या कानांवर हे सगळे शब्द पडत होते; पण त्यांचा अर्थ आमच्या डोक्यात शिरत होता का? मी माझ्या मैत्रिणींच्या चेहऱ्याकडे बघितलं, तेव्हा तरी मला असंच वाटलं की माझ्याप्रमाणेच त्याही अवाकच नव्हे, तर हतबुद्ध झाल्यासारख्या वाटत होत्या. माझं शरीर भीतीनं, अपमानानं थरथर कापू लागलं. आपल्या पायाखालची जमीन दुभंगून जाते आहे, आपण खोलखोल दरीत कोसळतो आहोत, असं काहीतरी मला वाटू लागलं. छे, हे शक्य नाही. आपल्याच ऐकण्यात चूक होत असली पाहिजे, असंही मला वाटलं. पुढल्या क्षणी मला माझ्या आईची आठवण झाली. तिनं मला आपल्या कवेत घेतलं होतं तेव्हाची सुरक्षिततेची भावना मला परतपरत आठवत राहिली. पुन्हा एकदा आईच्या कुशीत शिरावं असं मला तीव्रतेनं वाटलं. आपल्या घरट्याच्या उबदार कोशात परत जावं असं वाटलं. स्वच्छ, पवित्र, चांगल्या जागेसाठी मन आक्रंदू लागलं...

इतर सगळ्या जणी माझ्याप्रमाणेच जागच्याजागी खिळून उभ्या होत्या. जणू काही आकाशातील तळपत्या विजेच्या लोळानं आमची शरीरं जळून खाक झाली होती. पण थोड्याच वेळात आम्ही भानावर आलो. आनच्यावरच्या संकटाची आम्हाला जाणीव झाली तशी एकाच सुरात आम्ही विरोध करायला सुरुवात केली. बघताबघता आमचा आवाज वरच्या टिपेला जाऊन पोहोचला. जमेल त्या हावभावांनी आम्ही त्यांना सांगण्याचा प्रयत्न केला की कदापिही आम्ही त्यांच्या आसुरी इच्छेपुढे आपली मान तुकणार नाही. मानवी कायद्याच्या नीतिमत्तेत हा प्रकार बसत नव्हता. जिनिव्हा करारानुसार युद्धकैद्यांना अशा प्रकारे वागवण्याची परवानगी जगातील कुठल्याही देशाला नव्हती. आम्हीदेखील मरणाला सामोरं जाऊ; पण त्यांची इच्छा पुरी होऊ देणार नाही.

आमच्या गर्जना पोकळ आहेत असं भासवत ते निर्लज्ज पुरुष हसत राहिले. 'तुम्ही आता आमच्या ताब्यात आहात, तुम्हाला हवं तसं वागवण्याचा अधिकार आम्हाला आहे,' असं त्यांनी छातीठोकपणे आम्हाला सुनावलं.

सुटका कशी करून घेता येईल याचा आम्ही हरप्रकारे विचार करून पहिला होता; पण तशी शक्यता कमीच होती. पहिली गोष्ट म्हणजे घराभोवतीची संरक्षक भिंत उंच होती, चोवीस तासांचा खडा पहारा होता आणि त्याहून महत्त्वाचं म्हणजे आम्ही सगळ्या जणी गोऱ्या स्त्रिया होतो. बाहेरच्या जगात खासकरून इंडोनेशियासारख्या

आशियाई देशात आम्हाला शोधून काढणं जपानी सैन्याला फारच सोपं होतं.

आमच्यावर नजर ठेवणाऱ्या जपानी अधिकाऱ्यानं काही कागद आमच्यासमोर ठेवले व त्यावर आम्हाला सह्या करायला सांगितल्या. त्यावरील सगळा मजकूर जपानी भाषेत लिहिलेला असल्यामुळे आम्हाला समजण्यासारखा नव्हताच तरी पण त्याच्या अर्थाविषयी आम्हाला कल्पना आलीच होती. आम्ही या वेळी मात्र त्यांच्यापुढे मान तुकवली नाही. आम्ही सह्या करायला साफ नकार दिला. चिडलेल्या अधिकाऱ्यानं आम्हाला शिक्षेची भीती दाखवली, मारहाण केली, ओरडाओरडाही केला; पण आम्ही सह्या नाही म्हणजे नाहीच केल्या.

आम्ही आमचा निश्चय, करारीपणा जपानी सेनाधिकाऱ्यांना दाखवला, हे खरं असलं तरी त्या दिवसापासून घरातलं वातावरण भीतीनं भारल्यासारखं झालं. प्रत्येक खोलीत भीतीचं साम्राज्य निर्माण झालं. आम्ही कैदेत असल्यासारख्या झालो. घराच्या पुढच्या व्हरांड्यात आता जपानी अधिकाऱ्यांनी ठाण मांडलं. तिथे बसून ते गप्पा मारू लागले, साके नावाची जपानी दारू पिऊ लागले आणि आपल्याला हवी असलेली आमच्यातली मुलगी निवडू लागले.

आम्ही फोटो काढून घ्यावेत असा हुकूम आता काढण्यात आला. दुसरा काही इलाज नव्हता, तेव्हा मी अगदी वाइटातला वाईट असा पोशाख अंगावर चढवला. पुन्हा एकदा रांगेत उभं राहाण्याचा हुकूम सोडण्यात आला. एकेकीला फोटो काढून घेण्यासाठी पुढे बोलावण्यात आल्यानंतर छायाचित्रकार आम्हाला काहीतरी बोलून हसवायचा प्रयत्न करू लागला; पण त्याला त्यात यश आलं नाही. आम्ही मुद्दामच चेहऱ्यावर रागीटपणाचा किंवा दुःखाचा भाव आणला.

त्यानंतर आम्हाला जपानी नावं दिली गेली. आमचे फोटो एक फळ्यावर लावल्यानंतर त्याखाली ही नावं लिहिली गेली. आज मला माझं नाव काही आठवत नाही, कारण मुळातच मला ते जाणून घ्यायची इच्छा नव्हती. कुठल्यातरी फुलाचं नाव होतं, एवढंच मला आठवतंय. जपान्यांनी काही फुलदाण्या आणल्या व आम्हाला आपापल्या खोलीत फुलं ठेवायला सांगितलं गेलं. माझ्या खोलीतली फुलं ऑर्किड या प्रकारातली होती आणि त्यांचा रंग पांढरा होता. आमच्यावर नाना प्रकारची जबरदस्ती करणाऱ्या जपानी अधिकाऱ्यांचा आम्हाला इतका संताप आला होता की आम्ही खोलीत जाताच फुलं बाहेर बागेत फेकून दिली. रात्रीत गोगलगायींनी त्यांचा फडशा पाडला.

मला दिलेलं फुलाचं नाव आणि खोलीत सजावटीसाठी ठेवलेली फुलं या सगळ्यांमुळे फुलांविषयी इतका भयंकर तिटकारा माझ्या मनात निर्माण झाला की पुढल्या पन्नास वर्षांत मी तो विसरू शकले नाही. कुणाजवळ त्याविषयी उघडपणे बोलणं मला शक्य नव्हतं. तरीदेखील मला नेहमी वाटत आलं आहे की माझ्या

मुलींनी किंवा इतर कुटुंबीयांनी माझ्या वाढदिवसाला किंवा मातृदिनाला भेट म्हणून मला फुलं देऊ नयेत.

आणखी काही दिवसांनी एक जपानी महिला त्या घरात राहायला आली. या कुंटणखान्यावर आता तिची नजर रहाणार होती. तिच्या कामाला साजेसाच तिचा चेहरा होता. वयानं फार मोठी नसूनही तिचे पाय किंचित वाकडे होते, अन् चष्मा लावलेल्या तिच्या चेहऱ्यावरचा भाव उग्र आणि रागीट असा होता. पांढरा गणवेश घालत असल्यामुळे की काय, ती एखाद्या इस्पितळातली परिचारिका वाटत असे. आल्याआल्याच तिनं आमच्यावर रुबाब दाखवायला सुरुवात केली. 'इथे आता माझा अधिकार चालणार आहे', असंच जणू काही तिला सुचवायचं असावं. तसं असलं तरी कुणीतरी बाई आमच्या सोबतीला राहायला आली आहे, या विचारानं आम्हाला थोडंसं हायसंही वाटलं.

'चला, निदान कुणीतरी बाईमाणूस इथे राहाणार आहे,' मी स्वत:शीच म्हटलं. मनाला एक दिलासा वाटला की एक बाईच दुसऱ्या स्त्रीचं दु:ख समजू शकेल. आमचा छळ, त्रास थोडा कमी करण्यात आम्हाला तिची मदत घेता येईल. पण लवकरच आमचा भ्रमनिरास झाला. जपान्यांच्या युद्धनीतीनं तिच्यातलं सगळं मार्दव शोषून घेतलं असावं. सैनिकांसारखीच तीदेखील दुष्ट, खाष्ट आणि निर्दयी बनली होती, याचा मला प्रत्यय आला. वरिष्ठ सेनाधिकाऱ्यांजवळ तिनं आमची रदबदली करावी, आमची बाजू मांडावी, आमच्या मनाविरुद्ध आम्हाला या वाईट कामाला जुंपलं गेलं आहे, अशी तक्रार करावी, असं मी तिला जीव तोडून सांगितलं; पण तिला काही आमच्याबद्दल दयामाया वाटली नाही. जपानी भाषेत तिनं मोठ्या आवाजात मला खडसावलं आणि ती निघून गेली.

आम्हालाच नव्हे, तर हसन आणि सतिनाहला पण तिची भीती वाटत असे. तिच्या खाष्टपणाचा अनुभव त्यांनाही आलाच. एकदा हसननं तिला खास जपानी कपात चहा न देता घरातल्या साध्या कपात चहा दिला, तेव्हा तिचा भयंकर अपमान झाला अन् संतापानं तिनं त्याच्या थोबाडीत मारली. आम्ही तिला रखवालदार ह्या टोपणनावानं आपापसात संबोधू लागलो.

आता त्या घराला कुंटणखान्याचं रूप देण्याचे सगळे प्रयत्न सुरू झाले. न्हाणीघरात काहीतरी विचित्र वस्तू आणून ठेवल्या गेल्या. त्या काय होत्या, त्यांचा उपयोग कसा करायचा याविषयी आम्हाला काहीच कल्पना नव्हती; परंतु आता आपल्याला भयंकर परिस्थितीला तोंड द्यावं लागणार आहे, ह्याची जाणीव आम्हाला झाल्याशिवाय राहिली नाही. लवकरच कुंटणखान्याचं उद्घाटन होणार होतं. आम्हाला सगळ्यांना एकटीनंच आपल्या खोलीत झोपण्याची इतकी भीती वाटू लागली की आम्ही एकदोघी करून एका खोलीत रात्र काढू लागलो. 'देवा रे, काय

वेळ आणलीयस आमच्यावर', असं शंभर वेळा तरी आमच्या मनात आलं असेल.

त्यानंतरच्या दिवसांमध्ये माझ्यावर जे प्रसंग ओढवले त्यांनी माझं सगळं आयुष्य पार विस्कटल्यासारखं झालं. त्यांच्या आठवणींनीदेखील माझ्या अंगावर भीतीचा काटा उभा राहतो. त्यांनी कधीच माझी पाठ सोडली नाही. ह्या काळात माझ्या शरीरावर आणि मनावर जे आघात झाले त्याचे व्रण मला जन्मभर उराशी बाळगावे लागले, मूकपणे आक्रंदत....

त्या रात्री आम्हाला पहिल्यांदा बळी दिलं जाणार होतं. दिवसभर जपानी लोकांमध्ये उत्साहाचं, उत्कंठेचं वातावरण होतं. सगळं काही व्यवस्थित आहे ना हे बघण्यासाठी त्यांची धांदल उडाली होती, हे आम्हाला दिसत होतं. सेनाधिकारीदेखील आमचे फोटो न्याहाळताना आम्हाला दिसत होते. आम्ही कुठे दिसू शकतोय का, हेही ते पाहाण्याचा प्रयत्न करत होते.

कुठे जावं, कुठे लपून बसावं, कसं त्यांच्या नजरेपासून, होणाऱ्या अत्याचारांपासून स्वतःला वाचवावं, हे मला समजत नव्हतं. हसन आणि सतिनाहही सकाळपासून अस्वस्थ दिसत होते. आमच्यावर जे संकट कोसळणार होतं त्याची पूर्ण कल्पना असल्यामुळे त्यांनाही मानसिक वेदना होत असाव्यात. स्वतःला जपान्यांपासून वाचवण्यासाठी मी त्या दोघांच्या शेजारी असलेल्या खोलीत लपायचं ठरवलं. मी त्या खोलीत शिरले अन् आतून दार बंद करता येणार नाही, हे लगेचच माझ्या लक्षात आलं. इतक्यात एक रागानं लालबुंद झालेला जपानी माणूस खोलीत शिरला. दारू प्यायल्यामुळे त्याला स्वतःचा तोल सांभाळता येत नव्हता. दाराचा आधार घेत त्यानं माझ्याकडे बोट दाखवलं अन् बळजबरीनं मला आपल्याकडे ओढलं. हे सगळं इतक्या झटकन घडलं की मी पुरती गांगरून गेले. मी मोठ्यानं किंचाळले; पण त्यामुळे माझ्या संकटात भरच पडणार अशी मला भीती वाटली. आमची रखवालदार धावत तिथे आली. माझ्या सुदैवानं तिनं माझ्यामागोमाग धावणाऱ्या जपानी माणसाला शिव्या घातल्या, त्याला ओढत बाहेर नेलं आणि त्याआधी त्याला मारलंदेखील. तिच्या ओरडण्यावरून माझ्या हे लक्षात आलं की त्या रात्री अधिकृतपणे आम्हाला सुळावर चढवलं जाणार होतं, म्हणूनच जपानी पुरुषांनी त्या वेळेपर्यंत मुलींना हातही लावायचा नव्हता. वेगळ्या शब्दात सांगायचं तर त्या रात्रीनंतर आमची अब्रू लुटली जाणार होती.

रात्र व्हायला आली तेव्हा आम्हाला आपापल्या खोलीत जाण्याचा हुकूम देण्यात आला. मी माझ्या खोलीतल्या पलंगाकडे बघितलं. एखाद्या महाकाय राक्षसासारखा वाटला मला तो. त्या क्षणापासून अगदी आजतागायत पलंग बघितला, झोपण्याचा विचार मनात आला तरी माझ्या मनाचा थरकाप उडतो. माझ्या मनाची ही अवस्था असतानाच दारावर थाप पडली. जेवणाच्या खोलीत एकत्र जमण्यास

आम्हाला सांगितलं गेलं. आम्ही निष्पाप तरुणी होतो, अविवाहित होतो, आमचं कौमार्य अजूनपर्यंत अबाधित होतं आणि कुणालाही लैंगिक अनुभवाविषयी काहीही माहिती नव्हती. तरीही एकमेकींना प्रश्न विचारून आम्ही त्याबद्दल थोडंफार जाणण्याचा प्रयत्न केला.

जपानी अधिकाऱ्यांच्या गोटात आनंदाचं वातावरण होतं ते याच कारणासाठी. इकडे आम्ही मात्र इतक्या घाबरलो होतो की आम्हाला रडू आवरत नव्हतं. आमच्यातली गर्डा तर वेड लागल्यासारखी करत होती. तिला धीर देण्यासाठी मी तिला माझ्या मिठीत घेतलं, पण माझ्याच छातीत धडधडत होतं. हातपाय गळाठून जावेत इतकी भीती मी यापूर्वी कधीच अनुभवली नव्हती. आम्ही सगळ्याजणी अत्यंत असहाय पद्धतीनं अडकलो होतो. कोण आमची सुटका करेल का– अशी आशाही आता आम्हाला वाटत नव्हती. रडत, थरथर कापत, एकमेकींना आधारासाठी घट्ट धरून ठेवत आम्ही जिवंतपणीच्या मरणाला सामोरं जाण्याची मानसिक तयारी करत होतो. भीतीनं माझ्या तनामनाचा पूर्ण कबजा घेतला होता.

गेल्या पन्नास वर्षांत या भीतीनं माझा पिच्छा सोडलेला नाही. अजूनही रात्रीच्या अंधाराचं साम्राज्य सुरू झालं की मी माझ्या बैठकीच्या खोलीतले सगळे पडदे ओढून घेते. कारण अंधार, रात्र हे शब्द मनात येताच माझ्या मनात फक्त एकच विचार येतो– कुस्करलं जाण्याचा, एकदा नव्हे, दोनदा नव्हे, तर अनेकदा....

मी माझ्या मैत्रिणींकडे पाहिलं अन् माझ्या मनात आलं, ज्या मरणाला आपल्याला सामोरं जायचं आहे, ते आपण केवळ प्रार्थनेच्या बळावरच सहन करू शकतो. मी माझ्या मनातला विचार त्यांना बोलून दाखवला तेव्हा त्याही प्रार्थना म्हणायला तयार झाल्या. 'तूच सुरुवात कर' अशा शब्दात त्यांनी माझ्या विचाराला दुजोरा दिला. माझं बायबल माझ्याजवळ होतंच. नेहमीप्रमाणे मी न ठरवता कुठल्याही पानावर पुस्तक उघडलं. त्या पानावर आठव्या प्रकरणात पॉल या संतानं रोममधील जनतेला केलेला उपदेश लिहिलेला होता.

ईश्वराकडे आपण बळाची याचना करू या. या जगात आपल्याला ज्या हालअपेष्टा भोगाव्या लागणार आहेत त्याहून कितीतरी अधिक पटींनी सुख आपल्याला नंतर प्राप्त होणार आहे. परमेश्वराचं वैभव आपल्याला अनुभवायचं असेल तर त्याच्या यातना पण आपण अनुभवण्याचा प्रयत्न केला पाहिजे. येशू ख्रिस्ताचं प्रेम आणि आपण यामध्ये दुसऱ्या कशाचाही अडसर येता कामा नये. भले, आपल्याला त्रास होवो, दु:ख होवो, आपला छळ होवो, आपल्याला भुकेनं हैराण व्हायला लागलं, अर्धवस्त्र राहावं लागलं, कुणी आपल्याला तलवारीची भीती दाखवली किंवा आपल्यावर हल्ला केला तरीही आपल्याला ख्रिस्ताचा विसर पडता कामा नये.

धर्मग्रंथ सांगतात, तुमच्याखातर आम्ही क्षणोक्षणी मृत्यूचा सामना केला. बळी देण्यासाठी नेण्यात येणाऱ्या मेंढरांपेक्षा स्वत:ला वेगळं मानलं नाही. अशा परीक्षांना सामोरं जाऊनच आपण विजय मिळवतो. आपल्यावर प्रेम करणारा ईश्वर आपल्याला यशस्वी होण्याची शक्ती देतो.

मृत्यू किंवा जीवन, देवदूत साम्राज्य, अमाप शक्ती, अस्तित्वात असलेली किंवा यानंतर निर्माण होईल अशी कोणतीही गोष्ट, आपल्या मस्तकावर असलेलं निरंतर आकाश, किंवा पायाखालची खोल दरी, जगातली कोणतीही वस्तू असू दे. मला या गोष्टीची खात्री आहे, की कोणतीही शक्ती आपल्याला ईश्वराच्या निरंतर प्रेमापासून वंचित करू शकणार नाही.

ईश्वराचं प्रेम आपल्यापर्यंत त्याचा पुत्र येशू ख्रिस्तातर्फे पोहोचत आलं आहे.

माझ्या मैत्रिणींनी प्रार्थनेतले शब्द तन्मयतेने ऐकले. त्या क्षणी मला खरोखरच असं वाटलं की या श्रद्धेच्या आणि प्रेमाच्या शब्दांनी येशू ख्रिस्त आम्हाला स्पर्श करत होता, धीर देत होता. बायबलमधील या पवित्र प्रार्थनांनी मला नेहमीच शक्ती आणि धीर दिला आहे. त्यानंतर मी २७ व्या प्रार्थनेकडे वळले. आम्ही सगळ्यांनी मिळून ती प्रार्थना म्हटली,

मुक्तिदाता परमेश्वर मला प्रकाश दाखवत असताना
मी कशाला कुणाची भीती बाळगू?
तोच माझं सर्व संकटांपासून रक्षण करणार असल्यामुळे
मी घाबरणार नाही कधीच कशाला
माझ्यावर दुष्टजन हल्ला करतील, मला मारायचा प्रयत्न करतील
पण तेच शेवटी अडखळून खाली पडतील.
एखादी मोठी सेना मला चहूबाजूंनी घेरण्याचा प्रयत्न करेल
पण मी भयशंकित होणार नाही.
माझ्या शत्रूंनी माझ्यावर हल्ला केला तरीही
मी परमेश्वरावर अढळ विश्वास ठेवेन
संकटसमयी तोच मला आश्रय देऊन माझं संरक्षण करेल
आपल्या मंदिरात तो मला सुरक्षित ठेवेल
मला उंच पर्वतावर स्थान देईल
त्यामुळे माझ्या शत्रूंपासून मी दूर राहू शकेन
परमेश्वरा, माझ्या याचनांना उत्तर दे

दयाघना, आपलं वचन लक्षात ठेव
'मला शरण ये,' असं तू मला सांगितलं आहेस
मी तुझ्याच चरणांपाशी येणार आहे
मला अंतर देऊ नकोस
आजवर तूच मला आधार दिला आहेस
माझा रक्षणकर्ता तूच आहेस
मला सोडून जाऊ नकोस
माझी लाज राख

आम्ही ती संपूर्ण प्रार्थना म्हटली. प्रत्येक कवनानंतर आमची मनं शांत होत गेली. सर्वांत शेवटी आम्ही परमेश्वराची प्रार्थनाही म्हटली. या प्रार्थनांमुळे आमच्या मनाचा धीर वाढल्यासारखा झाला. एकमेकींना चिकटून बसत, हात हातात घेऊन आम्ही परस्परांना धीर देत राहिलो. त्याच वेळी आमच्या कानावर इतर आवाजही पडतच होते. अजूनही काही जपानी अधिकारी येतच असावेत त्यांच्या घोगऱ्या बोलण्याचे, जमिनीवरील बुटांचे आवाज कमी होण्याऐवजी वाढतच राहिले....

भीतीनं आपलं शरीर एखाद्या दिव्याच्या ज्योतीसारखं पेटलंय, असा विचित्र भास माझ्या मनाला होऊ लागला. हातापायांमधून विजेच्या लहरी फिरताहेत असं वाटू लागलं. खरं सांगायचं तर त्या वेळची माझी मन:स्थिती वर्णन करण्यासाठी इतका दीर्घ काळ गेल्यानंतरही माझ्याजवळ योग्य शब्द नाहीत; पण ती मन:स्थिती मी विसरलेली नाही आणि आयुष्याच्या अखेरपर्यंत विसरेन असं मला वाटत नाही. पन्नास वर्षांनंतरही कधीकधी मला तीच भीती जाणवते. माझ्या हातापायांमधून ती वेगानं फिरते आहे अशी विचित्र भावना मनात येते. कुठल्या क्षणी ती जाणवेल, ह्याचाही नेम नसतो. कधी मी शांतपणे एकटीच माझ्या घरी टीव्हीवर काहीतरी कार्यक्रम बघत असताना, नाही तर एखादा जुना युद्धपट बघत असताना अगदी अचानकपणे मन भूतकाळाकडे झेपावतं आणि मनात खोलवर गाडलेली भुतं उफाळून वर येतात, जिवंत होऊन, अक्राळविक्राळ हावभाव करून मला घाबरवून सोडतात. कधी गाढ झोपेतून मी दचकून जागी होते, तर कधीकधी या भीतीमुळे मला रात्रीची झोपच येत नाही.

त्या घराला आता घरपण उरलेलं नव्हतं. त्या जागेत आता अनेक जपानी अधिकारी येऊन ठाकले होते. त्यांच्या मनातला अधीरपणा, त्यांचं उत्तेजित होऊन हसणं-खिदळणं आम्हाला जाणवत होतं. न चुकणाऱ्या मरणाची वाट पाहत आम्ही हताशपणे बसून राहिलो. शेवटी तो क्षण आलाच.

सगळ्यात प्रथम लिअेसची निवड करण्यात आली. तिला घेऊन जाण्यासाठी आलेल्या माणसांना तिनं जिवाच्या आकांतानं विरोध केला. तिनं खुर्चीच्या पाठीवरची आपल्या हातांची पकड घट्ट केली. तो क्षण माझ्या डोळ्यांपुढून हलता हलत नाही. तिला शेवटी ते लोक फरफटत, ओढत घेऊन गेले. त्यानंतर उरलेल्या प्रत्येक मुलीची तीच स्थिती झाली. प्रत्येक वेळी एखादा अधिकारी पुढे व्हायचा आणि एखादी मुलगी निवडायचा. रडत-ओरडत, लाथा मारत ती मुलगी विरोध करायची अन् शेवटी एखाद्या घायाळ मेंढरासारखी आपल्या खोलीत निघून जायची.

चार मुलींची ही अवस्था पाहिल्यानंतर मी स्वत:चा बचाव करण्यासाठी जेवणगृहातील टेबलाखाली लपून बसले. त्या मुलींचं रडणं-किंचाळणं मला इतक्या दुरूनही ऐकू येत होतं. मनातल्या भीतीवर विजय मिळवण्यासाठी मी माझ्याजवळचा एकमेव आधार – कमरेच्या पट्ट्यात खोचून ठेवलेला लाकडी क्रॉस – हातानं घट्ट पकडून धरला. मला अशी एक (फोल) आशा वाटत होती की हा क्रॉस पाहून तरी माझ्यावर अत्याचार करू पाहणाऱ्या निर्दय माणसाचं मन पालटेल. मलाही माझा परमेश्वर संकटाला तोंड देण्याचं धैर्य देईल.

पण मी वर म्हटल्याप्रमाणे माझ्या मनातली आशा खरोखरच फोल ठरली. शेवटी मला शोधून काढण्यात त्यांना यश आलं. त्यात फार काही अवघड नव्हतंच म्हणा. मी अंग चोरून टेबलाखाली बसले असताना मला शोधणाऱ्यांचे पाय माझ्या अगदी जवळ होते. ते मला स्पर्श करणार आणि माझं बिंग बाहेर पडणार असं माझ्या मनात येतंय, एवढ्यात एका माणसानं खाली वाकून माझा हात पकडला आणि मला टेबलाबाहेर खेचलं. मी वरती पाहिलं तर एक थोराड बांध्याचा, लठ्ठ, टक्कल पडलेला माणूस माझ्याकडे विकृत नजरेनं बघत, छद्मी हसत होता. मी संतापानं त्याच्या नडगीच्या हाडावर लाथ मारली, तरी त्याच्या चेहऱ्यावरचं हास्य तसंच राहिलं. त्यानं माझा दंड धरून जोरात स्वत:कडे ओढलं. मी स्वत:ची सुटका करून घेण्याचा प्रयत्न केला; पण मला यश आलं नाही. माझं रडणं, ओरडणं, लाथा मारत, झगडणं ह्यांपैकी कशाचाच त्याच्यावर परिणाम झाला नाही.

'नको! नको!' असं आधी इंग्रजीत आणि 'जांगान! जांगान!' (Djangan) हे इंडोनेशियन भाषेतले शब्द मी उच्चारले, पण त्या निर्दय माणसानं मला जवळजवळ फरफटत माझ्या खोलीत नेलं. सबंध वेळ मी जिवाच्या आकांतानं त्याला विरोध करत होते; पण कशाचाच उपयोग होत नव्हता. त्यानं दार बंद केलं आणि दाराची कडी लावली. मी खोलीच्या एका कोपऱ्यात धावत गेले. पुन:पुन्हा मी त्याची विनवणी करत राहिले, समजावत राहिले की मी या जागी माझ्या इच्छेविरुद्ध जबरदस्तीनं आणली गेले होते, त्यामुळे माझ्याशी अतिप्रसंग करायचा

त्याला अधिकार नव्हता.

कोपऱ्यात अंग चोरून उभी असतानाही मी एखाद्या घायाळ प्राण्याप्रमाणे त्याच्याकडे याचना करत होते, देवाचाही धावा करत होते; पण माझ्या सगळ्या विनवण्या, प्रार्थना वाया गेल्या.

माझ्यासमोर उभा राहून तो जपानी अधिकारी ज्या पद्धतीनं बघत होता, त्यातून त्याला असंच सुचवायचं होतं की सर्व परिस्थिती माझ्या बाजूनं आहे. आजचा डाव बऱ्याच प्रयत्नांनी जमवून आणलेला असल्यानं त्याच्या मनासारखं मी वागले नाही, त्याच्या इच्छेपुढे माझी मान तुकवली नाही, तर मग माझं काही खरं नाही. अंगाचं मुटकुळं करून बसलेल्या अवस्थेत मी मान वर करून त्याच्याकडं बघितलं तेव्हा तर तो मला फारच उंच वाटला. त्यानं म्यानातून तलवार बाहेर काढली आणि तिचं टोक माझ्याजवळ आणत त्यानं मला खेकसल्यासारख्या आवाजात धमकी दिली.

आधी मोडक्यातोडक्या इंडोनेशियन भाषेत व नंतर इंग्रजीमध्ये त्यानं मला ठार मारण्याची धमकी दिली, "माती, माती," (I kill, I kill) असे शब्द उच्चारले. त्याच्या चेहऱ्यावरून डच लोकांविषयीचा द्वेष, तिरस्कार ओसंडत होता. तसंच मनातला हेतू काहीही करून साध्य करण्याचा निश्चयही स्पष्ट जाणवत होता. बोललेले शब्द तो खरे करेल असं प्रतीत होत होतं. खरं तर त्या क्षणी मला मरणाची मुळीच भीती वाटत नव्हती. शरीरिक विटंबनेपेक्षा मी मरण पत्करलं असतं.

त्या विचारसरशी मला माझ्या आत असलेल्या प्रचंड शक्तीची जाणीव झाली. आपल्या आत अशी शक्ती असेल ह्याची कधीच मी कल्पना केलेली नव्हती. जणू काही येशू ख्रिस्त माझ्या शरीरात प्रवेश करून मला आपल्यातील शक्ती प्रदान करत आहे, असा भास मला झाला. त्यासरशी मी मोठ्यानं त्या अधिकाऱ्याला म्हटलं, "तू मला मारलंस तरी मला त्याची पर्वा नाही. मृत्यूला मी घाबरत नाही; पण तुझी इच्छा मी पुरी करणार नाही. कदापि, कदापि नाही." मी पुन:पुन्हा तेच शब्द उच्चारत राहिले.

माझा कणखरपणा पाहून त्याचा संताप अनावर झाला. तलवार परजत तो माझ्या अगदी पुढ्यात उभा राहिला. आता खरोखरच आपला शेवट जवळ आलाय, या विचारानं मी त्याच्यापुढे नमत म्हटलं, "मरण्यापूर्वी मला माझी शेवटची प्रार्थना म्हणू दे. त्याची तलवार माझ्या शरीराला स्पर्श करत होती तरीही मी गुडघे टेकून बसले. त्या क्षणी मी खरोखरच ईश्वरचरणी इतक्या तनामनानं लीन झाले की माझं अवघं जीवन ईश्वरप्रेमानं भरून ओथंबून गेलं आहे, मला काही वेगळं अस्तित्वच राहिलेलं नाही, असा भाव माझ्या मनात उत्पन्न झाला. मी अत्यंत विनम्रतेनं परमेश्वराची विनवणी केली, "देवा, मी तुझ्याशी एकरूप झाले आहे, मला आता

टाकून जाऊ नकोस. माझ्या आत्तापर्यंतच्या चुका, माझे अपराध पोटात घाल. मला मृत्यूला सामोरं जाण्याची शक्ती दे.''

त्या शब्दांनी माझ्यावर असा प्रभाव टाकला की माझं उद्विग्न मन शांत झालं. प्रार्थनेमध्ये मी ईश्वराशी एकरूप झाले. एक विलक्षण अनुभव त्या दिवशी माझ्या आईला माझ्या संदर्भात आला होता. आमची दोघींची परत भेट झाली तेव्हा मला ती म्हणाली, ''त्या रात्री, अगदी त्याच वेळी मी अंथरुणावर पडले असताना मला एक दिव्य, डोळे दिपवणारा प्रकाश दिसला.'' काय योगायोग असेल हा?

त्या जपानी अधिकाऱ्याचा अधीरपणा क्षणाक्षणाला वाढत चालला होता. माझ्या वागण्याचा त्याला राग येऊ लागला. त्यानं मला पलंगावर आडवं केलं आणि माझ्या अंगावरचे कपडे खेचू लागला. माझ्या अनावृत्त शरीरावरून त्यानं तलवारीचं टोक वरखाली फिरवलं. माझ्या गळ्याजवळ धारदार पात्याचा थंडगार स्पर्श होताच माझ्या अंगातून भीतीची शिरशिरी उठली. त्याच वेळी आपल्या शरीरावरून त्याची भुकेली नजर फिरतेय याची जाणीव होऊन मला विलक्षण शरमही वाटली.

दुष्ट मांजरानं हतबल उंदराच्या जिवाशी खेळ करावा तसं तो माझ्याशी वागत होता. त्यानंतर त्यानं स्वत:चे कपडे उतरवायला सुरुवात केली. मला ठार मारण्याचा त्याचा हेतू नव्हता, ह्या विचारानं मला हायसं वाटावं की जिवंतपणीच्या मरणाला सामोरं जावं लागणार ह्या विचारानं मला आधीच मेल्याहून मेल्यासारखं व्हावं, मला नक्की काहीच समजत नव्हतं एवढंच मी म्हणू शकते.

त्यानंतरच्या सर्व प्रकारानं माझं मन शरमेनं खरोखरंच मरून गेलं. तो अनुभव नरकापेक्षाही भयानक असावा. शब्दांमध्ये वर्णन करायला माझी लेखणीही धजावत नाही. एवढंच सांगते की सर्व शक्तिनिशी, सर्व प्रकारे ओचकारून, लाथा मारून मी त्याला प्रतिकार केला, एका दुष्ट शक्तीला निकराचा लढा दिला; पण माझी शक्ती खरोखरच अपुरी पडली. सेनाधिकारी असल्यामुळे, शिवाय पुरुष असल्यामुळे त्याची शारीरिक ताकद माझ्यापेक्षा कितीतरी पटींनी जास्त होती. त्यातच तो वासनेनं अंध झाला होता, त्यामुळे त्याच्यात कुठल्याही प्रकारचं मार्दव त्या वेळी असण्याची शक्यता नव्हती. माझं शरीर, माझं मन आक्रंदत असूनही त्याला माझ्याकडून फक्त एकच अपेक्षा होती – त्याची भोगलालसा मी पुरी करावी.

आपली इच्छा पुरी होताच त्यानं अंगावर कपडे चढवले आणि तो खोलीतून निघून गेला. शत्रूची भोगलालसा पुरी करणं ह्याहून वाईट प्रकारचं हौतात्म्य कुणी ऐकलं असेल का? पण त्या रात्री मला स्वत:च्या शरीराचा बळी द्यावा लागला.

मलाच नव्हे तर माझ्या सहा मैत्रिणींनादेखील. शरीर तर विद्ध झालंच; पण मन त्याहून अधिक घायाळ झालं. स्वत:च्या शरीराची मला विलक्षण घृणा वाटली. हताश मनानं, बधिर शरीरानं मी पलंगावर कितीतरी वेळ पडून राहिले. अंगातून भीतीची थंड शिरशिरी उठत असूनही मला काही करावंसं वाटलं नाही. उशीमध्ये तोंड खुपसून मी तशीच पडून राहिले. आपल्या निर्मळ, पवित्र शरीराचा आज एका नराधमानं कुस्करा केला, हे शरीर, ज्यामध्ये परमेश्वर वास करतो असं मला वाटायचं, त्याची किती दुर्दशा झाली होती!

दार बंद झाल्याचा आवाज कानावर पडताच मी भानावर आले अन् घाईघाईनं उठून उभी राहिले; पण माझ्या पायातली शक्तीच कुणीतरी काढून घेतली असावी असं मला वाटलं. आता आपण खाली कोसळणार असं क्षणभर वाटलं, 'काही झालं तरी इथून बाहेर पडलं पाहिजे,' या विचारानं मी माझे दुर्दशा झालेले कपडे उचलले आणि न्हाणीघराच्या दिशेनं धावले. मला माझ्या शरीरावरचा त्याचा स्पर्शन्‌स्पर्श धुवून काढायचा होता, स्वत:ला स्वच्छ करायचं होतं...

न्हाणीघरात इतर मुलीही माझ्याच मानसिक व शारीरिक अवस्थेत उभ्या होत्या. हुंदक्यांनी आमची शरीरं गदगदत होती. स्वत:ला पाण्यानं, साबणानं स्वच्छ करण्याचा केविलवाणा प्रयत्न आम्ही करत होतो; पण आम्हाला हे ठाऊक होतं की आम्ही अपवित्र झालो होतो. एकमेकींकडे केविलवाण्या नजरेनं पाहत असताना आम्हाला समजत होतं की आज आलेला अनुभव पुढे भविष्यातही आमची पाठ सोडणार नाहीये. आमच्या कानावर अनेक पुरुषांच्या बोलण्याचे आवाज येऊ लागले तशी आमच्या मनातली भीती आणखी वाढू लागली. यापुढेही हाच प्रकार घडणार का?– असं आम्ही मूकपणे एकमेकींना विचारू लागलो. काय वाट्टेल ते झालं तरी स्वत:ला आता लपवायला हवं, हा एकच विचार माझ्या मनात येऊ लागला. अगदी हळूच, चोरपावलानं मी घरामागच्या व्हरांड्यात गेले आणि एका रिकाम्या खोलीत दडून बसले. ही खोली हसन आणि सतिनाहच्या खोल्यांजवळ असल्यानं माझ्या मनाला थोडा आधार वाटला. मी पलंगाखाली शरीराचं मुटकुळं करून बसले. छातीतली धडधड कमी होण्याऐवजी वाढतच होती. मी मनात देवाचा धावा करत होते, 'देवा, माझ्यावर दया कर. कुणाची नजर माझ्यावर पडू देऊ नकोस.' तो प्रसंग पुन्हा आपल्यावर कोसळू नये म्हणून मी देवाची विनवणी करू लागले. खोलीत अंधार होता तरी कानावर बाहेरचे शब्द पडतच होते....

माझ्याप्रमाणे इतर मुलीपण कुठे ना कुठे दडून बसल्या, कुणी घरात तर एकदोघी झाडावरही लपून बसल्या. जिवाच्या आकांतानं स्वत:ला वाचवायचा केविलवाणा प्रयत्न आम्ही करत होतो, तर दुसरीकडे जपानी अधिकारी आम्हाला

शोधून काढण्याचा निकराचा प्रयत्न करत होते. त्यांनी अपेक्षा केली होती तसं घडत नव्हतं. त्यामुळे ते संतापले होते. आम्हाला शोधण्यासाठी ते धावू लागले, तेव्हा त्यांच्या बुटांचे आवाज आम्हाला ऐकू येऊ लागले. मला त्यांनी शोधून काढताच एकानं खाली वाकून, माझ्या हाताला धरून मला पलंगाबाहेर ओढलं, माझ्या गालावर एक जोरदार थप्पड मारली आणि माझ्या खोलीत तो मला फरफटत घेऊन गेला. स्वत:जवळच्या टॉवेलनं अंग झाकण्याचा केविलवाणा प्रयत्न करत मी हुंदके देत रडू लागले; पण कुणालाच माझी दया आली नाही. दुर्दैवाचा फेरा नुकताच कुठे सुरू झाला होता, स्वत:ची भूक शमवण्यासाठी वाट पाहत बाहेर अनेक जपानी लांडगे उभेच होते....

त्या रात्री घडलेला प्रकार ही केवळ सुरुवात होती. शरीराचे लचके तोडले जाणं म्हणजे काय, हा अनुभव त्या तीन महिन्यांच्या काळात मी आणि माझ्या मैत्रिणींनी किती वेळा घेतला असेल, ह्याची गणतीच नाही. दु:ख, वेदना, लाचारी या भावनांनी आमची मनं होरपळली, पार काळवंडून गेली. सगळ्या स्वप्नांची राखरांगोळी झाली. जपानी लोकांनी आमच्यासंदर्भात जी पापं केली, ती मी येशू ख्रिस्ताच्या चरणांवर वाहिली, परमेश्वराला शरण गेले तरी मनात प्रश्न उठलाच, दु:खाचे फेरे मी कसे सहन करू शकणार आहे?

त्या पहिल्या रात्रीतल्या भयानक अनुभवांनी आजतागायात माझी पाठ सोडलेली नाही.

आरंभीच्या त्या भयानक रात्रीनंतर घाबरलेल्या, थकलेल्या सात तरुण मुली एकमेकींना घट्ट बिलगून रडू लागल्या, तेव्हा त्यांच्या मनाची जी दारुण अवस्था झालेली होती, ती सर्वसामान्यांना कशी समजू शकेल? आपलं इतकी वर्षं जपलेलं कौमार्य त्यांनी एका रात्रीत लुटलेलं पाहिलं होतं. एकमेकींना आधार देण्याशिवाय, बळ देण्याशिवाय त्यांच्या हातात काहीच उरलेलं नव्हतं.

आम्ही एकमेकींना एकच प्रश्न विचारत राहिलो, किती वेळा तुझी अब्रु लुटली गेली? पुढला अनुत्तरीत प्रश्न होता – यापुढे काय करायचं आपण? –

हसननं आम्हाला जागं झालेलं बघितलं अन् तो आमच्यासाठी गरम चहा आणि न्याहारी घेऊन आला. त्याच्या चेहऱ्यावरले भाव पाहिल्यानंतर आमच्या लक्षात आलं की त्यालाही आमची दया येत असावी. आम्हाला धीर देण्यासाठी, आमचं सांत्वन करण्यासाठी काही तरी बोलावं असं त्याला वाटत होतं, हे आमच्या लक्षात आलं; पण त्यानं तोंडातून एक शब्दही काढला नाही. तोंडातल्या तोंडात काहीतरी पुटपुटला असावा इतकंच! आपण काही मदत करू शकत नाही, ह्याबद्दल त्याला अपराधी वाटत असेल कदाचित!

नाश्ता संपवून आम्ही आपापल्या खोलीत जाणार इतक्यात डॉली अन्

इव्हॉन आत आल्या. त्यांना आम्ही 'इच्छुक' असं म्हणत असू. आमच्यासारखी भयानक अवस्था त्यांची झालेली नव्हती. जपानी सेनाधिकाऱ्यांसाठी स्वत:हून वेश्या होऊन त्या इथे का आल्या असाव्यात, असं आमच्या मनात अनेकदा आलं होतं. संधी मिळताच मी त्यांना माझ्या मनातला प्रश्न विचारलाच. त्या म्हणाल्या, "तुमच्यासारख्या कोवळ्या तरुण मुलींना या कामासाठी निवडलं. दोघी जणी तर जेमतेम सोळा वर्षांच्या होत्या. त्यांना असा छळ सोसावा लागू नये म्हणून आम्हीच जपानी अधिकाऱ्यांना म्हटलं, त्यांच्याऐवजी आम्हाला जाऊ द्या." डॉली पुढे म्हणाली, "आणखी एक गोष्ट माझ्या मनातली सांगते. उपासमार होऊन छावणीत मरायची माझी इच्छा नाही. मला हातीपायी धड घरी परत जायचंय." कशामुळे का होईना, दोन कोवळ्या मुलींचे हाल डॉली अन् इव्हॉनमुळे वाचले होते हे निश्चित! त्यांच्या स्पष्टीकरणानं एक गोष्ट मला उमगली – दुसऱ्या माणसाच्या वागण्याचा हेतू माहीत नसताना त्याच्यावर टीका करू नये किंवा ताशेरे झाडू नयेत!

एक महत्त्वाचा पाठ मी त्या दिवशी शिकले!

मी खोलीत परत आले त्या वेळी सतिनाह माझ्या पलंगावरची चादर बदलत होती. तिनंही माझ्याकडे करुणार्द्र नजरेनं पाहिलं. आपल्या अंगावरल्या विटक्या पोशाखाच्या बाहीनं तिनं डोळ्यांतलं पाणी पुसलं तेव्हा मलाही राहवलं नाही. मी तिच्याजवळ गेले अन् तिला मिठी मारली. आम्ही एकमेकींना धीर दिला. तिच्याशी बोलावं असं मला मनापासून वाटत होतं, कारण तिच्यामुळे मला नेहमी आयमा आणि सोमी या आमच्या घरातल्या कामवाल्या बायकांची आठवण येत असे. त्या दोघींवर मी मनापासून प्रेम केलेलं होतं. माझ्याजवळ पलंगावर बसवून मी तिची चौकशी केली. इथून जवळ राहणाऱ्या एका डच कुटुंबाकडे ती पूर्वी काम करत असे.

"खरंच फार चांगले दिवस होते ते," सतिनाह म्हणाली, "खाण्यापिण्याची काही ददात नसायची. कामंही बरीच मिळायची तेव्हा. आता मला नवे कपडे घ्यायला परवडत नाही. मुलांनाही पोटभर अन्न मिळत नाही." जपानी आक्रमणामुळे इंडोनेशियन लोकांचे फार हाल होत होते.

इतक्यात हातात ख्रिश्चन लोकांची जपमाळ घेऊन लिअेस माझ्या खोलीत आली. लिअेस आणि मी अशी दोघीच जणी कॅथॉलिक ख्रिश्चन होतो. बाकीच्या सगळ्या जणी प्रोटेस्टंट ख्रिश्चन पंथाच्या होत्या. "आपण प्रार्थना करू या का?" तिनं मला विचारलं. मी होकारार्थी मान हलवली. त्या दिवसापासून रोज सकाळी नेमानं मी व लिअेस प्रार्थना आणि जप करू लागलो. एकत्र प्रार्थना म्हटल्यामुळे आमच्या मनाला पुष्कळच शांतता लाभली. पन्नास वर्षांनंतर परत एकदा लिअेस

मला हॉलंडमध्ये भेटली तेव्हा पहिला उल्लेख तिनं आमच्या प्रार्थना जपाचाच केला. "त्या परिस्थितीत आपल्याला प्रार्थना केल्यामुळेच धीर मिळत असे, नाही?"

आमच्या सगळ्यांची शारीरिक अवस्था दिवसेंदिवस वाईट होत चालली होती. आम्हाला पुरेशी विश्रांती मिळत नसे. आम्ही कायमच थकल्याभागल्या अवस्थेत असायचो. रात्रीचा भोगवटा संपल्यानंतर दिवसा तरी आम्हाला सुटका मिळावी, अशी आमची अपेक्षा असे; पण तेवढं सुखही आमच्या नशिबात नव्हतं. दिवसासुद्धा जपानी सेनाधिकाऱ्यांची ये-जा चालूच असे. आपापसातल्या गप्पा, दारू पिणं आणि सगळा वेळ आम्हाला आपल्या गलिच्छ नजरेनं न्याहाळणं हेही उद्योग चालू असत. आम्हाला मोकळीक अशी कधी मिळतच नसे. आमची शरीरं त्यांना जणू यंत्रासारखीच वाटत होती. रात्रंदिवस आम्हाला त्यांच्या भोगवासना पुऱ्या कराव्या लागल्या. तरीदेखील संध्याकाळ झाली, अंधार पडू लागला की माझ्या मनातली भीती डोकं वर काढत असे. आपलं पूर्ण शरीर तापू लागलंय, असं मला वाटत असे.

रोज संध्याकाळी या घराचे दरवाजे उघडले जात. तसं झालं की मी कुठे ना कुठे लपून बसत असे; पण माझे प्रयत्न नेहमीच अयशस्वी ठरले; लपून बसावं अशा कोणत्या जागाच उरल्या नाहीत. एकदा अगदी हताश होऊन शेवटी मी एका मोठ्या झाडावर चढून बसले. मागच्या बाजूला असलेल्या बागेत हे झाड एका दूरवरच्या कोपऱ्यात होतं. लहानपणी फळं तोडण्यासाठी म्हणून झाडावर चढायचा सराव होता. या झाडाच्या फांद्या व दाट पानांमुळे मी दडून बसलेली असताना कुणाला दिसण्याची शक्यता नव्हती. मला मात्र खालून जाणारे-येणारे लोक दिसू शकत होते. उघडीनागडी लहान मुलं खेळताना दिसत होती. निदान आजतरी आपण सुरक्षित आहोत, ह्या विचारानं मनाला दिलासा मिळत होता.

असाच काही वेळ गेला. मग माझ्या लक्षात आलं की सगळेजण माझा शोध घेत होते. सुरुवातीला त्यांनी माझ्या नेहमी लपण्याच्या जागा धुंडाळल्या अन् तरीही मी सापडले नाही तेव्हा त्यांचा रागाचा पारा वर चढला. ते रागावून-ओरडून बोलू लागले. धडधडत्या हृदयानं मी अजिबात हालचाल न करता बसून राहिले.

आता ते लोक घराबाहेर आले. मी पळून तर गेले नसेल ना अशी शंका त्यांच्या मनात आली. तशी मी झाडावर अर्धा पाऊणतासच बसले असेन. निदान एक बलात्कार तरी टळला इतकाच विचार मी करू शकत होते. शेवटी कुणीतरी हातात विजेरी घेऊन आलेलं मी पाहिलं आणि माझ्या हृदयाचा ठोका चुकला. त्या माणसानं विजेरीचा झोत माझ्या चेहऱ्यावरच टाकला तेव्हा माझे डोळे

दिपल्यासारखे झाले. रागानं त्याचा चेहरा लाल झाला. झाडावरून खाली उतरताच मला मारहाणीला सामोरं जावं लागलं. अन् मग त्यानं मला अक्षरश: फरफटत माझ्या खोलीत नेलं. तिथे दुसरा एक जण माझ्यासाठी थांबलेलाच होता. मारामुळे माझं अंग ठणकू लागलं तरी मनाला एक प्रकारे बरंच वाटत होतं. शरीराची विटंबना होण्यापेक्षा मारहाण परवडली असं वाटलं त्या क्षणी मला. लपून बसल्यामुळे माझ्यापुरती तरी ती रात्र उशिरा सुरू झाली होती....

असेच एकामागून एक दिवस जात होते. आमच्या दु:खाला, विटंबनेला आता पारावारच उरला नव्हता. आम्ही सगळ्याजणी एकत्र आलो की रोज होणाऱ्या नरकयातना कशा प्रकारे कमी करता येतील. या एकाच विषयावर बोलणं व्हायचं. आम्ही एकमेकींना जमेल तितका धीर देत होतो. विटंबनेला तोंड देण्याचे काहीतरी उपाय सुचवायचो. ह्या हालअपेष्टांच्या अनुभवातून आम्ही तावूनसुलाखून बाहेर पडत होतो अन् त्यातून फक्त एकच चांगली गोष्ट घडत होती – आमच्यातले मैत्रीचे धागे घट्ट विणले जात होते.

एकमेकींच्या आधारावरच तर आम्ही जगत होतो. माझी ईश्वरावरची श्रद्धा अटळ असल्यामुळे माझ्या मैत्रिणींना माझा आधार वाटत असे. मी त्यांच्याबरोबर प्रार्थना म्हणण्याचा दिनक्रम चालू ठेवला. बायबलमधील प्रार्थना व प्रवचनात्मक उपदेश यामुळे आमचं मनोबल टिकून राहिलं. प्रार्थनेच्या वेळेची आम्ही अधीरतेने वाट पाहू लागलो.

कधीकधी माझ्या मनात विचार येतो, माझी ईश्वरावरील श्रद्धा अढळ, अविचल आहे की नाही ह्याची परीक्षा घेण्यासाठी तर परमेश्वरानं मला या प्रसंगांतून जायला लावलं नसेल ना? खरी गोष्ट हीच आहे की, माझा परमेश्वरावरील विश्वास आणि माझ्यावर बालपणापासून झालेले ख्रिश्चन धर्माचे संस्कार ह्या दोन गोष्टींमुळेच माझा निभाव लागू शकला. रोज सकाळी उठल्यानंतर मी येशू ख्रिस्तानं म्हटलेली प्रार्थना म्हणत असे. सुळावर लटकत असताना येशूनं म्हटलेली प्रार्थना अशी होती : ''माझ्या पित्या, या लोकांना तू क्षमा कर. आपण काय करतोय, ह्याची त्यांना कल्पना नाही.'' (ल्यूक २३:२४) आयुष्यातल्या त्या काळ्याकुट्ट कालखंडात मला या प्रार्थनेनंच मनोधैर्य दिलं. रोज रात्री मी काय भोगत होते? मारहाण, अपमान आणि वरचेवर होणारे बलात्कार. माझ्या जागी दुसरी कुणी असती तर कदाचित वादळानं झोडपलेल्या झाडासारखी उन्मळून खाली कोसळली असती; पण या प्रार्थनेनुळे माझ्या मनाचा तोल मी राखू शकले. माझ्यावर अत्याचार करणाऱ्या जपानी सैनिकांना माफ करण्याची बुद्धीही मला येशू ख्रिस्ताच्या प्रार्थनेनंच दिली. मी तो लाकडी क्रूस सतत बाळगत असे. कमरेच्या पट्ट्यात अडकवलेला क्रूस हीच जणू माझी ओळख ठरली. 'क्रूस बाळगणारी मुलगी' याच नावानं जपानी सैनिक माझा आपापसात उल्लेख करू लागले.

अंबारावा छावणीतून आम्ही निघालो त्या दिवशी एका युद्धकैदी स्त्रीनं मला एक पांढरा रुमाल भेट म्हणून दिला होता. एका सकाळी आम्ही सातही मुली मागच्या व्हरांड्यात जमलो असताना मी तो रुमाल बाहेर काढला आणि प्रत्येकीला त्यावर आपलं नाव लिहायला सांगितलं. त्यानंतर मध्यभागी मी पेन्सिलीनं २६-२-४४ अशी त्या दिवसाची तारीख लिहिली. ज्या दिवशी आम्हाला जबरदस्तीनं छळछावणीतून नेण्यात आलं होतं. पुढे केव्हातरी मी ते प्रत्येक नाव वेगळ्या रंगाच्या धाग्यानं भरलं. ती सात नावं असलेला तो रुमाल मी पन्नास वर्षं सगळ्यांपासून दडवून ठेवला. कुणाच्याही नजरेला तो पडणार नाही ह्याची दक्षता मी घेतली. कारण कुणी तो पाहिला असता तर नक्कीच त्यावरच्या सात नावांविषयी मला प्रश्न विचारले असते. माझ्या दृष्टीनं ती एक 'मर्मबंधातली ठेव'– आठवण – होती; ज्याविषयी कुणाजवळही मला वाच्यता करायची नव्हती.

अत्यंत लाजिरवाण्या कालखंडाची ती एकमेव खूण होती!

काही काळानंतर मात्र तो रुमाल माझ्यासाठी एक अत्यंत पवित्र, मोलाची वस्तू बनली. कधीकधी एकटीच बसले असताना मी तो बाहेर काढायची आणि माझ्या गालाजवळ धरून अश्रू ढाळायची... माझ्यावरील पाशवी अत्याचारांची ती आठवण, तो कालखंड पुन:पुन्हा माझ्या मनात जागवायची.

* * *

असाच एक महिना गेला. मला दिवसरात्र जाळणाऱ्या त्या भीतीवर मी मात करण्याचा प्रयत्न करत होते; पण ते मला जमत नव्हतं. आपल्याला वेड लागेल, असंही मला कधीकधी वाटू लागायचं. हताशपणाची परिसीमा माझ्या मनानं गाठली होती. स्वत:वरचे अत्याचार थांबवण्यासाठी मी काय करायचं ठेवलं नव्हतं? तरीही मन पुन:पुन्हा त्या भोवऱ्यात गरगरत रहायचं. 'काय केलं म्हणजे यातून आपली सुटका होईल?'

असंच एकदा मी आरशात बघितलं अन् काळ्या आकाशातील विजेसारखा माझ्या मनात एक प्रश्न उमटला, आपण स्वत:ला कुरूप बनवलं तर? बघणाऱ्याच्या मनात आपल्याविषयी घृणा, किळस निर्माण केली तर? माझ्या प्रसाधनाच्या टेबलाच्या खणात एक कात्री होती. मी त्या दिवशी सकाळी माझे सगळे केस मुळापासून कापून टाकले; स्वत:चे केस अशाप्रकारे कापणं सोपं नसल्यामुळे माझं डोकं विचित्रपणे खडबडीत दिसू लागलं. पुन्हा एकदा मी टक लावून माझ्या प्रतिबिंबाकडे पाहिलं आणि मला एक विकृत समाधान वाटलं, आता मी जशी कुरूप – दिसते आहे तसं मला पाहिल्यावर माझ्याजवळ येऊ पाहाणाऱ्याला

माझी किळस येईल, तो माझ्यापासून दूर जाईल, माझी बलात्कारापासून सुटका होईल या विचाराने मला अतिशय समाधान वाटलं.

जमिनीवर पडलेले गडद तपकिरी रंगाचे माझे लांब, दाट, केस मी उचलले. काही काळ मी ते हातात धरून तशीच उभी राहिले. इतक्यात माझ्या दारावर कुणीतरी हातानं थाप मारण्याचा आवाज आला. मी दार उघडलं. दारात गर्दी उभी होती. मला पाहाताच भीतीनं ती किंचाळीच, "जॅनी, हे काय केलंयस तू?" इतर मुलींची प्रतिक्रियाही तशाच प्रकारची झाली. "हे कशासाठी केलंस तू?" त्यांनी घाबरून विचारलं. माझ्या मनातला हेतू त्यांना कळलाच नव्हता. धावतच एल्स खोलीबाहेर गेली आणि एक मोठा रुमाल घेऊन आली, "हा बांध डोक्यावर," ती म्हणाली; पण मी त्याला नकार दिला, "मला असंच टक्कल असलेल्या स्थितीत रहायचंय. कदाचित त्यामुळे माझं नष्टचर्य संपेल." मी हताशपणे म्हटलं.

लिअेसनं माझ्याकडे करुणेच्या नजरेनं पाहिलं आणि माझं मन तिला समजलं. "जॅनी, तेवढ्यानंच आपल्यावरचे बलात्कार थांबणार असतील तर मीदेखील माझे केस कापायला तयार आहे." तिचा स्वर सहानुभूतीनं ओथंबलेला वाटला मला.

मी मुद्दामच माझं डोकं कापडानं वा रुमालानं झाकलं नाही. सात मुलींपैकी एकीनं कुरूप दिसण्यासाठी केस कापून टाकलेत, ही बातमी पसरायला वेळ लागला नाही. माझं दुर्दैव असं की आता मला बघण्यासाठी जपानी अधिकाऱ्यांनी आणखीनच गर्दी केली. माझं कुरूप दिसण्यासाठी केलेलं दिव्य हेच त्यांच्यासाठी एक आकर्षण बनलं.

माझ्यावरला दुर्धर प्रसंग टळला नाही. तरीही आपला निर्णय योग्य होता असं मला मनापासून वाटलं, एवढं मात्र खरं!

* * *

जपान्यांना पत्ते खेळणं मनापासून आवडत असे हे आम्हाला कळलं, तेव्हा आम्ही मुलींनी लगेचच आपल्या खोलीत पत्त्यांचे जोड ठेवायला सुरुवात केली. 'येनकेन प्रकारेण' आम्ही आमच्यावरील दिव्य टाळण्याचा प्रयत्न करत होतो, ह्याचं ते एक उदाहारण होतं! प्रत्येक वेळी आता एक विचित्र पायंडा सुरू झाला. माझ्या खोलीत कुणी जपानी माणूस शिरला की मी त्याला शाब्दिक विरोध करत असे. हा सर्व प्रकार माझ्या मनाविरुद्ध घडतो आहे कारण या घरात मला माझ्या इच्छेविरुद्ध आणलं गेलं आहे, हे मी त्याला समजावण्याचा प्रयत्न करत असे. त्यानं मला स्पर्श करू नये, असं

मी त्याला विनवत असे. अर्थात त्यातला फोलपणा मला ठाऊक नव्हता, असं मुळीच नव्हतं; पण काही करून तो प्रसंग दूर ढकलण्याचा मी निकरानं प्रयत्न करत असे. त्यावरची त्याची प्रतिक्रिया – छद्मी, कुजकट – हास्य हीदेखील माझ्या माहितीची होतीच. मग मी वेळ काढण्यासाठी पुढचं अस्त्रं काढीत असे. पत्ते खेळणं हे त्यांपैकीच एक होतं. माझ्या दृष्टीनं अर्धापाऊण तास अशा प्रकारे गेला तरी ते चांगलंच होतं. कारण त्यामुळे कदाचित एखादा बलात्कार कमी होण्याची शक्यता असायची. दाराबाहेर एकामागून एक जपानी अधिकारी आमच्या शरीराला भोगवस्तू बनवण्यासाठी खोलीबाहेर तयार असायचे.

पत्ते खेळण्याचा कंटाळा आला की ते हातातले पत्ते फेकायचे आणि काहीतरी शब्द उच्चारायचे. जपानी भाषेतल्या त्या शब्दांचा अर्थ मला समजायचा नाही; पण ती पुढल्या संकटाची नांदी आहे, ही गोष्ट अनुभवानं माझ्या लक्षात येत असे.

अगदी प्रत्येक प्रसंगी, न चुकता मी माझ्यावरील बलात्कार थांबवण्यासाठी सर्व प्रकारे लढत दिली. तसं न करणं हे माझ्या दृष्टीनं घोर पातक ठरलं असतं. कुठल्याही जपान्यापुढे मी असहाय म्हणून किंवा निराशेच्या भावनेतून सहजपणे मान तुकवली नाही किंवा त्याची भोगलालसा पुरी होऊ दिली नाही. त्यांच्यापैकी काहींनी संतापाच्या भरात मला ठार मारण्याची धमकी द्यायलाही कमी केलं नाही. कुणाला असंही वाटलं असतं कदाचित, की नाहीतरी शेवटी त्यांचीच इच्छा पूर्ण होणार आहे, तर मग प्रतिकार तरी कशाला करा? पण माझी ती विचारसरणी कधीच नव्हती. प्रतिकारासाठी मी कित्येक वेळा जपान्यांना जोरात लाथा मारल्या, नखांनी ओरबाडलं, जखमीही केलं. ह्याचा परिणाम असा झाला की त्यांच्या वरिष्ठांनी एकदा मला कचेरीत बोलावून घेतलं अन् धमकी दिली की माझं वागणं सुधारलं नाही, तर ते माझी रवानगी साध्या सैनिकांसाठी असलेल्या वेश्यागृहात करतील, तिथे माझ्यासोबत स्थानिक मुली असतील. तिथली परिस्थिती याहून अधिक भयानक असेल. कारण तिथे मला यापेक्षाही दिवसरात्र मोठ्या प्रमाणावर बलात्काराला बळी जावं लागेल.

या धमक्यांनी माझ्या तोंडचं पाणी पळालं. माझ्या डोळ्यांतून घळाघळा अश्रू वहात राहिले. मी कचेरीतून बाहेर पडले तेव्हा माझ्या डोळ्यांसमोर अंध:कार पसरला होता. शारीरिक आणि मानसिक हताशपणानं मला इतका दुबळेपणा आला की माझी बुद्धीही काम करेनाशी झाली. काही वेळानं माझ्या मनात एक विचार आला, आपण इतर मैत्रिणींचा आधार घेतला – विशेषत: आमच्यातील वयानं सर्वांत मोठ्या मिअेपची मदत घेतली तर कदाचित काही तरी मार्ग सापडू शकेल. मला मिअेपचीदेखील काळजी वाटत होतीच, कारण अलीकडच्या काही

दिवसांत तिलाही हताशपणानं घेरलं असावं. बऱ्याच वेळा ती एकटीएकटीच असायची, कुणाशी फारशी बोलायचीही नाही. या सगळ्याचा दृश्य परिणामही तिच्यावर दिसू लागला होता. तिची भूक मंदावली होती, वजन कमी झालं होतं. तिच्या चेहऱ्याकडे पाहिलं की इतरांनाच रडू येईल असा दु:खाचा भाव तिच्या चेहऱ्यावर सतत दिसायचा. तिची मन:स्थिती मला ठाऊक असूनही मी तिला भेटायला गेले. तिच्या दारावर हातानं ठोकलं; पण तिनं दार उघडलं नाही.

खोलीचा दरवाजा आतून बंद केलेला नाही असं माझ्या लक्षात आलं तेव्हा मी दार ढकलून आत शिरले. रक्तानं अंगावरले कपडे माखलेले आहेत अशा अवस्थेत मिअेप जमिनीवर पडून होती. तिचा चेहराही पांढराफटक पडला होता. एरवी आम्हा सगळ्यांमध्ये तीच जास्त ताकदवान आणि धीराची मुलगी वाटायची; पण तिला अशा स्थितीत पाहून माझ्या पायाखालची जमीन सरकल्यासारखी वाटली. किती वेळा आम्ही तिच्याकडे मानसिक आधारासाठी गेलो होतो अन् आज तीच मिअेप पार कोसळलेली होती. तिनं मनगटावरल्या रक्तवाहिन्या कापून स्वत:चं लाजिरवाणं जिणं संपवण्याचा प्रयत्न केला होता. सुदैवानं मला त्याच वेळी तिला भेटायची बुद्धी झाली होती. मी घाईघाईनं जपानी रखवालदार स्त्रीला बोलावलं. तिनं अत्यंत कार्यक्षमता दाखवून मिअेपच्या हातांवर पट्ट्या बांधल्या आणि तिला इस्पितळात नेण्यात आलं. पुन्हा मिअेप आपल्याला जिवंतपणी भेटेल ना, हा एकच प्रश्न आम्हाला भेडसावू लागला. काही दिवसांनी मिअेप बरी होऊन परत आमच्यामध्ये आली, तेव्हा तिचा चेहरा पांढराफटक पडला होता. ती काहीही बोलण्याच्या मन:स्थितीत नव्हती. आम्हीही तो विषय तिच्याजवळ कधी काढला नाही; जमेल तितका आधार आणि प्रेम देण्याचं काम तेवढं करीत राहिलो.

डॉली आणि इव्हॉन आमच्यामध्ये फारशा मिसळत नसल्या तरी त्यांचा आधार मात्र आम्हाला सतत वाटत असे. एकदा मला एका मोठ्या संकटाची चाहूल लागली. ज्याच्या निर्दयपणाचा आणि पाशवीपणाचा मला पूर्वी अनुभव आला होता, असा एक क्रूर जपानी अधिकारी माझ्या खोलीजवळ येताच माझं धाबं दणाणलं. इव्हॉननं माझी अवस्था ओळखली. यापूर्वीच्या त्याच्या वाईट, किळसवाण्या अनुभवामुळे माझ्यात पुन्हा त्याच्यासमोर जाण्याची शक्तीच नव्हती. इव्हॉननं मला मदत करण्याच्या हेतूनं म्हटलं, "तू चिंता नको करूस. मी बघते त्याच्याकडे."

तिनं त्या हरामखोराला शिताफीनं आपल्या जाळ्यात ओढलं आणि प्रेमाचं नाटक करून आपल्या खोलीकडे नेलं. बेल्जियम रक्ताच्या या तरुणीला फ्रेंच आणि फ्लेमिश बोलताना ऐकलं की आम्हाला एक प्रकारचा धीर वाटायचा. मनानं ती अतिशय चांगली होती. मी लपायचा प्रयत्न करत असले की ती मला तिच्या पलंगाखाली दडू द्यायची, 'इथे कुणी तुला शोधायला येणार नाही' असा

दिलासाही मला द्यायची. मोठ्या विचित्र परिस्थितीत मला तिथे बसावं लागायचं. कारण वरती पलंगावर ती 'जपानी संकटं' झेलत असायची. थोड्या वेळानंतर ती मला हाक मारून म्हणायची, "जॅनी, जा आता आपल्या खोलीत परत नाहीतर तुझं वागणं उघडकीला येईल."

माझ्यावरचा एक तरी बलात्कार वाचवण्याचं मोठं काम इव्हॉननं केल्याबद्दल मी तिचे मनोमन आभार मानायची व आपल्या खोलीत परत जायची.

* * *

एका सकाळी या सात समुद्रांच्या घरात नेहमीपेक्षा पुष्कळ मोठ्या संख्येनं फुलं पाठवली गेली. जपानी रखवालदारपण नेहमीपेक्षा अधिक लगबगीनं हालचाल करत होती, रुबाब दाखवत सगळ्यांना हुकूम सोडण्याचं काम करत होती.

तिच्या या वागण्यामागचा अर्थ आता आम्हाला ठाऊक झालेला होता – कुणीतरी मोठी व्यक्ती भेट देण्यासाठी येणार असावी. काही वेळानं समजलं की एक डॉक्टर येऊन आमची तपासणी करणार होते. माझं मत असं झालं की ते आम्हाला काही मदत करण्याच्या हेतूनं येणार होते. एक डॉक्टर या नात्यानं त्यांना आमच्याबद्दल सहानुभूती वाटेल अशी माझी अपेक्षा होती. डॉक्टरसाहेब आले, थोड्या वेळानं कचेरीत जाऊन बसले, तेव्हा त्यांना भेटण्याची परवानगी घेऊन मी त्यांच्या खोलीच्या दारावर आवाज केला.

खोलीत प्रवेश केल्यावर मी प्रथम सौजन्यपूर्वक कमरेतून वाकून त्यांना अभिवादन केलं आणि मग आमच्यावर कोसळलेल्या दुर्धर परिस्थितीची त्यांना कल्पना दिली. आम्हाला युद्धछावणीतून जबरदस्तीनं इथे आणण्यात आलं आहे, आमच्यावर अनेक वेळा बलात्कार केले जातात, असं सांगितलं. डॉक्टरांना आत्तापर्यंत इंडोनेशियन भाषेची थोडीफार ओळख झाली असल्यामुळे त्यांना माझ्या बोलण्याचा मथितार्थ समजला आहे, हे माझ्या लक्षात आले. मी त्यांना लगेचच हेदेखील सांगितलं की जिनिव्हा कराराचा जपान्यांनी आपल्या वागण्यानं भंग केला आहे. तेव्हा त्यांनी वरिष्ठ अधिकाऱ्यांपर्यंत हे प्रकरण न्यावं, अशी मी त्यांना विनंती केली.

मनात साठलेली अन्यायाची भावना मी तीव्रपणे व्यक्त केली अन् त्यांच्या चेहऱ्याकडे निरखून पाहिलं, तेव्हा त्यांच्या चेहऱ्यावरचे भाव व एकंदर अविर्भाव पाहून माझ्या लक्षात आलं की त्यांना माझं बोलणं ऐकण्यात किंवा आम्हाला मदत करण्यात काडीचाही रस नाही. दोन्ही हातांची बोटं एकमेकांत गुंफून त्यांनी आपले हात डोक्यामागे धरले होते व ते खुर्चीत आरामात रेलून बसले होते.

उंच, धिप्पाड बांध्याचा हा माणूस चष्म्याच्या आडून मला वरखाली नजर करत बारकाईनं न्याहाळत होता. त्याच्या वागण्यानं मी अस्वस्थ झाले. आपली इथे डाळ शिजणार नाही, हे माझ्या लक्षात आलं. मी निराश झाले पण प्रयत्न केल्याचं समाधान मला वाटलं.

माझ्या मनात हे विचार येत आहेत तोच तो एकदम खुर्चीतून उठला आणि माझ्याजवळ येऊन उभा राहिला. त्याच्या चेहऱ्याकडे पहाताच त्याच्या मनात काय चाललं असावं, याची कल्पना मला आली. त्यानं नला पकडण्यासाठी हात पुढे केला, पण मी चपळाईनं खोलीबाहेरील बागेत धावले. बागेच्या दुसऱ्या टोकाला जे कोंबड्याचं खुराडं होतं त्याच्या आत शिरग्याचा मी प्रयत्न केला. डॉक्टर उंच आणि लठ्ठही असल्यामुळे त्याला आत शिरता येणार नाही, हे माझ्या लक्षात आलं. मी कोंबड्यांना हातानं बाजूला सारून त्यांच्या खुराड्यात बसले तेव्हा बिचाऱ्यांनी घाबरून एकच कलकलाट केला, पंख फडफडवले. आपण सुरक्षित आहोत या भावनेनं मी निःश्वास टाकणार इतक्यात तो लठ्ठभारती डॉक्टर आत शिरण्याचा केविलवाणा प्रयत्न करू लागला. त्याच्या मागे काही लोक खिदळत उभे होते.

काही वेळानं दोघा जपानी सैनिकांनी माझे पाय धरून मला खुराड्याबाहेर खेचलं. नेहमीप्रमाणे ह्याही वेळी माझी शक्ती अपुरी पडली. त्या डॉक्टरानं माझे दोन्ही हात पाठीमागे घट्ट पकडले आणि मला माझ्या खोलीत नेलं. त्यानंतर त्यानंही इतर अधिकाऱ्यांप्रमाणे अत्यंत पाशवी वागणुकीचं प्रदर्शन केलं! माझ्या मनाला त्या दिवशी जो जबरदस्त धक्का बसला त्याचं वर्णन करणं केवळ अशक्य आहे.

वैद्यकीय पेशाच्या एका माणसानं इतक्या खालच्या पातळीवर यावं, हे कुणाला सांगूनही खरं वाटणार नाही; पण त्या जपानी डॉक्टरनं ते केलं. त्या दिवसापासून माझ्या मनावर डॉक्टरांविषयी एकूणच दहशत बसली. जी पुढील आयुष्यातही कायम राहिली. आजार सहनशक्तीच्या पलीकडे गेला तरच नाईलाजास्तव मी एखाद्या डॉक्टरची मदत घेत असे.

हे डॉक्टर महाशय त्या सप्त समुद्राच्या घरी येण्याच्या आधी काही दिवस मागील व्हरांड्यातील एका खोलीत आम्हा मुलींच्या वैद्यकीय तपासणीची यंत्रसामुग्री आणून ठेवली गेली होती. यापुढे आमची शारीरिक तपासणी केली जाणार होती. पण त्यामागे आमच्या आरोग्याच्या काळजीचा हेतू नव्हता, तर आम्हाला काही गुप्त रोगांची लागण झालेली नाही ना, हे जाणण्याचा हेतू होता. आमच्यामुळे जपानी सेनाधिकाऱ्यांच्या जिवाला काही धोका निर्माण झाला असता तर ते देशाच्या दृष्टीनं महागात पडलं असतं ना!

इतके दिवस आम्ही बलात्कारासारख्या हीन अनुभवाला सामोऱ्या जातच होतो; पण आता तर वैद्यकीय तपासणीच्या नावाखाली आणखी एका लाजिरवाण्या प्रसंगाला तोंड द्यावं लागणार होतं. माझ्यावर प्रत्यक्ष डॉक्टरनंच बलात्कार केला असल्यामुळे डॉक्टरांवरचा आमचा विश्वास उडालेलाच होता. त्यामुळे सुरक्षितता म्हणून आमच्यापैकी एक जण तपासणीच्या वेळी मैत्रीण म्हणून तपासणीखोलीत हजर राहू लागली. माझ्यावर ती वेळ आली तेव्हा पुन्हा एकदा त्याच डॉक्टरपुढे वेगळ्या कारणासाठी का होईना पण जाण्याची वेळ आली, तेव्हा शरमेनं मला मेल्याहून मेल्यासारखं झालं. तपासणीच्या निमित्तानं त्याचं आमच्या निवासस्थानी नेमानं येणं सुरू झालं. आणि प्रत्येक वेळी त्यानं माझ्याशी गैरवर्तन केलं. जणू, पहिल्या वेळी मी केलेल्या अपमानाचा हिशोब दामदुपटीनं तो वसूल करत होता.

तपासणीच्या बाबतीत सर्वांत वाईट गोष्ट कोणती असेल तर ती म्हणजे या खोलीला दरवाजाच नव्हता. आम्हाला आणखी लाजिरवाणं वाटेल असं वर्तन जपानी लोक करत असत. काहीजण मुद्दाम खोलीच्या दारापाशी उभे राहून हा सर्व तमाशा बघत असत. डॉक्टर त्यांना खोलीत येण्याची परवानगीही देत असत. बलात्काराइतकाच हाही प्रकार आमच्या दृष्टीनं घृणास्पद होता.

माझ्या दृष्टीनं अपमानाची, लाजिरवाणेपणाची ही सर्वांत खालची पातळी होती. आयुष्यात मला पहिल्यांदाच, स्वानुभवाच्या बळावर, येशू ख्रिस्ताच्या आयुष्यातील अखेरच्या घटनांची कल्पना करता आली. त्यालाही भर वस्तीत विवस्त्र करण्यात आलं होतं. वैद्यकीय तपासणीनंतर प्रत्येक वेळी मी माझ्या खोलीत जाऊन त्या प्रसंगाविषयीची प्रार्थना वाचली. त्याला क्रॉसवरचं दहावं स्थानक (Tenth Station of the Cross) असं नाव आहे.

बळी देण्याच्या स्थानी येशू ख्रिस्ताला आणलं गेल्यानंतर त्याला क्रुसावर चढवण्याची सिद्धता सुरू केली जाते. त्याच्या रक्तबंबाळ शरीरावरचे कपडे ओरबाडून काढले जातात. तो पवित्रतम आत्मा लोकांसमोर उभा असताना जनसामान्य त्याच्याकडे अतिशय गलिच्छ नजरांनी बघत असतात.

मी प्रार्थना म्हणत असे, "परमेश्वरा, हे लोक मला पूर्णपणे विवस्त्र करू शकतात, माझ्याजवळची सर्व चीजवस्तू ते लुबाडू शकतात, माझी अवहेलना करू शकतात, छळ करू शकतात, माझ्या तरुण आयुष्याचा सर्वनाशही करू शकतात. माझं म्हणून जे जे काही आहे – माझं तारुण्य, माझं स्वातंत्र्य, माझी धनदौलत, माझं कुटुंब, माझा आत्मसन्मान, माझं स्वत्व – ते ते सगळं हे लोक माझ्यापासून हिरावून घेऊ शकतात. फक्त एका गोष्टीवर त्यांना हात घालता येणार नाही – माझं तुझ्यावर असलेलं प्रेम, तुझ्यावर असलेला विश्वास. ही एक गोष्ट केवळ माझीच आहे. माझं सर्वांत मोठं वैभव, जिच्यावर कुणाला नजरही टाकता येणार नाही.'

शांतिदूत इसायिहाच्या सोबत मी प्रार्थना म्हणत असे, ‘माझ्या आयुष्यातील सर्व दु:खद प्रसंगांसाठी, अडीअडचणींसाठी मी तुला आयुष्यभर धन्यवाद देत राहीन, (इसायिहा १८:१५) तुझं स्मरण करत राहीन.’

***

दुसऱ्या जागतिक युद्धादरम्यान जपाननं डच वसाहत असलेल्या ईस्ट इंडीजवर ताबा मिळवला, आपला अंमल बसवला. या संपूर्ण काळत मला केवळ एकच जपानी माणूस असा भेटला; जो अत्यंत सभ्य गृहस्थ होता. सप्त समुद्राच्या निवासस्थानातील त्या तीन महिन्यांच्या वास्तव्यात, काही काळापुरता केवळ त्याच्यामुळेच मला मोकळा श्वास घेता आला.

माझी थोरली बहीण ॲलिन अजूनही सेमारांगमध्येच रहात होती. नेदरलँड्स इंडीज रेल्वेज (NIS) मधील तिची नोकरी जपान्यांसाठी महत्त्वाची असल्यामुळे ॲलिन सुरक्षित होती. तिच्याप्रमाणेच आणखी काही युरोपीय लोकांना – जर्मन, फ्रेंच आणि डचदेखील – जपान्यांनी छळछावणीत टाकलेलं नव्हतं. अर्थात त्यांचंही आयुष्य खडतरच होतं. आमच्यापेक्षा थोडं कमी खडतर होतं इतकंच. काही काळानंतर त्यांनाही अटक करून छावणीत पाठवण्यात आलं.

एकदा मी हसनला विचारलं, “माझी बहीण ॲलिन, सेमारांगमध्ये रहाते. तिच्यासाठी एक पत्र घेऊन जाशील का?” काम जोखमीचं होतं.कारण ते उघडपणे करणं शक्य नव्हतं. पकडला गेला असता तर हसनला आपल्या जिवाला मुकावं लागलं असतं; पण तरीही हसन तयार झाला, कारण त्याला युरोपियन मुलींबद्दल – नोन्नी, ब्लांडाबद्दल (nonni, blanda) फार वाईट वाटत असे. मला काहीतरी मदत करावी असं त्याला वाटत होतं. त्याच्या हातात पत्र ठेवताना मी त्याचं मनापासून आभार मानले आणि म्हटलं, “माझी बहीण तुला त्याबद्दल छानसं बक्षीस देईल.” कृतज्ञतेचं हसू त्याच्या चेहऱ्यावर मला स्पष्ट दिसलं, कारण जपानी अधिपत्याच्या काळात स्थानिक लोकांची आर्थिक परिस्थिती बिकटच झाली होती.

माझं पत्र वाचून ॲलिन पार कोसळल्यासारखी झाली. जो भोग माझ्या वाट्याला आला होता, त्याविषयी मी सविस्तरपणे तिला लिहिलं होतं. मला मदत करण्याच्या दृष्टीनं तिच्या डोक्यात विचारचक्रं फिरू लागली. त्या वेळी ती एका जर्मन जोडप्याबरोबर रहात होती. तो जर्मन माणूस डॉक्टर होता. पूर्वी ॲलिननं रेड क्रॉस या संस्थेत परिचारिका म्हणून काम केलेलं होतं आणि आत्ताही गरज पडेल तेव्हा ती त्या जर्मन डॉक्टरला मदत करत होती. रेल्वेमध्ये काम करत असताना तिची काही जपानी लोकांबरोबरही ओळख झालेली होती.

कुणाची मदत घ्यावी असा प्रश्न तिला पडला. जपानी माणसावर विश्वास टाकावा की टाकू नये, हाही विचार तिच्या मनात आला.

तिला एका जपानी माणसाविषयी विश्वास वाटला. त्याचं नाव योजी होतं. आपल्या बहिणीची गोष्ट ॲलिननं त्याला सांगितली तेव्हा त्याला फार मोठा धक्का बसला. 'मी तुमच्या बहिणीला मदत करेन' असं आश्वासन त्यानं ॲलिनला दिलं, 'मी तिथे जाईन आणि तुमच्या बहिणीबरोबर सगळी रात्र घालवेन, त्यामुळे त्या रात्री तरी तिची बलात्कारापासून सुटका होईल.'

योजीनं ॲलिनला युक्ती सांगितली. पुन्हा एकदा हसनच्या मदतीमुळे मला ॲलिनचं पत्र मिळू शकलं.

ॲलिननं दिलेल्या भेटवस्तू मला दाखवताना हसनचा चेहरा आनंदानं फुलला होता. "तुमची बहीण तुमच्यासारखीच दिसते, फार दयाळू आहे." असं म्हणत त्यानं मला ॲलिननं माझ्यासाठी दिलेलं पत्र दिलं. पाकिटावरचं ॲलिनचं अक्षर पाहूनच माझ्या डोळ्यांत अश्रू उभे राहिले. पत्र वाचण्यापूर्वी मी ते प्रेमानं माझ्या छातीजवळ धरलं. त्याक्षणी वाटलं, मी ॲलिनलाच मिठी मारते आहे – प्रत्यक्षात ती माझ्यापासून किती दूर होती हे मला ठाऊक होतंच. तरीही त्या क्षणी मला दुःखाचा फार मोठा भार कमी झाल्यासारखा वाटला. कारण आता तिला माझ्यावरील संकटाची कल्पना तरी आलेली होती. पत्रात तिनं योजीचा उल्लेख करून तो मला लवकरच येऊन भेटेल असंही लिहिलं होतं.

हसननं मला आणखी एक पुडकं काढून दिलं. आपल्या खिशात दडवून त्यानं ते माझ्यापर्यंत आणलं होतं. त्यामध्ये ॲलिननं माझ्यासाठी पाठवलेली औषधं – हिवतापावरच्या क्विनाइनच्या गोळ्या होत्या. एक छोटा साबण होता. त्या काळात आम्हाला साबणही हव्या तितक्या प्रमाणात मिळत नसे. त्याव्यतिरिक्त एक रविवारी काढलं जाणारं चर्चचं एक वार्तापत्रही होतं. त्याच्या पहिल्या पानावर तिनं लिहिलं होतं, 'ख्रिस्ताच्या क्रूसाला घातलेलं साकडं (The Call to the Cross of Christ)'

त्यानंतरच्या पानावर तिनं डच भाषेत जे शब्द लिहिले होते, त्यांचा अर्थ असा होता – 'रात्रंदिवस मी कायम तुझ्यासोबत आहे. माझ्या सर्व शक्तिनिशी मी ईश्वराची प्रार्थना करते की त्यानं आपल्याला मदत करावी.' आजही ते वार्तापत्र मी जपून ठेवलं आहे. त्या दुःखद काळात ॲलिनच्या त्या शब्दांनी माझ्या मनावर फुंकर घातली होती. त्याचं मोल माझ्यासाठी कधीच कमी होणार नाही. रोज रात्री प्रार्थनेच्या वेळी मी ती प्रार्थनाही म्हणते.

त्या दिवशी संध्याकाळ झाली तेव्हा मी अधीरतेनं योजी नावाच्या माणसाची वाट पाहू लागले. 'आपण त्याला ओळखणार कसं?' हा प्रश्न माझ्या मनात

वारंवार येत होता. इतक्यात कुणीतरी माझ्यासाठी निरोप आणला, 'एक माणूस तुझी चौकशी करतोय.' हा माणूस योजीच असेल ना, की आणखी कुणीतरी गिऱ्हाईक असेल? माझं मन थरथरलं. इतक्यात एक मध्यम बांध्याचा, सर्वसामान्य जपानी लोकांपेक्षा सावळा वाटणारा जपानी पुरुष माझ्या दिशेनं येतान मी पाहिला. त्याच्या चेहऱ्यावरचा मित्रत्वाचा भाव बघून माझं मन काहीसं शांत झालं. त्याचे केस दाट आणि काळेभोर होते. 'हा योजीच असणार' मी मनात म्हटलं. ती रात्र तरी मी त्याच्यामुळे सुरक्षितपणे जगू शकणार होते. माझ्या मनावरला काळजीचा भार एकाएकी उतरल्यासारखा झाला. शरीरही पिसासारखं हलकं वाटलं मला.

योजीचा शांत चेहरा मी कधीही विसरू शकणार नाही. त्यानं दिलेला मानसिक आधार अगदी थोड्या काळापुरता मर्यादित असला तरी माझ्या दृष्टीनं लाखमोलाचा होता. मी त्याला माझ्या खोलीत घेऊन गेले. त्याच्या नजरेत मला लाजाळूपणा, गोंधळलेला भाव दिसला. खोलीत शिरताना त्याला फार विचित्र वाटत असावं, हे माझ्या लक्षात आलं. माझ्यासाठी योजी खरोखरच एक देवदूतच होता!

माझ्यावर आणि माझ्या मैत्रिणींवर होणाऱ्या जपानी सेनाधिकाऱ्यांच्या अत्याचारांची वर्णनं ऐकल्यावर योजीनं शरमेनं मान खाली घातली. आमचे हाल, आमची विटंबना तो समजू शकत होती, असं मला त्याच्या अविर्भावावरून वाटलं. खरं म्हणजे जपानी अधिकाऱ्यांच्या वर्तणुकीसाठी योजीनं माफी मागण्याची काही गरज नव्हती. तरीपण आपल्या देशबांधवांच्या लज्जास्पद वागणुकीसाठी त्यानं माझी क्षमा मागितली आणि मला आश्वासन दिलं, 'आजची सबंध रात्र मी, तुमच्याबरोबर या खोलीत असेन. तुम्ही निर्धास्त रहा.' मी मनापासून त्याचे आभार मानले.

आम्ही थोडा वेळ बोलत बसलो. परस्परांची भाषा माहीत नसूनही आमच्यात संवाद कसा काय घडू शकला, ह्याचं मला अजूनही आश्चर्य वाटतं; पण तो घडला खरा. कधी शब्दांद्वारे, कधी हावभाव, हातवाऱ्यांच्या साहाय्यानं आणि कधी चित्राकृतीच्या माध्यमाद्वारे आम्ही काही काळ तरी 'बोलू' शकलो.

'उरलेला वेळ करायचं काय?' असा प्रश्न मी स्वतःलाच विचारला आणि मला आठवण झाली, आपल्याकडे पत्ते आहेत! आम्ही एकमेकांना काही खेळ शिकवले आणि त्याहून महत्त्वाचं काय असेल, तर मी त्याला ख्रिश्चन धर्माची माहिती दिली! त्याच्यासोबत मी परमेश्वराचे आभार मानले, कारण कितीतरी दिवसांनी मला त्या रात्री सुखाची झोप लाभू शकणार होती.

"तुम्ही पलंगावर झोपा, मी खाली जमिनीवर झोपेन," मी योजीला म्हटलं तेव्हा त्या सद्‌गृहस्थानं स्वतःच जमिनीवर झोपायचा आग्रह धरला.

मच्छरदाणी गादीखाली खोचून मी गादीवर आडवी झाले. उशीवर माझं डोकं

टेकलं अन् पहिल्यांदाच मला माझ्या गात्रागात्रातला विलक्षण थकवा तीव्रतेनं जाणवला. दुसऱ्या दिवशी सकाळी, एक शब्दही न उच्चारता योजी शांतपणे निघून गेला. तेव्हा मी प्रार्थना केली, 'देवा, आजची रात्रही योजीच माझ्याकडे येऊ दे.'

माझी प्रार्थना देवानं खरोखरच ऐकली असं म्हटलं पाहिजे. पुढल्या आठवड्यातले सगळे दिवस योजीच माझ्याकडे आला. केवळ एकच हेतू मनात ठेवून – माझी रात्र सुखात जावी. त्या वेळी हा सगळा वेळ – विशेषत: संध्याकाळपासून रात्री झोपेपर्यंत – करायचं काय, हा प्रश्न लहानपणीचे वेगवेगळे खेळ खेळून सोडविला. ज्यामध्ये भाषेची आवश्यकता नसायची. गोळे आणि फुल्या मारायचा अगदी बाळबोध खेळही आम्ही खेळलो. योजीमुळेच ॲलिन मला व मी तिला पत्र पाठवू शकलो. ॲलिननं माझ्या इतर मैत्रिणींसाठीही काही छोट्या भेटवस्तू पाठवल्या. त्या काळ्याकुट्ट अंधाऱ्या रात्रींना उजाळणारा एकमेव किरण म्हणजे ॲलिन, असंच मला वाटत आलं आहे.

माझ्याप्रमाणेच लिअेसलाही काही काळापुरता एक 'रक्षणकर्ता' लाभला. हा जपानी माणूस ख्रिश्चन होता आणि काही काळ तो अमेरिकेत राहून आला होता. स्वत:ची कर्मकहाणी लिअेसनं त्याला ऐकवली. त्याला तिची फार दया आली. त्यानंतर त्या सज्जन माणसानं अनेक वेळा भेटी देऊन लिअेसची काही रात्रींसाठी तरी बलात्कारापासनं सुटका केली.

माझ्या दुर्दैवानं योजीला आमच्या निवासस्थानी येणं थांबवावं लागलं. रोज संध्याकाळी कुंटणखान्यात जातोस अन् सगळी रात्र तिथेच काढतोस, असले शेरे त्याचे मित्र त्याला ऐकवू लागले. विशेषत: त्यानं एकदाही माझ्या अंगाला साधा स्पर्शही केलेला नसताना असले ओंगळ ताशेरे ऐकणं त्याला त्रासदायक वाटू लागलं व तो यायचा थांबला. अचानक, काही सांगता न सवरता योजी येईनासा झाला, तेव्हा मला वाईटही वाटलं व आश्चर्यही; पण त्याबाबत काहीच करणं मला शक्य नव्हतं.

योजीच्या संध्याकाळच्या भेटीमुळे माझ्या रात्री सुरक्षितपणे गेल्या तरी दिवसा मला त्या नरकयातनांना सामोरं जावंच लागे. खरं म्हणजे, जपानी लोकांना दिवसभरात आमच्याबरोबर केवळ गप्पागोष्टी करण्याची परवानगी होती; पण त्यांनी सभ्यतेचे सगळे संकेत धुडकावून लावले तरी त्यांना जाब विचारणारं कुणीच नव्हतं. पुन्हा एकदा मी हसनची मदत घ्यायचं ठरवलं. मी त्याला योजीच्या न येण्याचं कारण विचारायला ॲलिनकडं पाठवलं. हसनचा अशा प्रकारे उपयोग करण्यात त्याच्या जिवाला धोका होता ह्याची मला जाणीव होती, तरीही मी ते धाडस केलं. इतर काही तुकड्यांबरोबर योजीची रवानगी सेमारांगच्या बाहेर करण्यात आल्यामुळे तो मला भेटायला यापुढे येऊ शकणार नाही, असं

ॲलिननं मला कळवलं.

योजीचे माझ्यावरचे उपकार मी कधीच विसरणार नाही. रोज सकाळी मी प्रार्थनेतून त्याला धन्यवाद देत होतेच. तरीही माझा काही निरोप न घेता त्याला जावं लागलं. त्याचे मी शेवटचे आभार प्रत्यक्षपणं मानू शकले नाही याचं मला खूप वाईट वाटत राहिले.

* * *

एक महिना संपला, दुसरा महिना संपत आला, तसा आम्हा मुलींचा धीर सुटत चालला. आमच्या तब्येतीवर त्या जीवघेण्या अत्याचारांचा परिणाम स्पष्ट दिसू लागला. बहुतेक जणी पहिल्यापेक्षा बारीक दिसू लागल्या. आम्हाला आता जेवणखाण नकोसं वाटू लागलं. सतिनाह आपल्या परीनं निरनिराळे पदार्थ करून आम्हाला खाऊ घालत असे; पण आमची अन्नावरची वासनाच उडाल्यासारखी झाली होती. सतिनाह आणि हसन त्या घरात आमची काळजी घ्यायला नसते तर मी विचारही करू शकत नाही, की आमची आणखी कशी अवस्था झाली असती! ती दोघं हसतमुखानं आम्हाला हवं नको ते पुरवत असत आणि काही वेळा जपान्यांपासून लपून बसायलाही मदत करत असत. अनेक वेळा सतिनाहनं आम्हाला तिच्या खोलीत लपायला परवानगी दिली, तर हसननं शोध घेणाऱ्या जपान्यांना मुद्दामच चुकीचं मार्गदर्शन केलं. आम्ही आता पार थकून गेलो होतो. आमची मानसिक अवस्था दयनीय झाली होती. जमेल तितक्या वेळेला आम्ही वरिष्ठ अधिकाऱ्यांच्या कानावर आमचा निषेध घालत होतो; पण त्यांना कशाचंच सोयरसुतक नव्हतं.

सुरुवातीला आम्ही एकमेकींना आधार द्यायचो, धीर द्यायचो; पण काही दिवसांनंतर आम्हाला तेही शक्य होईनासं झालं. कसाबसा स्वत:चा मानसिक व शारीरिक तोल सांभाळत आम्ही दिवस काढत राहिलो. माझ्यापुरतं बोलायचं झालं तर माझी अटळ श्रद्धा, नित्यनेमानं केलेली प्रार्थना आणि माझा पाठीराखा परमेश्वर या सगळ्यांमुळं माझं मनोधैर्य टिकून राहिलं. कधीही मी परमेश्वराला असा प्रश्न विचारला नाही, 'देवा, का हे संकट माझ्यावर कोसळलं? माझ्यावरच का?' मनात एक विश्वास होता की हा ईश्वरी योजनेचा एक भाग आहे. माझ्यावर कोसळलेल्या संकटांनी मला आत्मबळ दिलं. शिवाय माझा परमेश्वरावरचा विश्वास अधिकच दृढ झाला. मला जेव्हा पूर्णत: लुटण्यात आलं, माझ्याजवळ आपलं म्हणावं असं काहीही उरलं नाही, तेव्हा माझ्याजवळ फक्त माझा परमेश्वरच होता. पूर्वी कधीही भासली नाही इतकी त्याची मला त्या काळात साहाय्यता भासली. मी माझा सगळा भार त्याच्यावर टाकला. माझ्या ह्या दृढ श्रद्धेमुळेच मी त्याच्या

अधिकाधिक जवळ जाऊ शकले. सर्वसामान्य संसारी माणसांना संकटाचा सामना करताना ही जाणीव होत नसते; पण त्या हतबल अवस्थेत मला ईश्वरी प्रेमाचा, शक्तीचा साक्षात्कार झाला, असं मी म्हणू शकते.

हे सर्व खरं असलं तरी उगवणारा प्रत्येक दिवस आमच्या दृष्टीनं वेदनादायीच होता. कारण आमच्यावर रोज ओढवणारं मरण आम्ही डोळ्यांनी पाहत होतो. आमच्या शरीरावर होणारे अत्याचार दिवसेंदिवस वाढतच चालले होते आणि आम्ही हताशपणे ते सहन करत होतो. लपण्याच्या सगळ्या जागा आता संपल्या होत्या, सर्व खेळ, सर्व युक्त्या वापरून झाल्या होत्या. किती जणांनी आमच्या शरीराचा विचका केला होता! आज मला त्यांपैकी एकाही जपानी माणसाचा चेहरा आठवत नाही. आठवतात ते फक्त त्यांचे आडदांड देह अन् त्यांचे विचित्र चाळे!

या काळात माझं सगळं शरीर जखमांनी भरल्यासारखं झालं. माझं अंगन्‌अंग वेदनांनी ठणकत असे. पण निमूटपणे सहन करणं हा एकच मार्ग होता.

माझी आई आणि माझ्या बहिणींची मला फार तीव्रतेनं आठवण येत असे. मला युद्धछावणी सोडावी लागली त्या वेळी माझ्या आईची तब्येत अतिशय खालावलेली होती. तिचं काही बरंवाईट झालं तर? माझ्या धाकट्या बहिणी आईशिवाय कशा जगू शकतील?– हे विचार माझं मन पोखरत असत. पण हेही खरं होतं की माझा देवावरला विश्वास अढळ असल्यामुळं माझं अंतर्मन मला ग्वाही देत रहायचं की आम्ही सर्व परत एकदा निश्चितपणे भेटू. माझे आईवडील पुन्हा एकदा एकत्र आलेत, आम्ही भावंडं आणि आईवडील असं सगळं कुटुंब सुखानं एकत्र रहात आहोत, असं चित्र कित्येकदा मी डोळ्यांसमोर आणत असे. कदाचित या सुखस्वप्नानंही मला त्या कठीण काळात जगण्याची उभारी दिली असेल. आणि असंही वाटलं की, माझं बालपण एका सुखीसमाधानी कुटुंबात गेलं असल्यामुळे मला अंबारावातील छळछावणीत आणि सप्त समुद्राच्या कुंटणखान्यात कठीण दिवसांना धैर्यानं तोंड देता आलं.

कसाबसा आला दिवस आम्ही मुली ढकलत होतो, सुटका होण्याची आतुरतेनं वाट पाहात होतो. पण माझी ग्रहदशा संपली नसावी. एक वेळ अशी येऊन ठेपली की, इथे येऊन दोन महिने झाले असतील नसतील तोच माझ्या लक्षात आलं की मी गरोदर आहे. माझी मासिक पाळी चुकली होती. तसं पाहिलं तर ही टांगती तलवार डोक्यावर घेऊनच आम्ही मुली तिथे रहात होतो. दुसरी प्रचंड भीती गुप्तरोगाची लागण होण्याची होती. जपानी अधिकाऱ्यांनी त्या दृष्टीनं खबरदारी घ्यावी अशी अपेक्षा होती; पण त्यांच्यापैकी कित्येक जण त्या बाबतीत बेपर्वा होते. हे नवीन संकट आपल्यावर कोसळलंय, या विचारानं माझ्या पायाखालची वाळू सरकल्याचा भास मला झाला. पहिल्या रात्रीतल्या शारीरिक संबंधातूनच हे घडलं आहे, असं

मला वाटू लागलं; कारण त्या रात्री एकामागोमाग एक असे अनेक बलात्कार माझ्यावर घडले होते. माझ्या तोंडचं पाणी पळाल्यासारखं झालं. युद्धाअखेर माझ्या पदरात एका जपानी मुलाचं मातृत्व पडलं तर मी करायचं काय, उभं आयुष्य जगायचं कसं, माझ्या सगळ्या आयुष्याचीच त्यामुळे राखरांगोळी होईल, असे भयानक विचार माझ्या मेंदूचा भुगा करू लागले. वास्तविक पाहाता, ईश्वरसेवेसाठी स्वतःला वाहून घ्यायचा विचार, नव्हे निर्धार, मी केला होता आणि आता तर हे भयानक संकट माझ्यावर ओढवलं होतं! लोकांना कळलं तर ते माझ्याबद्दल भलतीच कल्पना करतील असंही मला वाटलं. अशा नकोशा अपत्याबद्दल मला कधी प्रेम तरी वाटू शकेल का? प्रश्नांच्या आवर्तनांत मी इतकी भोवंडल्यासारखी झाले की मला झोपही येईना. रात्रभर रडूनरडून माझे डोळे सुजले. शेवटी, नेहमीप्रमाणे ह्याहीं वेळी मी परमेश्वरावर माझा भार सोपवला. काही झालं तरी तो मला याही संकटातून बाहेर काढेल, या विचारानं माझ्या दुःखाचा भार हलका झाल्यासारखा वाटला. मी स्वतःला शांत केलं.

सकाळी नाश्त्याच्या वेळी मी माझ्या मनातली भीती इतर मुलींजवळ बोलून दाखवली. त्यांच्या प्रतिक्रियाही माझ्यासारख्याच होत्या. मला धीर देत, प्रेमानं त्यांनी मला बोलतं केलं. मनावरलं प्रचंड ओझं बोलूनच हलकं होईल, असं मलाही वाटत होतं. माझं बोलणं संपल्यानंतर सगळ्यांनी मला आपापल्या परीनं सल्ला दिला. शेवटी सर्वांचं मत असं पडलं की मी आमच्या जपानी रखवालदार महिलेला माझ्यावरील संकटाची कल्पना द्यावी. आम्ही तिला खूप घाबरून असायचो; पण ह्या प्रसंगी आम्हाला असं वाटलं की कदाचित ती मला सहानुभूती दाखवेल आणि पुन्हा एकदा माझी रवानगी युद्धकैद्यांच्या छावणीत केली जाईल.

खूप हिंमत करून मी तिला भेटायला तिच्या कचेरीत गेले. तिच्या कामात व्यत्यय आणल्यामुळे, तिनं काही काही चौकशी करण्यापूर्वीच प्रथम माझ्याकडं रागानं बघितलं. खोलीत शिरताच मी कमरेत लवून आदरपूर्वक तिला नमस्कार केला होता, तरीही तिनं पुन्हा एकदा मला अधिकच वाकायचा हुकूम केला. माझ्यावर कोसळलेल्या संकटाची मी थोडक्या शब्दात तिला कल्पना दिली. मी काय म्हणतेय ते तिच्या लक्षात आलं तेव्हा काही न बोलता ती खोलीतून बाहेर गेली आणि एक गोळ्यांची बाटली घेऊन आली. माझी सुटका करण्याचा सोपा उपाय तिला ठाऊक होता. माझ्या डोळ्यांसमोर बाटली हलवत तिनं मला हात पुढे करायला सांगितलं आणि माझ्या ओंजळीत काही गोळ्या ओतल्या. एक शब्दही न उच्चारता!

त्या कसल्या गोळ्या होत्या ते मला समजलं नाही, तरी त्यांचा परिणाम काय होणार होता, ते उघड होतं. मी जोरात नकारार्थी मान हलवली. मला भ्रूणहत्या

करायची नव्हती. नकोशा, घृणास्पद, संबंधातून निर्माण झालेल्या जिवालाही मला मारायचं नव्हतं. त्या क्षणी माझ्यातली मातृत्वभावना जिवंत झाली. माझ्या शरीरात एक जीव वाढत होता. माझ्या दृष्टीनं तो अमूल्य होता; नकोसं असलं तरी ते माझं मूल असणार होतं. मी नकार देत राहिले; पण या वेळीही मी हतबल ठरले. तिनं जबरदस्तीनं मला त्या गोळ्या गिळायल्या लावल्या. काही दिवसांनंतर मी मोकळी झाले अन् पुन्हा पूर्वीचाच भोगवटा नशिबी आला. नंतर मला असं वाटलं की त्या हिवतापावरच्या गोळ्या असाव्यात. फार मोठ्या प्रमाणात त्यांचं सेवन केलं तर गर्भपात होऊ शकतो किंवा त्या घेणाऱ्या व्यक्तीचाही मृत्यू ओढवू शकतो.

माझ्यावर त्या गोळ्यांचा कोणताही घातक परिणाम झाला नाही, याबद्दल मी परमेश्वराचे आभार मानले. गर्भपातानंतर मला एका आठवड्याची विश्रांती मिळेल का असं मी त्या रखवालदार स्त्रीला विचारलं, तेव्हा तिनं सपशेल नकार दिला. मी पुन्हा पूर्वस्थितीला आले होते. त्यामुळे मी स्वत:ला कामाला जुंपून घेणं तिच्या दृष्टीनं आवश्यकच होतं!

* * *

घरामागील व्हरांड्यात काही वेताच्या आरामखुर्च्या ठेवलेल्या होत्या. आम्हाला कधी वेळ मिळाला तर आम्ही मुली इथे बसून गप्पा मारत असू. झोपण्याच्या खोल्यांपासून हा भाग दूर असल्यामुळेदेखील आम्हाला मानसिकदृष्ट्या सुरक्षित वाटायचं. डॉली आणि इव्हॉन बहुतेक वेळा आमच्यापासून दूरच असायच्या; पण एक दिवस मात्र आमच्या गप्पांमध्ये त्याही सामील झाल्या.

गप्पांच्या ओघात डॉलीनं आम्हाला व्यावहारिकदृष्ट्या एक मोलाचा सल्ला दिला, ''मी तुम्हाला एक गोष्ट सांगू का? या जपानी पुरुषांपैकी कुणातरी एकालाच प्रियकर – जिंता (tjinta) म्हणून आपल्या जाळ्यात ओढा. जो माणूस तुमच्याशी ठीक वागेल, त्रास देणार नाही, अशा माणसाला आधी हेरा. मग गोड बोलून त्याला वश करून घ्या. थोडं प्रोत्साहन दिल्यासारखं केल्यावर तो रोज तुमच्याकडे येण्याची मागणी करेल. आपल्यासाठी कुणा एकाच पुरुषाला खूश ठेवणं केव्हाही चांगलं. रोज नव्या संकटाला सामोरं जायला नको.''

डॉली आणि इव्हॉनला मी नेहमीच कुणा ना कुणा जपानी अधिकाऱ्याबरोबर प्रेमाचे चाळे करताना पाहत असे. त्यांच्याशी त्या दोघी हसूनखिदळून बोलत असत, त्यांच्याबरोबर गप्पा, विनोद करत असत. जणू काही त्यामध्ये त्यांना मजा, आनंद वाटत असावा. त्यांचं वागणं मला घृणास्पद वाटत असे म्हणूनही असेल, पण त्यांनी दिलेला सल्ला व्यावहारिकदृष्ट्या फायद्याचा असला तरी मी तो अमलात आणला नाही.

कोणत्याही कारणासाठी का असेना, मला शत्रूबरोबर प्रेमाचं नाटक करायचं नव्हतं!

* * *

किती काळ आम्ही त्या कुंटणखान्यात काढला असेल, मला नक्की सांगता येणार नाही; पण कमीतकमी तीन महिने तरी हा भयानक भोगवटा आमच्या वाट्याला आला असावा. जसेजसे दिवस जात होते. तसेतसे अधिकाधिक मोठ्या संख्येनं जपानी सेनाधिकारी आमच्या निवासस्थानी येऊ लागले. आता तर दिवस वा रात्र असा काही धरबंधच त्यांच्या येण्याला राहिला नव्हता. त्यामुळे आमची दिवसासुद्धा सुटका नसे. किती दिवस आपण या प्रकारे तग धरू शकू? आम्ही सगळ्याजणी हाच प्रश्न स्वत:ला व एकमेकींना विचारू लागलो. सततच्या बलात्कारांमुळे आमच्या शरीराची तर दैना होत चाललीच होती; पण आमची मनंही घायाळ होत होती.

एका संध्याकाळी – दिवेलागणीच्या सुमारास – मी व्हरांड्यात बसले होते. हसन हलक्या पावलांनी तिथे आला आणि त्यानं व्हरांड्यातले दिवे लावले. त्याबद्दल मी त्याचे आभार मानले. रातकिड्यांची किरकिर चालू होती. दिव्याचा प्रकाश जाणवताच छोट्या छोट्या पाली भिंतीवर सरपटू लागल्या. किडे पकडण्यासाठी बेडूकही व्हरांड्यात टणाटण उड्या मारू लागले. ह्या सर्व प्राण्यांच्या हालचालींचा अर्थ रात्रीची वेळ होत आलीय, हाच होता. माझ्या लहानपणी हे सगळे आवाज माझ्या किती जवळिकीचे वाटायचे, ते ऐकताना आनंद वाटायचा. आता मात्र, त्या आवाजांचा संबंध येणाऱ्या रात्रीशी असल्यामुळे पुढ्यात काय वाढून ठेवलंय एवढा एकच विचार मनात आला. अन् माझ्या सर्वांगातून पुन्हा भीतीची शिरशिरी उठल्यासारखी वाटली.

माझ्या मांडीवर एक छोटी वही होती. तिच्यात मी माझ्या मैत्रिणींची – लिअेस, गर्डा, मिअेप, एल्स, बेट्टी आणि ॲनी – रेखाचित्रं काढली होती. या मैत्रिणींची आठवण मला चित्रांच्या रूपानं कायम जवळ बाळगायची होती. केवळ रुमालांवरील नावांच्या रूपानं नाही. आमच्यातली मैत्री, प्रेमाचे, जवळिकीचे बंध हा माझ्या दृष्टीनं एक अनमोल ठेवा होता. आता माझ्याजवळ त्या चित्ररूपानंही रहाणार होत्या. माझ्या दृष्टीनं तरी त्यांची रेखाचित्रं पुष्कळशी त्यांच्यासारखी जमली होती. या सगळ्या मैत्रिणींनी आपापल्या पद्धतीनं माझ्या मनात स्वत:चं असं एक वेगळं स्थान निर्माण केलेलं होतं. खरं सांगायचं तर आमच्यातली प्रत्येक मुलगी इतर सगळ्या मुलींना काही ना काही देतच होती – आधार, मैत्री, प्रेम, सहानुभूती;

पण आता मात्र आम्ही सगळ्याजणी पार थकून गेलो होतो.

या ना त्या मार्गानं आम्ही दिवस काढत होतो हेच खरं. मी आणि लिअेस जपमाळेच्या साहाय्यानं प्रार्थना करत असू. गर्डाची मानसिक स्थिती आता इतकी वाईट झाली होती की ती सतत अश्रू ढाळत बसलेली असे. मिअेप तर जवळजवळ बधिर अवस्थेतच होती. बेट्टीनं मनावरचा ताण हलका व्हावा म्हणून वेगळाच मार्ग शोधला होता – ती सतत क्रोशाच्या सुईनं छोटेछोटे रुमाल विणत असे. एल्स आणि ॲनी एकमेकींना नव्यानव्या खाद्यपदार्थांच्या कृती सांगून स्वत:चं मन रिझवत असत.

आणि एक दिवस अगदी आकस्मिकपणे आमच्या निवासस्थानातलं वातावरण पार बदलल्यासारखं झालं. जपानी अधिकाऱ्यांच्या हुकमांमध्ये पूर्वीची जरब जाणवेनाशी झाली. अचानकपणे अनेक वरिष्ठ जपानी अधिकारी येऊन कचेरीत बराच काळपर्यंत चर्चा करू लागले, मोठमोठ्या आवाजात ओरडल्यासारखे बोलू लागले. काहीतरी खलबत शिजत असावं, अशी दाट शंका आम्हाला येऊ लागली. एकदा आम्हालाही कचेरीत बोलावण्यात आलं. एका वरिष्ठ सेनाधिकाऱ्याला आम्हाला काहीतरी सांगायचं होतं. आम्ही कचेरीत गेलो तेव्हा तो गंभीर चेहरा करून बसून राहिला होता. बराच वेळ तो काहीच न बोलता बसला. फक्त त्याची नजर आमच्यावरून फिरत राहिली. त्या नजरेत तोच वखवखलेपणा जाणवला, जो गेल्या काही दिवसांत आम्ही अनेकदा अनुभवला होता. आपली वासना शमवण्यासाठी तो आमच्यापैकी एकीची शिकार करणार, अशी भीती मला वाटली.

माझा आत्तापर्यंतचा अनुभव असा होता की आम्हाला हुकूम देताना जपानी लोक साध्या भाषेत कधीच बोलत नसत; तर खेकसल्यासारखे ओरडत असत. या माणसानंदेखील त्याच पद्धतीनं आम्हाला सांगितलं, "सामानाची बांधाबांध करा. उद्या तुम्हाला इथून निघायचंय." बस्स! कुठे जायचंय, कशासाठी वगैरे माहिती देणं त्याच्या दृष्टीनं जरुरीचं नव्हतंच. आम्ही सगळ्याच जणी घाबरून गेलो. आता आणखी कोणतं नवं संकट आमच्यापुढं उभं राहाणार आहे, असा प्रश्न आमच्यासमोर उभा राहिला. आणखी एखाद्या, याहून भयानक जागी तर आम्हाला पाठवणार नाहीत ना, असंही आम्ही मूकपणं एकमेकींना विचारलं कारण सेमारांगमध्ये अनेक डच मुलींना अशाच कामासाठी जुंपण्यात आलं आहे, हे आम्ही ऐकून होतो. यापुढे आम्हाला वेगवेगळ्या ठिकाणी तर पाठवण्यात येणार नाही ना?– हीही भीती वाटली. कारण एकमेकींच्या आधारावरच आम्ही कशातरी जगत होतो.

दुसऱ्या कोणाकडून काही माहिती मिळण्याची शक्यता नव्हतीच. शेवटी, मी हसन व सतिनाहला आम्हाला मिळालेला हुकूम ऐकवला आणि त्याला ह्याविषयी अधिक काही माहिती आहे का ते विचारलं, "आम्ही दोघं पण उद्याच इथून जाणार

आहोत.'' इतकंच तो म्हणाला. मात्र इथून सुटका होतेय या विचारानं दोघांनाही आनंद झालेला दिसला. 'मी तुमच्या बहिणीला ही बातमी देऊ शकेन,' असं त्यानं मला सांगताच मी ॲलिनसाठी एक पत्र घाईघाईनं लिहिलं. 'आम्हाला हे जपानी लोक उद्या इथून दुसरीकडे हलवणार आहेत; पण कुठे, कशासाठी हे मात्र मी सांगू शकत नाही. कारण मलाही त्याबद्दल काही माहिती नाही.'

ॲलिनशी माझा तो शेवटचा संपर्क होता – युद्ध संपण्यापूर्वी!

* * *

दुसऱ्या दिवशी सकाळी आम्ही साश्रुपूर्ण नजरेनं हसन व सतिनाहचा निरोप घेतला. त्या दोघांनी आम्हाला जो प्रेमळ आधार दिला होता त्याबद्दल आमच्या मनात त्यांच्याविषयी नेहमीच कृतज्ञतेची भावना होती. त्यांना मिठी मारत मी 'सेलामत टिंगाल' – 'नमस्कार' असा निरोप दिला. पुन्हा आमची भेट होणार नाही, हे मला ठाऊक होतं.

जपानी सेनेचा एक ट्रक निवासस्थानाच्या प्रवेशदारापाशी येऊन उभा राहिला. धडधडत्या अंत:करणांनी आम्ही तिथून निघालो तेव्हा आम्हाला ठाऊक नव्हतं की आत्ताचा हा प्रवास आणखीन किती पल्ल्याचा आहे. या वेळी आम्हाला आगगाडीनं दोन दिवस खडतर प्रवास करावा लागला. गाडीनं सेमारांग स्थानक सोडताच सगळ्या डब्यांच्या खिडक्या पटापट बंद करण्यात आल्या. तेव्हा तर अक्षरश: भेदरलेल्या कोकरांसारखी आमची अवस्था झाली. गर्दीतली व्यवस्था फारच भयानक होती. दारंखिडक्या बंद असल्यामुळे आमचा जीव गुदमरत होता. आपण कुठे चाललोय तेही समजत नव्हतं, आम्हाला एका डब्यातून दुसरीकडं जाणं तर शक्य नव्हतंच; पण साधं संडासापर्यंतही जाणं शक्य नव्हतं. एक झाकण असलेली बादलीच आम्हाला या कामासाठी वापरायला दिली गेली.

गाडीतून आम्ही बोगोर या गावी पोहोचलो. पश्चिम जावामधील बटाव्हियाच्या (आत्ताचं जाकार्ता) दक्षिणेला तीस मैलांवर हे गाव आहे.

इथंही युद्धकैद्यांची एक छावणी होती. आम्हाला सेमारांगच्या कुंटणखान्यातून एकाएकी मुक्त का करण्यात आलं, याविषयी कोणतंही कारण जपान्यांनी दिलं नाही. पुन्हा एकदा आपण युद्धकैद्यांच्या छावणीत आलो आहोत हेच आमच्या दृष्टीनं सत्य होतं.

कुंटणखान्यातून आमची सुटका झाली या आनंदापुढे आम्हाला छळछावणीत राहाणं मुळीच त्रासदायक वाटणार नव्हतं.

मी माझ्या आईला भेटायला हॉस्पिटलमध्ये सुखरूप पोहोचले की नाही याची खात्री टॉम करीत होता. ही युद्धकाळातल्या प्रणयाची सुरुवात होती.

भाग ४
बोगोर आणि क्रॅमॅट

१९४४ च्या जून महिन्यात आम्ही बोगोरमध्ये पोहोचलो. या युद्धछावणीत प्रवेश करताच जपान्यांनी आम्हाला धमकीवजा सूचना दिली की आमच्या बाबतीत मध्यंतरीच्या काळात जे घडलं होतं त्याविषयी आम्ही चुकूनही वाच्यता करता कामा नये. तसं झाल्यास आमची आणि आमच्या कुटुंबियांची तोंडं कायमची बंद केली जातील. माझ्या मौनाची सुरुवात बोगोरमध्ये झाली ती अशा प्रकारे – माझ्यावर हे मौन लादलं गेलं आणि त्याच्या दडपणाखाली मी पन्नास वर्षं तोंडात मिठाची गुळणी धरली.

बोगोरमधलं आमचं वास्तव्य ज्या छावणीत झालं ते तात्पुरत्या स्वरूपाचं होतं. पूर्वीच्या डच लोकांची जी घरं जपान्यांनी काबीज केली, त्यांच्याभोवती तटबंदी बांधून त्यांचं रूपांतर युद्धछावणीत करण्यात आलं होतं. इथे आमच्यासारख्या इतर (तरुण) डच स्त्रियांना प्रथम आणण्यात आलं. त्यांनाही जपान्यांच्या कुंटणखान्यात काम करावं लागलं होतं. आमच्यासारख्या आणखी अनेक स्त्रिया पाहिल्यानंतरच आम्हाला जपान्यांच्या अक्षम्य गुन्ह्याची खरी कल्पना आली. मानवी हक्कांची किती मोठ्या प्रमाणात पायमल्ली करण्यात आली होती! शंभरहून अधिक डच मुलींना जपान्यांच्या वासना शमविण्यासाठी आपल्या देहाचे होम करावे लागले होते. माझ्या कितीतरी मैत्रिणी मला इथे भेटल्या. 'तुझीसुद्धा माझ्यासारखीच अवस्था झाली होती?' हा प्रश्न एकमेकींना विचारताना आमचे कंठ दाटून आले. माझ्या शाळेतील एका वर्गमैत्रिणिला मी इथे भेटले तेव्हा तर मी तिला दु:खातिशयानं मिठीच मारली.

तिकडे, अंबारावात आमच्यासारख्या बलात्कारपीडित मुलींच्या आयाबहिणींनाही आगगाडीत कोंबून दोन दिवसांच्या खडतर प्रवासानंतर बोगोर इथे आणण्यात

आलं. 'आपल्याला कुठे नेण्यात येतंय' याविषयी त्यांनाही पूर्णपणे अंधारात ठेवण्यात आलं होतं.

आम्ही तिथे पोहोचल्यानंतर दुसऱ्या दिवशी अनेक ट्रक छावणीच्या आवारात येऊन थांबू लागले. आमच्याबरोबर इथे आणखी कोण राहाणार आहे, या उत्सुकतेमुळे काही मुली बाहेर धावल्या, त्यामध्ये मीही होते. 'अगं, या तर आपल्या आया आहेत!' एक जण आनंदात चीत्कारली आणि आम्ही आनंदानं अक्षरश: उड्या मारू लागलो. एकामागून एक मुलगी आपल्या आईला आणि बहिणींना भेटू लागली, तेव्हा मनात काळजी करत मीही उभी होते. इतक्यात मला माझी आई आणि फिअेन व सेलेस्त या बहिणी आणखी एका ट्रकमधून खाली उतरताना दिसल्या अन् माझा जीव भांड्यात पडला. तो अत्यानंदाचा क्षण मी किती जिवापाड जपलाय माझ्या मनाच्या खोल तळाशी! आम्ही तिघी बहिणी त्या दिवशीच्या भेटीनं एका अलौकिक प्रेमबंधानं बांधल्या गेलो. आम्ही एकमेकींना इतकी घट्ट मिठी मारली की आम्हाला दूर व्हावंसंच वाटेना. मी माझ्या आईला मिठी मारली अन् पहिल्यांदा मला जाणवली ती तिची कृश देहयष्टी. माझ्या हातांना तिच्या हाडांचा स्पर्श जाणवला. सेलेस्तदेखील हडकलेलीच वाटली मला. माझ्या दोघी बहिणींना मी पूर्वी अंबारावात पाहिलं होतं त्यापेक्षा त्या आणखीनच वाळलेल्या दिसल्या.

कितीतरी वेळ आम्ही अश्रू ढाळत, एकमेकींना जवळ घेत तिथेच उभ्या राहिलो. आपण खरंच पुन्हा एकमेकींना भेटतोय ह्यावर आमचा विश्वासच बसत नव्हता. मला सर्वांत वाईट वाटलं ते माझ्या आईबद्दल. तिचं वजन कमालीचं कमी झालं होतं आणि केसही जवळजवळ पांढरे झाले होते. काळजीमुळे आणि छावणीतल्या खडतर जगण्यामुळे तिच्या डोळ्यांखाली काळी वर्तुळं निर्माण झाली होती. जुनाट, विटक्या वेशातली माझी आई कमालीची दयनीय वाटत होती. तिचं पूर्वीचं नीटनेटकं, छान कपड्यातलं रूप मला आठवलं अन् माझे डोळे पाण्यानं डबडबले.

नेहमीप्रमाणे सेलेस्तच्या हातात तिची बाहुली होतीच; पण मी निरखून पाहिलं तेव्हा माझ्या लक्षात आलं की ही तिची लाडकी बाहुली – जोलँडा नव्हती. मी तिला विचारलं, "तुझी जोलँडा कुठे गेली ग?" तिनं काही उत्तर देण्यापूर्वी माझी आईच घाईनं म्हणाली, "सांगेन तुला नंतर." मला वाटतं, हा एकच प्रसंग असा असावा जेव्हा माझ्या आईला मनातलं सगळं प्रेम, वात्सल्य युद्धजन्य परिस्थितीमुळे बाजूला ठेवावं लागलं होतं. त्या प्रसंगाबद्दल बोलताना ती इतकी अस्वस्थ झाली की मी तिला फार खोलात जाऊन विचारण्याचं धाडस करू शकले नाही. मला समजलं ते इतकंच की अंबारावा छावणी सोडायचा

हुकूम या कैद्यांना देण्यात आला, तेव्हा त्यांना कमीतकमी सामान घेण्याची सूचना देण्यात आली. आईनं सामानाची बांधाबांध सुरू केली. तिनं सेलेस्तला तिची लाडकी बाहुली – जोलँडा – न घेण्यास सांगितलं; कारण बाहुली मोठी असल्याने सेलेस्तच्या पाठीवरच्या पिशवीत ती मावली नसती. सेलेस्त पुष्कळ रडली, तिनं हट्ट धरला बाहुली बरोबर घेण्याचा; पण आईनं तिला धमकावत सांगितलं, "तुझी बाहुली हरवली, असं समज." बिचारी सेलेस्त, तिचं बालपण तर केव्हाच हरवलं होतं. आता त्या बालपणातली आठवणही मागे रहाणार होती. अखेर नको इतका समजूतदारपणा दाखवत सेलेस्त अंबारावाहून आईबरोबर आणि फिअेनबरोबर निघाली. तिनं जोलँडचं परत कधीही नाव काढलं नाही. आईला मात्र आपल्या लहान मुलीचं मन दुखावल्याचं शल्य फार लागलं, त्याबद्दल ती कधी बोलूही शकली नाही!

आपल्या वयापेक्षा फिअेन नेहमीच अधिक हुशार वाटत असे. तिलाही कळतंय अशा नजरेनं तिनं माझ्याकडं पाहिलं. माझ्या डोक्याला मी एक रुमाल बांधलाय हे तिच्या चलाख नजरेनं हेरलं होतं. 'हिला त्याबद्दल काहीतरी गोष्ट रचून सांगायला हवी,' मी स्वतःशीच म्हणाले. तिचं मन दुसरीकडे वळवत मी तिला म्हणाले, "लवकरच तुझी शाळा मी सुरू करणार आहे बरं का?" शाळेचा विषय काढताच दोघीजणी खूष झाल्या. आम्ही मग आम्हाला दिलेल्या घरात शिरलो. आमच्याबरोबर त्या घरात आणखी एक चारजणांचं कुटुंब रहाणार होतं.

अंबारावातील युद्धछावणीत – नव्हे कोंडवाड्यात – ज्या प्रकारे आम्ही दोन वर्षं काढली होती, त्यानंतर इथे बोगोरमध्ये एका स्वतंत्र घरात राहायला मिळणार, आणखी एका कुटुंबासह असलं तरी – या विचारानंच आम्हाला खूप आनंद झाला. आमच्यादृष्टीनं ती फारच मोठी चैन होती. या घरात स्वयंपाकघर होतं, न्हाणीघर होतं आणि सगळ्यांत महत्त्वाचं म्हणजे एक संडासही होता! शिवाय पूर्वीच्या डच मालकाचं काही सामानसुमानही घरात होतंच. वास्तविक पहाता, जपानी आक्रमणानंतर बहुतेक डच लोकांना युद्धछावणीत पाठवलं गेलं, त्यानंतर स्थानिक लोकांनी ही घरं लुटण्यापूर्वीच जपान्यांनी स्वतःच्या उपयोगासाठी ती आपल्या ताब्यात घेतली होती आणि आता त्यांचा उपयोग युद्धकैद्यांच्या राहाण्यासाठी केला जाणार होता.

जुन्या डच घरमालकाची काही कागदपत्रं आम्हाला सापडली, त्यावरून त्याचं आडनाव प्ले (Pley) होतं, हे आमच्या लक्षात आलं. त्याच्या कुटुंबियांच्या काही फोटोंवरूनही आणखी काही कल्पना आली. त्यांच्या घरातल्या जेवणाच्या बशा आम्ही वापरल्या. त्यातली एक आठवण म्हणून मी अजूनही जपून ठेवली आहे. त्यांचे काटे-चमचे-सुऱ्यादेखील आम्ही वापरल्या. इतकंच नव्हे, तर श्रीयुत प्लेंची नखं कापायची कात्रीसुद्धा वापरली. आम्हाला या कुटुंबाबद्दल खरोखरच

वाईट वाटलं. आपल्या प्रिय चीजवस्तू मागे सोडून घाईघाईनं त्यांना जावं लागलं असेल. आमचीही तीच गत झाली असल्यामुळे त्यांचं दु:ख आम्ही समजू शकलो.

बोगोरमध्ये आल्याचा एक मोठ्ठा फायदा आम्हाला झाला, हे मान्य करायला हवं. इथे आल्यानंतर आम्हाला पोटभर अन्न आणि तेही पहिल्यापेक्षा बऱ्या प्रकारचं मिळू लागल्यामुळे आमच्या आईची प्रकृती बरीच सुधारली. जपान्यांच्या वागण्यातला फरक पाहून आम्हाला आश्चर्यच वाटलं, जणू काही आमच्यावर या आधी केलेल्या अत्याचारांचं, आमच्या अपरिमित छळाचं ते परिमार्जन करू पाहात होते.

त्या पहिल्या रात्री आम्ही सगळ्याजणी लवकर अंथरुणावर पडलो. दोन दिवसांच्या आगगाडीच्या प्रवासामुळे फिअेन आणि सेलेस्त दमल्या होत्या. त्यामुळे पडल्यापडल्या त्या गाढ झोपी गेल्या. नितांत सुरक्षिततेच्या वातावरणातही मला मात्र लगेच झोप लागली नाही. मी आईच्या कुशीत शिरले. आपल्यावरच्या अत्याचारांविषयी मी तोपर्यंत तिला काही सांगितलं नसलं, तरी मी न सांगताच तिला त्याविषयीची कल्पना आली. त्या रात्री अंधारात, माझ्या केशविरहित डोक्यावर ती आपल्या कृश हातांनी हलकेहलके थोपटत राहिली. तिच्या प्रेमळ आश्वासक स्पर्शामुळे मी केव्हा झोपेच्या आधीन झाले, ते मला समजलंच नाही.

दुसऱ्या दिवशी जेव्हा फक्त आम्हाला दोघींनाच थोडा वेळ एकत्र असण्याची संधी मिळाली, तेव्हा मी तिला माझ्या दुर्दैवाची कल्पना दिली. माझे अनुभव ऐकत असताना आईचा चेहरा पिळवटून निघाला. डोळ्यांतल्या अश्रूंना तिनं कसंबसं थोपवून धरलं. तिची ती स्थिती पाहिल्यावर मला पुन्हा तो विषय काढण्याचं धाडस झालं नाही, तेव्हा मी जे माझ्या तोंडाला कुलूप लावलं ते जवळजवळ कायमचंच. माझ्या मनातला दु:खाचा डोह अधिकाधिक खोल होत गेला.

माझी एकटीचीच तशी अवस्था झाली नव्हती असं मला नंतर समजलं. माझ्या मैत्रिणींनाही तोच अनुभव आला. त्यांच्या आयाही माझ्या आईप्रमाणे पार कोसळल्यासारख्या झाल्या. कुंटणखान्यात आम्ही मैत्रिणी निदान एकमेकींजवळ आपलं दु:ख व्यक्त करून मन हलकं करू शकत होतो. आता मात्र निव्वळ मौन उरलं...

आम्हाला ज्या प्रसंगांना तोंड द्यावं लागलं त्यावर उपाय म्हणून कुणीतरी तज्ज्ञांनी आम्हाला मार्गदर्शन करायला हवं होतं, काहीतरी मदत द्यायला हवी होती; पण तसं काहीच झालं नाही. जणू काही आमच्या आयुष्यात ते दुष्ट पर्व उगवलंच नव्हतं, अशा पद्धतीनं आम्हाला जगावं लागलं. माझ्या आईच्या मनाला माझ्या हालअपेष्टांमुळे किती यातना झाल्या असतील. त्याची कल्पना मी करू शकत होते. मी तिची मुलगी होते. तिच्या मुलीला नरकयातना भोगाव्या लागल्या

होत्या, पण तिच्याकडे पाहिल्यानंतर मला माझं दुःख आतल्याआत गिळावं लागलं. 'मी तीच पूर्वीची जॅन आहे' असा आभास मला तिच्यासाठी व माझ्या बहिणींसाठी निर्माण करावा लागला. आता मी नियमितपणे माझं विद्रूप मस्तक रुमालानं झाकू लागले. माझ्या मैत्रिणींनीदेखील आपल्याजवळचे रुमाल मला देऊन पुष्कळ मदत केली.

दुसऱ्या दिवशी सकाळी टेंकोसाठी – दैनंदिन हजेरीसाठी – आम्ही एकत्र जमलो आणि माझ्या लक्षात आलं की युद्धछावणीची जागा बदलली आहे. एवढाच काय तो फरक झाला आहे. बाकी सगळी परिस्थिती तशीच आहे. आम्ही अजूनही जपान्यांचे युद्धकैदी होतो आणि पूर्वीप्रमाणेच छावणीप्रमुखाच्या मर्जीनुसार इथले सगळे कारभार चालणार होते, ह्या अधिकाऱ्यानं मिशा ठेवलेल्या होत्या. त्यामुळे आम्ही त्याचं ताबडतोब 'मिशाळ' (de shor–the moustache) असं नामकरण करून टाकलं (आमच्या आयुष्यातले थोडेफार आनंदाचे क्षण हे असलेच असायचे!) हाही अधिकारी रागीट चेहरेपट्टीचा होता. सगळे जपानी अधिकारी त्या बाबतीत सारखेच असावेत. निदान मला तरी तसं वाटलं. इथेही, हजेरीच्या वेळी आमची शिरगणती करण्यात आली. या प्रमुख अधिकाऱ्याचं लक्ष माझ्याकडे आहे हे मी हेरलं. सुखनिवासांतल्या (Comfort station) एका मुलीनं आपले सगळे केस कापून टाकले ही बातमी त्याच्या कानावर आली असावी. तो थेट माझ्यासमोर येऊन उभा राहिला आणि चौकसपणे मला न्याहाळू लागला. मी डोक्याला रुमाल का बांधलाय हे त्याला जाणून घ्यायचं होतं. रागीट आवाजात त्यानं मला रांगेतून पुढे व्हायला सांगितलं. मी पुढे सरकले, त्याच क्षणी मला जाणवलं की माझी आईदेखील मागच्या रांगेतून माझ्याजवळ येऊन उभी राहिली आहे. अधिकाऱ्यानं काही गैरवर्तन केलं तर मला मागे खेचण्याचा तिचा विचार असावा. सगळ्या बायका एकदम घाबरल्यासारख्या झाल्या. काहींनी माझ्या आईला परत तिच्या रांगेत खेचलं. नियम मोडल्याबद्दल कदाचित तिला मारहाण होईल अशी भीती त्यांना वाटली असणार. मीही घाबरून स्तब्ध उभी राहिले.

त्या अधिकाऱ्यानं म्यानातून आपली तलवार बाहेर काढली आणि एका क्षणात तिच्या टोकदार पात्यानं माझ्या डोक्यावरचा रुमाल दूर केला. युद्धकैदी स्त्रिया, मुलं, जपानी रखवालदार या सगळ्यांसमोर त्यानं माझी विद्रूप डोकं उघडं करून माझा अपमान केला. जपान्यांच्या क्रूर वागण्याचं ते एक जिवंत उदाहरण होतं. माझ्या दोघी बहिणी त्या प्रसंगानंतर इतक्या हादरल्या की, अजूनही तो प्रसंग त्या विसरू शकल्या नाहीत...

* * *

आमच्याजवळ थोडेफार पैसे असले तर बोगोर छावणीत आम्हाला एखादं अंडं, केळी, भाज्या, भात यांसारखे पदार्थ विकत घेता यायचे. अर्थात त्याला कारण होतं. तिथले रखवालदार या असल्या चोरट्या व्यवहारामुळे त्यांचं खिसे भरू शकायचे. इतक्या वर्षांच्या तुरुंगवासानंतर आमच्याजवळ पैसे असण्याची शक्यता कमीच होती. कसं कोण जाणे, पण काही स्त्रियांनी आपल्याजवळ दडवून ठेवलेले काही पैसे निप्पॉन चलनात बदलून घेतले. माझ्या आईजवळही दहा गिल्डर किंमतीचं एक सोन्याचं नाणं होतं. त्याच्या बदल्यात तिला २९९ निप्पॉन रोपिया (roepiah) मिळाले.

इंडोनेशियातले स्थानिक लोक फारच गरीब होते. त्यांना पैसे किंवा कपडे मिळाले तर ते आनंदानं आम्हाला अन्नपदार्थ आणून देत. छावणीबाहेर जी काटेरी तार कुंपणादाखल बसवलेली होती, तिच्यातून आम्ही हे देवाणघेवाणीचे व्यवहार करत असू. असंच एकदा मी एक कोंबडीचं पिल्लू विकत घेतलं. आईसाठी काहीतरी पौष्टिक पदार्थ बनवता येईल या विचारानं; पण तारेपलीकडून एकानं जिवंत कोंबडीचं पिल्लूच आत फेकलं गेलं. आता याचं काय करायचं असा माझ्यापुढे प्रश्न पडला. आत्तापर्यंतच्या माझ्या आयुष्यात असलं काही काम मी कधीच केलेलं नव्हतं. मात्र आमच्या स्वयंपाकिणीला – आयमाला – मी कोंबडं मारताना, त्याची पिसं काढून ते स्वच्छ करताना अनेक वेळा पाहिलं होतं. त्या दिवशी मनाचा हिय्या करून मी ते सगळे सोपस्कार केले आणि माझ्या आईसाठी चविष्ट चिकन सूप बनवलं. माझ्या दोघी बहिणींनी माझ्या कौशल्याचं कौतुक केलं आणि आजही त्यांना माझ्या त्या पहिल्यावहिल्या खाद्यप्रयोगाबद्दल सांगताना, आनंद वाटतो.

अंबारावात आम्ही जशी काटकसर करायचो तशीच काटकसर इथे बोगोरमध्येही आम्हाला करावी लागत असे. केळ्यांच्या साली आम्ही तेलात परतून खायचो. अंड्यांची टरफलंदेखील आम्ही न फेकता बारीक कुटून खाल्ली. कारण त्यातून आम्हाला आवश्यक ते कॅल्शियम (Calcium) मिळायचं. आम्ही भाज्यांची लागवड करण्याचे प्रयोगही केले. एक दिवस आम्ही आणखी एक उद्योग केला. श्रीयुत प्ले या घरमालकानं लावलेले पडदे माझ्या नजरेला दिसले. मग काय विचारता! सगळ्या पडद्यांचे आम्ही आमच्यासाठी मस्त नवे कपडे शिवले. सुईदोरा वगैरे साहित्य घरमालकिणीच्या कपाटात होतंच!

थोड्याच दिवसांत मी आमच्या छावणीतल्या मुलांसाठी शाळा सुरू केली. पुन्हा एकदा आम्ही आपापसात कामांची वाटणी केली. पुन्हा एकदा त्यातल्या त्यात सुरळीत आयुष्य जगण्यासाठी आम्ही धडपडू लागलो. या आमच्या शर्थीच्या प्रयत्नांना सुरुवातीच्या काळातच एक भयानक गालबोट लागलं. जपानी रखवालदारांपैकी

एकजण रात्रीच्या वेळी एका डच स्त्रीच्या घरात शिरला. सुरुवातीला त्यानं काहीतरी वस्तू विकण्याचं आणि गप्पा मारण्याचं नाटक केलं आणि ती गाफील आहे असं पाहून तिच्यावर बलात्कार करायचा प्रयत्न केला. आमच्यातील काही जणींना जपानी पुरुषांच्या भोगवासना पुऱ्या करण्यासाठी वापरण्यात आलं होतं, ही गोष्ट त्याला ऐकून माहिती असणार.त्यामुळे आम्ही त्याच्या प्रयत्नांना सहजच बळी पडू असं त्याला नक्की वाटलं असावं; पण आम्ही बायकांनी एकच आरडाओरडा केल्यानंतर तो पळून गेला.

दुसऱ्या दिवशी ही गोष्ट आम्ही छावणीप्रमुखाच्या कानावर घातली. सकाळी हजेरीच्या वेळी त्यानं त्याला पटांगणाच्या मध्यभागी उभं करून त्याची वरच्या आवाजात खरडपट्टी काढली; पण त्यातले शब्द आम्हाला समजले नाही.

पण तेवढ्यावरच त्याची सुटका झाली नाही. तो चळचळ कापत असतानाच छावणीप्रमुखानं आपलं पिस्तूल काढून त्याच्या हातात ठेवलं आणि स्वत:वर गोळी चालवण्याचा हुकूम त्याला दिला. आमच्या सगळ्यांच्या डोळ्यांदेखत त्यानं पिस्तुलाची नळी तोंडात घातली आणि चाप ओढला. जमिनीवर रक्ताचा सडा शिंपडत तो खाली कोसळला. हे भयानक दृश्य कैदी स्त्रियांनी आणि लहानग्या मुलांनी उघड्या डोळ्यांनी पाहिलं आणि भीतीनं त्यांची काळीजं थरारली. काही लहान मुलं मोठ्यानं किंचाळू लागली, तर माझ्याशेजारी उभ्या असलेल्या एकदोघी मुली भोवळ येऊन खाली कोसळल्या. या भयानक प्रसंगाची जराही अपेक्षा नसताना तो आम्ही बघितला, तेव्हा आम्हाला जो हादरा बसला तो शब्दात वर्णन करण्याच्या पलीकडचा होता; पण त्यामुळेच आम्हाला एक दिलासाही मिळाला की, भविष्यात आमच्यावर बलात्कार होणार नाहीत; पण पुढच्याच क्षणी आमच्या मनात आणखी एक विचार आला – किती विचित्र आणि विकृत विचारसरणी आहे या जपान्यांची! केवळ काही दिवसांपूर्वी आम्हा मुलींवर दिवसातून दहा वेळा तरी हे जपानी सेनाधिकारी बलात्कार करत होते अन् त्याला जपानचा सम्राट, हिरोहितो यांच्यासह, जपानी सरकार (the Kempeitai) आणि जपानमधील सर्वोच्च सेनाधिकारी ह्या सगळ्यांचा दिलखुलास पाठिंबा होता आणि आज मात्र एका य:कश्चित हवालदाराला त्याच गुन्ह्यासाठी स्वत:चा जीव स्वत:च्या हातांनी संपवावा लागला होता!

हा एक गालबोटवजा प्रसंग वगळता, बोगोरमधील आमचं वास्तव्य बऱ्यापैकी सुरळीतपणे पार पडलं. त्या काही महिन्यांच्या काळात माझ्या आईचं वजन थोडं वाढलं. आम्ही लावलेल्या भाज्या तरारून जमिनीवर आल्या. मात्र तेवढ्यात आम्हाला परत एकदा दुसऱ्या छावणीत पाठवण्यात आलं. 'आता पुढे काय? यापुढे कुठे जाणार आहोत आपण?' या प्रश्नांची टांगती तलवार आमच्या

डोक्यावर असायचीच; पण या वेळी आम्हाला जिथे पाठवण्यात आलं तो आमचा युद्धछावणीतला शेवटचा टप्पा होता. १९४४ च्या सप्टेंबर महिन्यात आम्हाला स्त्रियांच्या एका मोठ्या युद्धछावणीत पाठवलं गेलं. ती बटाव्हियातील (आताचं जाकार्ता) क्रॅमॅट या गावी होती.

* * *

क्रॅमॅटला आल्यानंतर आमच्या लक्षात आलं की आमचं निवासस्थान युद्धकैद्यांच्या छावणीपासून पूर्णपणे वेगळ्या ठिकाणी आणि अगदी एकाकी असं होतं. वेगळ्या शब्दात सांगायचं झालं तर एका मोठ्या छावणीच्या आत दुसरी छावणी असं तिचं स्वरूप होतं. जपानी अधिकाऱ्यांना अशी भीती वाटत होती की त्यांनी आम्हाला ज्या प्रकारे छळलं होतं त्याविषयीच्या वावड्या उठतील, इतरत्र पसरतील आणि सत्य परिस्थिती जगापुढे येऊन त्यांची छी थू होईल. आम्हाला इतर युद्धकैद्यांपासून वेगळं ठेवलं तर ही अमानुष छळकथा बाहेर पडणार नाही, हा त्यामागचा त्यांचा स्पष्ट हेतू होता. इथेही आम्हाला त्यांनी 'अळीमिळी गुपचिळी' ठेवण्याची तंबी दिली व आम्ही त्यांचा हुकूम न पाळल्यास जिवे मारण्याची धमकी दिली. साहजिकच, आम्ही सगळ्या मुली गप्प बसलो; पण तेवढ्यानं आमचा त्रास किंवा अपमानास्पद वागणूक कमी झाली नाही. क्रॅमॅटमधील इतर स्त्रियांना आमच्याशी न बोलण्याची व कसलाही संपर्क न ठेवण्याची ताकीद देण्यात आली. तरीही शेवटी आम्हाला अशा प्रकारे वेगळं ठेवण्यामागचं कारण इतरांच्या कानावर गेलंच. दुष्टपणाचं प्रदर्शन करत या आमच्या भगिनींनी आमच्या छावणीला होरेन काम्प (Hoeren Kamp) म्हणजे 'वेश्यांची छावणी' असं नाव दिलं. त्यात त्यांचा फारसा दोष नव्हताच. कारण त्याची अशी समजूत झाली की आम्ही स्वखुषीनं हे काम पत्करलं होतं. त्यांची अशीही समजूत झाली की याच कारणास्तव आम्हाला खास चांगली वागणूक व पोटभर चांगलं जेवण मिळत असलं पाहिजे. खरं म्हणजे हे सगळे गैरसमज होते. उलट, इथे क्रॅमॅटमध्ये आम्हाला मिळणारं जेवण बोगोरमधल्या जेवणापेक्षा निकृष्ट प्रतीचं तर होतंच, शिवाय त्यांच्याप्रमाणेच आम्हीही अर्धपोटीच जगत होतो.

आमच्याबद्दल असा गैरसमज झाल्यामुळे किंवा करून घेतल्यामुळे त्या आमच्याशी अतिशय दुष्टपणे वागत. कधीकधी त्या आम्हाला उद्देशून गलिच्छ शब्द वापरत किंवा कागदाच्या चिटोऱ्यांवर वाईटसाईट शब्द लिहून त्या कागदाला दगड बांधून आमच्या कुंपणाच्या आत फेकत असत.

वेश्या, देशद्रोही असल्या शिव्या तर त्या आम्हाला देतच, शिवाय कुत्सितपणे

त्या आम्हाला कॉनिजेन (Konijen) म्हणजे 'ससा' असंही संबोधत. सशांप्रमाणेच आम्हीदेखील सतत कामक्रीडेच्या मागे धावत होतो असं त्यांना सुचवायचं असे.

त्यांच्या छावणीतील कॅथॉलिक नन्सनी मात्र आमच्यावर विश्वास ठेवला. कारण कुंपणातील भगदाडामधून मी त्यांच्याबरोबर संपर्क साधला होता. संपूर्ण वस्तुस्थिती त्यांच्या कानावर घालून मला त्यांच्याजवळ मन मोकळं करता आलं. त्यामुळे माझं मन पुष्कळ शांत झालं होतं. मी त्यांना प्रत्यक्ष भेटू शकत नव्हते तरी त्यांच्या शाब्दिक फुंकरीमुळेदेखील माझ्या मनावरला भार हलका व्हायला मदत झाली होती.

आमच्या छावणीतील एका गौरवर्णीय स्त्रीचे केस पांढरेभुरे असल्यानुळे तिला सगळेजण ब्लाँडी या टोपणनावानंच संबोधत असत. सेमारांगमधील एका वेश्यागृहातील अत्याचारातून तिच्या पोटी गर्भ राहिला होता. आपल्या पोटतील मुलाचा बाप कोण आहे ह्याची तिलाही कल्पना नव्हती. फक्त हे त्या अत्याचाराचं फळ आहे, एवढंच ती सांगू शकत होती.

ब्लाँडी स्वभावानं गोड होती, आनंदी वृत्तीची होती आणि विशेष म्हगजे आपल्या गर्भारपणाबद्दल तिला प्रेम व अभिमानही वाटायचा. छावणीतल्या मुलांनाही ब्लाँडी आवडायची. तिचं पोट मोठमोठं होऊ लागलं तशी सगळी मुलं तिच्या बाळाच्या आगमनाची आतुरतेनं वाट पाहू लागली. गंमत म्हणजे ब्लाँडीनं सातव्या महिन्यात एक नव्हे तर दोन मुलांना जन्म दिला. जपानी चेहरेपट्टीची ही बाळं सगळ्यांनाच खूप आवडली. आमच्या छावणीतल्या कंटाळवाण्या, एकसुरी वातावरणात सगळ्यांनाच एक छानसा विरंगुळा मिळाला. सर्वांनी त्यांचं मनापासून व आनंदानं स्वागत केलं. मुलांनी तर ब्लाँडीला पुष्कळच मदत केली. दोन लहान बाळांना युद्धछावणीत वाढवणं हे तसं सोपं काम नव्हतंच!

* * *

माझ्यासारख्या छळ सोसलेल्या सगळ्या मुलींच्या आयांना आमच्या प्रकृतीविषयी फार चिंता वाटत असे. आम्ही बोगोर छावणीत आल्यानंतर मुली भेटण्याच्या आनंदावर हे काळजीचं सावट बरेच दिवस कायम होतं. आपल्या मुलीला गुप्त रोगाची लागण तर झाली नसेल ना, ही भीती त्यांच्या मनाला जाळत होती. या भीतीपोटी त्यांनी छावणीप्रमुखांकडे गाऱ्हाणं घातलं की एखाद्या स्त्रीरोगतज्ज्ञाला बोलावून त्यांच्याकडून आमची पुन्हा तपासणी केली जावी व जर एखादीला रोगाची लागण झाली असली तर तिला योग्य ते वैद्यकीय उपचार मिळावेत. आश्चर्याची गोष्ट म्हणजे त्यांची ही विनंती मान्य केली गेली. जवळपासच्या पुरुषयुद्धकैद्यांच्या

छावणीतील एक डच डॉक्टर एक दिवस क्रॅमॅटमधील आमच्या छावणीत आले. त्यांचं नाव डॉ. स्मिथ होतं.

डॉ. स्मिथ एक आदर्श डॉक्टर म्हणता येतील असे, म्हणजे रुग्णांविषयी सहानुभूती बाळगणारे, संवेदनशील व्यक्ती होते. लवकरच त्यांना हवी असलेली यंत्रसामुग्री क्रॅमॅटच्या छावणीत आणली गेली आणि डॉक्टर स्मिथनी आपलं उपचार केंद्र सुरू केलं. सर्व मुलींना व त्यांच्या आयांना या गोष्टीचा अतिशय आनंद वाटला. मी मात्र अपवाद होते; कारण स्त्रीरोगतज्ज्ञांकडून तपासणी करून घेण्यातला लाजिरवाणा अनुभव मला पुन्हा नकोसा वाटत होता.

याचमुळे सुरुवातीला मी डॉ. स्मिथकडून तपासणी करून घ्यायला साफ नकार दिला. माझ्या आईनं बऱ्याच विनवण्या केल्यानंतरच मी या दिव्यातून जायला तयार झाले. मला तर अशी तपासणी म्हणजे एक प्रकारचा बलात्कारच वाटायचा, पण हे मी तिला कसं समजावून सांगणार? प्रत्येक तपासणीच्या वेळी मला त्या राक्षसी वृत्तीच्या जपानी डॉक्टरची व त्यानं प्रत्येक वेळी माझ्यावर केलेल्या किळसवाण्या बलात्काराची आठवण येत असे. एकदा जिवंतपणी भोगलेल्या त्या नरकयातनेला मला वारंवार सामोरं जायचं नव्हतं, एवढाच माझ्या नकाराचा अर्थ होता. त्या जपानी डॉक्टरमुळे माझ्या मनात डॉक्टरांविषयी कायमची एक भीती व अढी निर्माण झाली.

आमची तपासणी करून आमच्या रक्ताचे नमुने घेतले गेले. तपासणी झाल्यानंतर धास्तावल्या मनानं आम्ही डॉक्टरांच्या निदानाची वाट पाहत थांबलो. शंभर मुलींपैकी पंचवीस मुलींना गुप्त रोगाची लागण झाली होती. सुदैवानं मी त्यातून वाचले होते. शेवटी विचार करता, आमच्या आयांनी तपासणीसाठी जो आग्रह धरला होता, तो आमच्या भल्याचाच होता.

अंबारावातील युद्धकैद्यांची छावणीदेखील बरी म्हणावी इतकी इथली परिस्थिती वाईट होती आणि दिवसेंदिवस ती बिघडतच गेली. अन्नाचा तुटवडा होऊ लागल्यानंतर पुन्हा एकदा आम्हाला पूर्वीचं अर्धपोटी राहाणं आठवलं. इथे उंदरांचा सुळसुळाट होता. भूक भागवण्यासाठी आम्ही त्यांनादेखील आमचं भक्ष्य बनवलं. काही दिवस आम्ही इथे सापडणाऱ्या मोठ्या गोगलगायीही मारून खाल्ल्या; पण त्यांच्यामुळे घशाचे विकार होतात असं लक्षात आल्यावर आम्ही त्यांना आमच्या खाद्यपदार्थांच्या यादीतून रजा दिली. निकृष्ट, अपुरं अन्न आणि अस्वच्छता यामुळे बहुतेक कैद्यांना आमांशाचा त्रास होत असे. छावणीतील उघडी गटारं भरूनभरून वाहात असल्यावर आणखी काय होणार? कित्येक स्त्रिया आणि मुलं आमांशामुळे मृत्युमुखी पडली.

इथे आल्यानंतर थोड्याच दिवसांनी माझ्या आईची प्रकृती खूपच खालावली.

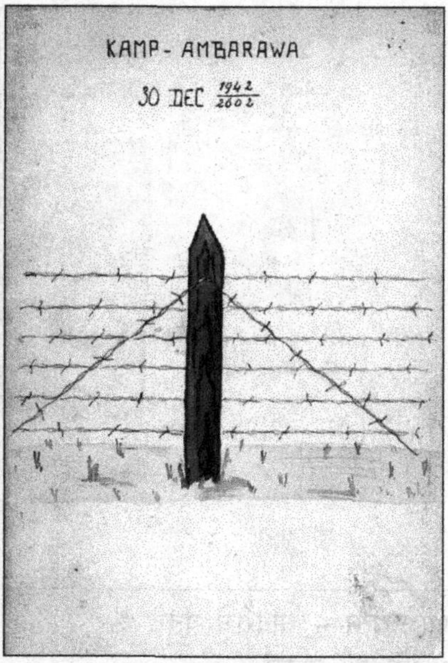

कॅम्प अंबारावा– काटेरी कुंपणाच्या आत,
अंबारावातील छळछावणीत मी जी चित्रं
काढली. त्या वहीच्या पृष्ठभागावरील हे चित्र.

'कमरेत लवून कुर्निसात',
'कमरेत लवण्याची कला' –
अजून किती वेळ?

तारेच्या कुंपणाची उंची वाढविली जाण्यापूर्वी
आम्ही जेवणखाण विकत घेत असू.

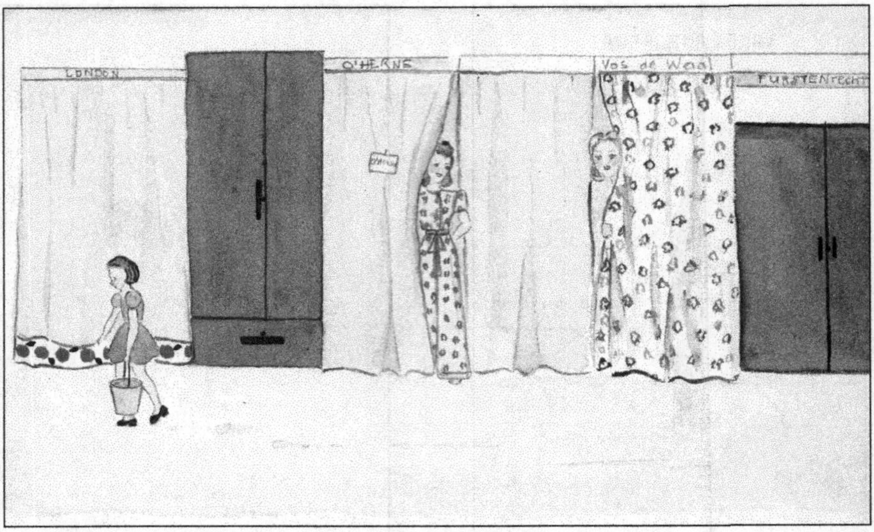

जीवन सुसह्य करण्याचा केविलवाणा प्रयत्न – चादरींचे पडदे
करून आम्ही आमचं 'खाजगीपण' जपलं.

आमचे राष्ट्रीय रंग - लाल, पांढरा अन् निळा.
तेच रंग आमच्या दोरीवर वाळत घातलेल्या कपड्यांचे.

छळछावणीतील सर्वांत प्रिय काम - अर्थात स्वयंपाकघरात!

कपडे धुवायला सोमी असती तर...!

माझी आई - दोन्हीं हातांमध्ये
लघवीची भांडी घेऊन संडासाच्या दिशेनं
जात असताना. किती भोगलं?
क य काय भोगलं?

जपानी सैनिकांनी फेकून दिलेल्या कोंबड्यांच्या हाडांपासून आम्ही पौष्टिक सूप बनवत असू. मनोधैर्य उंचावण्यासाठी मी आम्हाला छान कपड्यांमध्ये दाखवलंय! वास्तव खूपच भयंकर होतं.

जपानी सैनिकांच्या नजरेच्या धाकाखाली आम्ही आमच्या बॅगा भरल्या. (माझ्या अंबारावातील वहीच्या मागील पानावर मी हे चित्र चिकटवलं होतं.)

'चला, कामाला लागा' खड्डे खणण्याचं काम आम्ही तरुण स्त्रिया करायचो.
त्यासाठी पाळ्या ठरवलेल्या असायच्या.

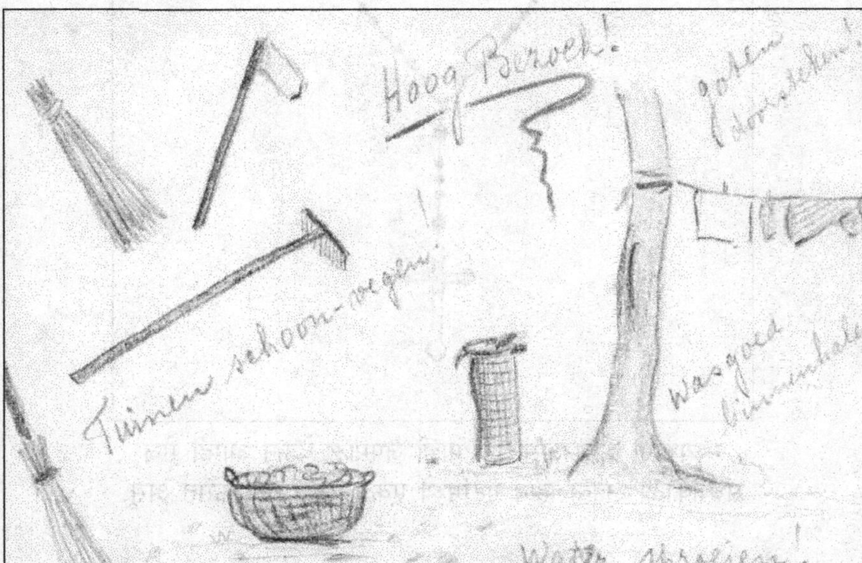

उच्च सेनाधिकारी भेट देत तेव्हा सूचनांचा भडिमार होत असे.
'अंगण झाडा!', 'खड्डे (चर) साफ करा!', 'वाळलेले कपडे दोरीवरून काढून आत ठेवा.', 'बागेला पाणी घाला!'— एक ना दोन.

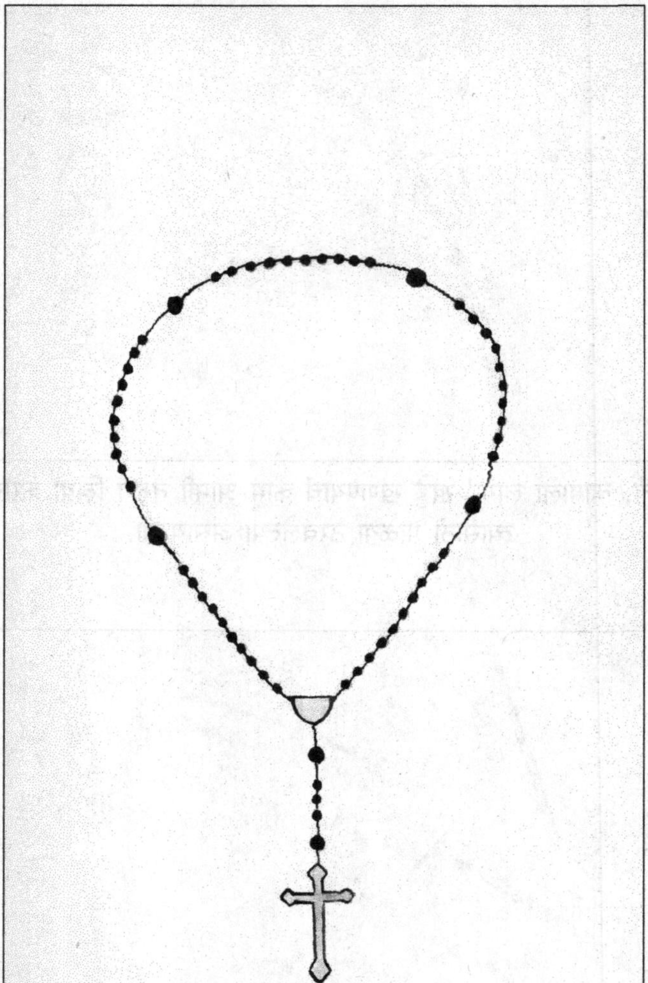

मध्यभागी क्रॉस असलेली माझी जपमाळ घेऊन आम्ही रोज संध्याकाळी लहानलहान गटांमध्ये एकत्र येऊन जप करीत असू.

छावणीतील संडास जमिनीत खणलेला एक लहानसा खड्डा.

आमच्या नष्टचर्याचा एक भाग! आम्ही 'हट्ट्या-कट्ट्या' मुली
ओसंडून वाहणारे संडास रिकामे करताना. बादलीतून मैला वाहून
तो दूरच्या नाल्यात टाकावा लागत असे.

स्वयंपाकघरात– पाणीदार सूप ढवळताना

दिवसभराच्या कामानंतर मळलेले कपडे धुताना

‘काम इथले संपत नाही!’ कष्ट! कष्ट!! कष्ट!!! ‘ब्रेड घ्या ब्रेड’.

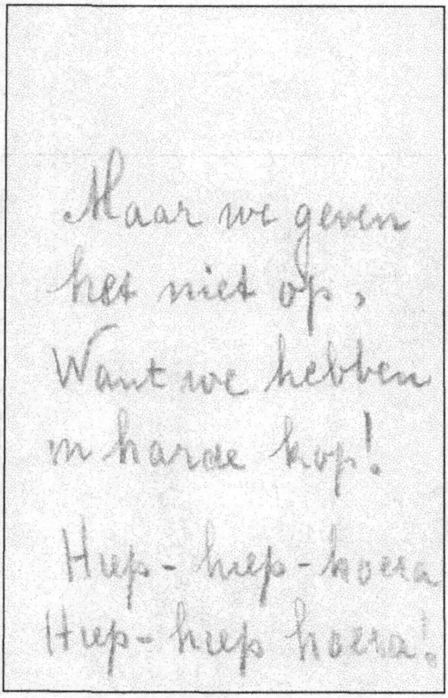

आमचं आवडतं गीत –
छळछावणीतलं.
हार आम्ही कधी मानणारंच नाही.
कारण आमच्या खांद्यांवरची मस्तकं
सहजासहजी झुकणार नाहीत.
हिप् हिप् हुर्रे!
हिप् हिप् हुर्रे!

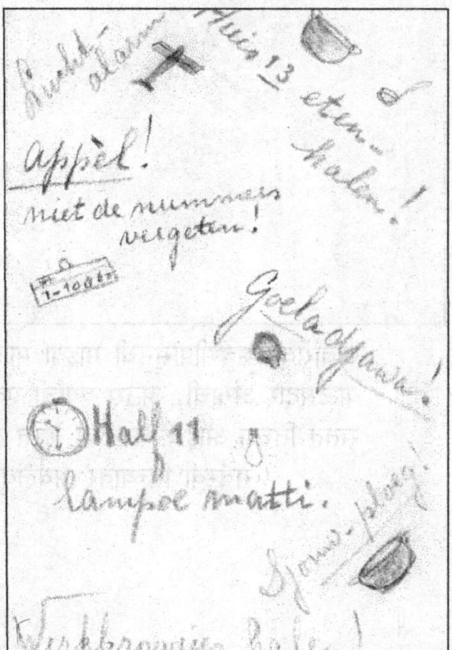

छळछावणीतील घोषणा–
'धोक्याची घंटा– विमानांसाठी'
'घर नं. १३– जेवण घेण्यासाठी'
'हजेरी – तुमचा क्रमांक
विसरू नका.'
पामपासून बनवलेली साखर.'
'साडेदहा वाजता– दिवे बंद करा.'
'कामावर निघा काम झाल्यानंतर–
पावाचा एक तुकडा घेऊन जा.'

अंबारावा छावणीपासूनची माझ्या माहितीची तपकिरी केसांची, बाळसेदार अंगाची, अठरा वर्षांची एक निष्पाप तरुणी, 'गर्डी' सतत तिच्या आईची काळजी करत असे, कारण, तिची आई सर्वस्वी तिच्यावर अवलंबून राहत असे.

२१ वर्षांची मिअेप आम्हा सुखदायिनींमधली अत्यंत मितभाषी. फारशी मिसळत नसे.

लिएझ माझ्याहून एक वर्षाने लहान होती. कट्टर कॅथालिक पंथीय लिएझच्या आईचं मला फार वाईट वाटायचं. जपानी हल्ल्यात नवरा गमावलेला, दोन किशोरवयीन मुलांना तिच्यापासून तोडलेलं अन् आता ती आपल्या मुलीलाही दुरावून बसली होती.

१७ वर्षांची ॲनी.
वयानं लहानचं वाटायची. डच वडील आणि इंडोनेशियन आई असलेली ही मुलगी फार देखणी होती.

१९ वर्षीय एल्स – गौरवर्णीय, सोनेरी केस आणि मनमोकळा स्वभाव चेहऱ्यावर प्रतिबिंबित!

१९४४ आमची ख्रिसमसची मेजवानी
लंच – चिनी नूडल्स.
जन्मात कधी वाटलं नव्हतं. आपण
हा पदार्थ ख्रिसमसला खाऊ असं!
अंडी, बटाट्याचे काप.

डिनर – 'मनाचे मांडे' –
जेवणाआधीचे चटकदार पदार्थ.
वाटाण्याचं सूप (देवा रे!)
तपकिरी बीन्स - दुसरं काहीतरी
असलं तर किती बरं होईल.
आजच्यासाठी वाचवून ठेवलेलं
पुडिंग, कॉफी - काहीतरी फळ.

आम्हाला मिळणाऱ्या शिध्यातून काही शिधा आम्ही ख्रिसमससाठी बाजूला काढून ठेवला अन् त्या दिवशी सण साजरा केला.

माझा आणि टॉमचा वाङ्‌निश्चय झाला तेव्हा उपस्थित मित्रांनी माझ्या जवळच्या पंख्यावर आपली नावं लिहिली. पेन्सिलींनं लिहिलेली नावं इतक्या वर्षांनंतर पुसट झाली आहेत. पण अजूनही दिसू शकतात : टॉम, लॉफ्टी, सॅम, लेस, निक, आल्फ, सायरिल. या 'शूरवीर' सरदारांना पुढील आयुष्यात किती यश मिळालं, ते आता जिवंत तरी आहेत की नाहीत, या प्रश्नांची उत्तरं माझ्यापाशी नाहीत.

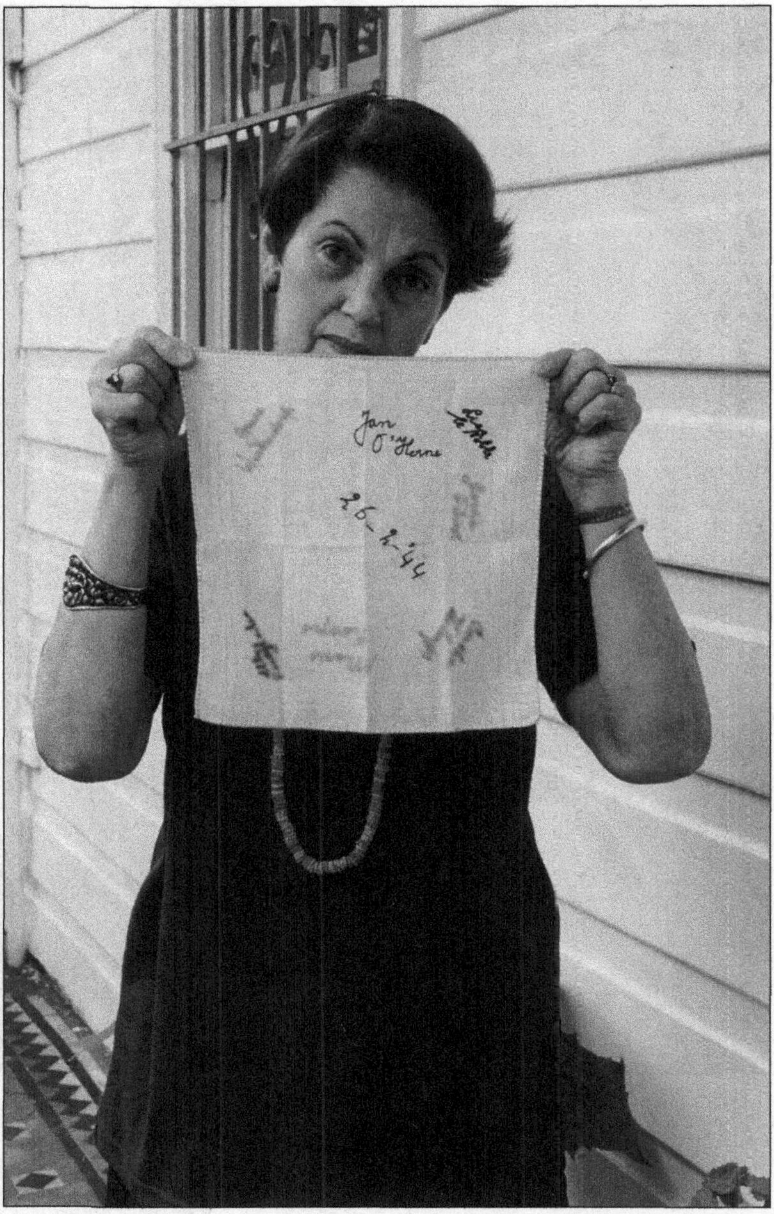

माझ्या हातांमध्ये २६-२-४४ ही तारीख असलेला हातरुमाल धरलाय. त्यावरील नावं माझ्या 'सुखदायिनी' मैत्रिणींची आहेत. सुरवातीला पेन्सिलींनं लिहिलेली नावं मी रेशमाच्या धाग्यांनी भरली. (फोटो - कॅरल रफ्)

२००८, ॲडलेड्च्या माझ्या घरी काढलेल्या या फोटोतला मागचा फोटो माझ्या तरुणपणीचा आहे. (फोटो - ग्रेग व्हाइट)

नुसता हाडांचा सापळा झालेल्या माझ्या आईचं वजन इतकं कमी झालं की मी तिला लहान मुलाप्रमाणं सहज उचलू शकत असे. त्यातच आमच्य लहानशा खोलीतील दमट गादीवर झोपल्यामुळे तिला न्यूमोनिया हा फुफ्फुसांचा विकार झाला. आमच्या खोलीच्या भिंतीतील ओल आता इतकी वाढली होती की भिंतीवरून सतत पाणी ओघळत असे. अशा परिस्थितीत आईची अवस्था तशीच होणार होती. त्यामुळे तिला तात्पुरत्या बनवलेल्या इस्पितळात दाखल करावं लागलं. आता तिचं काही खरं नाही अशी परिस्थिती निर्माण झाली. तापामुळे बराच काळ ती ग्लानीत राहू लागली. माझ्याशिवाय कुणालाच ती ओळखेनाशी झाली व दुसऱ्या कुणाकडून भरवून घेण्यासही ती नकार देऊ लागली. तिला पुरेसं अन्न मिळावं, तिची गेलेली शक्ती परत यावी म्हणून आम्ही बहिणींनी आमच्या वाट्याचं अन्न तिला भरवलं.

औषधं, गोळ्या आणि हिवतापावरची औषधं ही आम्हा युद्धकैद्यांसाठी फार मोलाची होऊन बसली. आम्ही सगळ्याजणी स्वत:जवळ असलेला साठा जिवापाड जपू लागलो. न जाणो, उद्या आपल्यालाच त्याची गरज भासली तर, हा विचार स्वार्थीपणाचा वाटला तरी स्वत:ला जगवण्याच्या दृष्टीनं महत्त्वाचाच होता; पण या वृत्तीला अपवाद असणारे काही लोकही आम्हाला आढळले. सेमारांगमधील कुंटणखान्यात स्वेच्छेनं काम करणाऱ्या इव्हॉनला जेव्हा माझ्या आईच्या गंभीर आजाराबद्दल समजलं, तेव्हा ती माझ्याकडे आली आणि आपल्याजवळच्या गोळ्या व औषधं माझ्या हातात ठेवत म्हणाली, "तुझ्या आईबद्दल मला नेहमीच खूप आपुलकी वाटते. ह्या औषधांनी कदाचित तिला बरं वाटेल." तिच्या शब्दांनीच मला खूप धीर आला.

तरीही इव्हॉनकडून औषधं घेताना मला संकोच वाटत होता, पण तिनं माझं काही एक ऐकलं नाही. "यातल्या काही गोळ्यांनी तिची ताकद वाढण्यास मदत होईल. बाकीच्या क्विनाईनच्या गोळ्या आहेत," तिनं स्पष्टीकरण दिलं. तिच्या उदारपणामुळे मी खरोखरच भारावून गेले. तसा तिच्या चांगुलपणाचा अनुभव मला यापूर्वीही आलेला होताच; पण या वेळी माझं मन भरून आलं. पण माझ्या आईवर पोषक गोळ्यांचा काही परिणाम न होण्याइतकी तिची प्रकृती खालावली होती. आता ती फार दिवसांची सोबती नाही, अशी भीती मला वाटू लागली. तिचं वजन जेमतेम सदतीस किलो इतकं कमी झालं. तिच्या पोटात अन्न ठरेनासं झाल्यावर मी भीतीनं गळाठले; पण कोणत्या तोंडानं माझ्या लहान बहिणींना मी आईच्या अवस्थेबद्दल सांगू शकणार होते? वडिलांपासून दुरावलेल्या, बिकट परिस्थितीत दिवस काढणाऱ्या माझ्या बहिणींना आईचाच तर एकमेव आधार होता.

ज्या इस्पितळात आईला ठेवण्यात आलं तिथली एकूणच व्यवस्था इतकी अपुरी होती, की तिथे दाखल केलेले रुग्ण जिवंतपणी तिथून क्वचितच बाहेर पडू

शकत असत. पण काहीही करून आपण आईला वाचवायचंच, असा निर्धार मी मनाशी केला. परमेश्वरावर सगळी भिस्त ठेवली आणि माझ्या सर्व मैत्रिणींबरोबर तिच्यासाठी प्रार्थना केली. मुख्य छावणीतील नन्सपर्यंत मी आईच्या आजारपणाविषयीची बातमी पोहोचवली. एक दिवस कुंपणाच्या भिंतीपाशी त्यांच्यापैकी एक नन आली आणि हळूच मला म्हणाली, ''जॅन, तू निराश होऊ नकोस. आम्ही सगळ्याजणी मिळून परमेश्वराचा धावा करू आणि त्याला विनवण्या करू की तुझ्या आईला बरं वाटू दे.'' कुंपणाच्या दुसऱ्या बाजूला चिखलात खाली बसून मी तिचे शब्द माझ्या कानात साठवत होते. आम्ही तऱ्हेतऱ्हेच्या प्रार्थना म्हटल्या, जप केले, स्तुतिकवनं गायिली आणि माझ्या आईला मृत्यूच्या दाढेतून बाहेर खेचलं. तिचा जणू काही पुनर्जन्म झाला. अर्थात, जीवदान मिळालं तरी अशक्तपणामुळे तिची प्रकृती तोळामासाच राहिली, ती अगदी युद्धसमाप्तीपर्यंत.

* * *

१८ जानेवारी १९४५ ह्या दिवशी मी बावीस वर्षांची झाले. माझ्या लाडक्या बहिणींनी आम्हाला मिळालेल्या शिध्यातून थोडेफार पदार्थ बाजूला काढून ठेवले होते. त्यातून त्यांनी केकसारखा वाटणारा एक पदार्थ बनवला. त्या वेळी माझे केस पूर्वीसारखे लांब झाले होते. वाढदिवसानिमित्त मी त्यातल्यात्यात एक चांगला पोशाख घालायचं ठरवलं. छावणीतल्या सर्वच स्त्रियांनी आपल्या कपड्यांपैकी एक पोशाख अगदी अशाच प्रकारे जपून ठेवला होता. पुन्हा जेव्हा आपण आपल्या नवऱ्याला भेटू त्या वेळी सुंदर, आकर्षक दिसण्याची इच्छा त्यांनी मनीमानसी बाळगली होती.

युद्ध आता संपत आलं आहे, अगदी संपल्यातच जमा आहे, अशा वावड्या अधूनमधून आमच्या छावणीत उठत असत. माझा वाढदिवस झाल्यानंतर थोड्याच दिवसांनी एका भल्या सकाळी आम्ही एक विमान आमच्या छावणीवरून जाताना बघितलं, नेहमीपेक्षा खूपच कमी उंचीवरून उडणारं ते विमान पाहताच आम्ही आनंदानं किंचाळलोच. कारण ते जपानी विमान नव्हतं. आत्तापर्यंत अनेक जपानी विमानं उडताना आम्ही पाहिली असल्यामुळे त्यांच्या पृष्ठभागावरचं लाल वर्तुळ चिन्ह आमच्या ओळखीचं झालं होतं. ह्या विमानावर ते चिन्ह नव्हतं, त्याअर्थी ते मित्रराष्ट्रांपैकी कुणाचं तरी विमान असणार, हे आम्ही ओळखलं. विमानातून काही पत्रकं आमच्या छावणीवर टाकण्यात आली. त्यावर लिहिलं होतं, 'धैर्य आणि चिकाटीचे प्रयत्न सोडू नका, युद्ध लवकरच संपुष्टात येणार आहे' आमच्यासाठी तो संदेश, ती पत्रकं अमृतवर्षावाहून कमी महत्त्वाची नव्हती.

घाईघाईनं आम्ही ती पत्रकं नष्ट करून टाकली; पण नाझ्या सध्या अ‍ॅडलेड (ऑस्ट्रेलिया) मध्ये रहाणाऱ्या एका मैत्रिणीनं मित्रराष्ट्रांनी पाठवलेला धीराचा संदेश देणारं ते ऐतिहासिक महत्त्वाचं पत्रक अजूनही जपून ठेवलं आहे. जपान्यांनी आम्हाला ती पत्रकं देऊन टाकण्याचा हुकूम सोडला; पण आनंदसूचक वार्ता देणारा हा संदेश माझ्या मैत्रिणीनं जपून ठेवला.

या पत्रकामुळे आमच्या जिवात जीव आला. अमची मनं पुन्हा एकदा पालवली; पण त्यामुळे मरणाऱ्यांची संख्या काही घटली नाही. कारण भोवतालच्या परिस्थितीत काहीच बदल झालेला नव्हता. असेच सहा महिने गेले. वयस्क स्त्रिया आणि लहान मुलं आजारांना, कुपोषणाला बळी जातच होती. माझी सगळ्यांत धाकटी बहीण सेलेस्त, अडीचतीन वर्षांपूर्वी जे कपडे घालायची तेच कपडे तिला अजूनही होत होते. वास्तविक पाहाता हे तिचं वाढीचं वय होतं; पण अन्नान्नदशेमुळे तिची शारीरिक वाढ खुंटल्यातच जमा होती.

६ ऑगस्ट, १९४५ रोजी हिरोशिमावर बॉम्बहल्ला करण्यात आला. त्यानंतर जावातील आमच्यासारख्या युद्धकैद्यांच्या दृष्टीनं १५ ऑगस्ट हा मुक्तिदिन ठरला. कारण त्याच दिवशी जपाननं बिनशर्त युद्धसमाप्तीसाठी शस्त्रं खाली ठेवली. त्या वेळी पुन्हा एकदा आमच्या छावणीवरून विमानांच्या घिरट्या सुरू झाल्या. सुरुवातीला आम्हाला ती जपानी विमानंच वाटली; पण ती मित्रराष्ट्रांची विमानं आहेत हे समजल्यानंतर आम्हाला जो आनंद झाला तो शब्दात वर्णन करणं केवळ अशक्य!

या विमानातून खाद्यपदार्थांची पुडकी आमच्यासाठी टाकण्यात आली. त्यामध्ये चिक्कार बिस्किटं तर होतीच, शिवाय औषधंही होती. त्यामध्ये नव्यानंच मोठ्या प्रमाणात उपलब्ध झालेल्या पेनिसिलिनचा समावेश होता. त्यामुळेच माझ्या आईचा जीव वाचला. तिचा पुनर्जन्म झाला!

खाद्यपदार्थांचं सगळ्यांमध्ये योग्य प्रमाणात वाटप करण्यात आल्यानंतर पहिल्यांदाच आम्ही बहिणी पोटभर जेवण करू शकलो. त्या भोजनाला आम्ही 'स्वातंत्र्य भोजन' असं सार्थ नाव दिलं. त्या दिवशी आम्ही बऱ्याच काळानंतर इतका दाबून भात खाल्ला की आमची पोटं अक्षरश: दुखू लागली. गेल्या काही वर्षांच्या अन्नान्नदशेमुळे आमची पोटं आक्रसली गेली होती. त्यामुळे जास्त अन्न ग्रहण करण्याची त्यांची क्षमता राहिली नव्हती. त्या दिवशी आम्ही तोही पाठ गिरवला – एकाच वेळी पोट गच्च भरेल इतकं जेवायचं नाही!

युद्ध संपलंय हे आम्हाला समजलं त्याच वेळी आमच्या छावणीतील कुणीतरी कैद्यानं एक डच राष्ट्रध्वज बाहेर काढला. त्याच्याजवळ हा कुठून व कसा आला हे काही आम्हाला समजलं नाही; पण आमच्या अंगांगांवर त्याच्या दर्शनानं रोमांच

उभे राहिले, आमचे डोळे आनंदाश्रूंनी वाहू लागले आणि जेव्हा आम्ही आमचा लाल, पांढऱ्या व निळ्या रंगाचा 'तिरंगा' आकाशात फडफडताना पाहिला, तेव्हा साडेतीन वर्षांच्या जपानी आक्रमणाचा आम्हाला क्षणार्धात विसर पडला.

युद्ध तर संपलं पण आम्हाला आमच्या नातेवाइकांविषयी काहीच बातमी न समजल्यामुळे सगळीकडे गोंधळाचं वातावरण पसरलं. ते जिवंत आहेत की नाही अशी चिंता सगळ्यांच्या मनाला लागून राहिली. रेडक्रॉस या संस्थेनं या बाबतीत फार मोठं मदतकार्य केलं. हे सगळं खरं असलं तरी पुढचे पाच महिने आम्हाला क्रॅमॅटमध्येच काढावे लागले. कारण कुठे जायचं याविषयी काहीच कल्पना नव्हती. या काळात अन्नपुरवठा समाधानकारक झाला आणि डॉक्टर्सही आजारी कैद्यांच्या उपचारादाखल हजर झाले. माझ्या आईप्रमाणे जे युद्धकैदी गंभीररीत्या आजारी होते, त्यांना छावणीबाहेरील रुग्णालयात पाठवण्यात आलं. आमच्यापासून आमची थकली-भागलेली, पिकुटलेली अस्थिपंजर आई दूर गेली, तेव्हा पुन्हा एकदा माझ्या मनाला यातना झाल्या; पण या वेळी एक दिलासा होता की तिला योग्य ते उपचार मिळतील व ती बरी होऊन पुन्हा आमच्याबरोबर राहायला लागेल. फिअेन आणि सेलेस्त या माझ्या अनुक्रमे तेरा व दहा वर्षांच्या बहिणींना सांभाळण्याची जबाबदारी माझ्यावर येऊन पडली. या युद्धछावणीत त्यांच्या बालपणातली साडेतीन अनमोल वर्षं वाया गेली होती.

हळूहळू छावणीबाहेरील जगाविषयीच्या बातम्या आमच्या कानांवर येऊ लागल्या. युद्धकैदी स्त्रियांना, मुलींना त्यांच्या नवऱ्यांबद्दल, वडिलांबद्दल समजल्यावर त्यांच्या आनंदाला पारावार उरला नाही. आमच्या कुटुंबावर तर देवाची कृपादृष्टीच होती, कारण आम्ही सगळेजण युद्धातून सहीसलामत बाहेर पडलो होतो. माझ्या वडिलांना जपान्यांनी सुमात्रामध्ये कैदेत ठेवलं होतं, तर माझा थोरला भाऊ वॉर्ड जर्मनीच्या कैदेत होता. कैदेत नसलेले माझे हेन्री आजोबा आणि माझी बहीण ॲलिनही सुखरूप होती.

कालांतरानं, रेडक्रॉसच्या साहाय्यामुळे आम्हा चौघींची व आजोबांची आणि ॲलिनची भेट झाली, आम्ही एकत्र आलो, एकमेकांना डोळेभरून पाहिल्यावर, गळामिठी मारल्यावर आणि आवाज ऐकल्यानंतर आमची मनं इतकी उचंबळली की त्या आनंदाचं वर्णन करायला माझ्याजवळ पुरेसे शब्दच नाहीत. माझ्या आजोबांचा रस्टिकाना पार्क हा सुट्टी घालवण्यासाठी बांधलेला सुंदर बंगला, त्यांचं नेहमीचं घर आणि इतर डच लोकांची सुंदर निवासस्थानं युद्धकाळात नष्ट करण्यात आली होती. ते पूर्णपणे बेघर झाले होते. डच लोकांना बोटीनं हॉलंडला पाठवण्यात आलं, तेव्हा माझ्या आजोबांनी ॲलिनसह एका इस्पितळ जहाजावर पाय ठेवला व जावाचा

निरोप घेतला; पण त्यांना जावाचा विसर पडणं शक्य नव्हतं. जावातील परिस्थिती पूर्ववत झाल्यानंतर ते आपल्या लाडक्या देशात परतले. अंबारावातील फ्रान्सिस्कन ख्रिश्चन भगिनींनी त्यांना आपल्या निवासस्थानी (Convent) आश्रय दिला. त्यांच्या पूर्वीच्या इंडोनेशियन नोकरमाणसांना ते जावाला परत आलेत असं समजलं, तेव्हा त्यांनी आजोबांची अगदी अखेरच्या क्षणापर्यंत प्रेमानं काळजी घेतली, शुश्रूषा केली. वयाच्या ८७ व्या वर्षी, २८ जुलै १९५१ या दिवशी आजोबांनी जगाचा निरोप घेतला.

माझे आजोबा आणि ॲलिनची व आमची भेट झाली; पण अजून आम्हाला आमचे वडील भेटायचेच होते. त्यासाठी आम्हाला बरीच वाट पाहावी लागणार होती.

* * *

युरोपमध्ये युद्धाची धुमश्चक्री चालू असताना तेथील बरेच कलावंत डच लोकांची वसाहत असलेल्या ईस्ट इंडिजमध्ये आपल्या कलेचं प्रदर्शन करण्यासाठी आले. त्यामध्ये लिली क्रॉस (Lily kraus) ही सुप्रसिद्ध पियानोवादिकाही होती. १९४२ मध्ये जपाननं जावावर कब्जा मिळवला, त्या वेळी ती जावामध्येच आपले कार्यक्रम सादर करत होती. त्यामुळे तिलाही क्रॅमॅटमधल्या युद्धकैद्यांच्या छावणीत ठेवण्यात आलं होतं. आता साडेतीन वर्षांच्या बंदिवासानंतर पियानोच्या स्वरपट्ट्यांवर बोटं फिरवायला तिचे हात शिवशिवत होते. कुणीतरी एक पियानो शोधून काढला व छावणीत आणण्याची व्यवस्था केली. लिलीचं मन आनंदानं भरून आलं. त्यानंतरच्या महिन्यांमध्ये छावणीमध्ये शोपिन (Chopin) लिझ्ट (Liszt) आणि शुमन (Schumann) यांच्या सुमधुर रचना आम्हाला लिली क्रॉसमुळेच ऐकायला मिळाल्या. पूर्वीही मी या रचना ऐकलेल्या होत्या; पण लिलीच्या बोटांमधली जादू काही वेगळीच होती. आमचे कान आणि मनं तृप्त झाली. गेल्या काही वर्षांच्या खडतर काळानंतर हे संगीत आम्हाला वेगळ्या जगात घेऊन गेलं.

* * *

युद्धसमाप्तीनंतर क्रॅमॅट छावणीच्या आतली दारं उघडली गेली. आता आम्ही इतर छावणीतील स्त्रियांबरोबर मोकळेपणानं भेटू, बोलू शकत होतो. ज्या नन्सनी मला मानसिक आधार दिला होता त्यांना भेटायला मी आसुसले होते. मी त्यांच्या छावणीत गेले अन् एका स्त्रीला नन्सना कुठे भेटायचं याविषयी विचारलं. तिनं

काहीही उत्तर न देता उद्धटपणे मान फिरवली. इतक्यात इतर काही स्त्रियांना मी आपापसात कुजबुजताना ऐकलं, 'ती बघ, वेश्यांच्या छावणीतली मुलगी.' मला ते शब्द ऐकून मेल्याहून मेल्यासारखं झालं. कुणाकुणाला आणि कायकाय स्पष्टीकरण मी देऊ शकणार होते? मी माझ्या तोंडाला परत एकदा कुलूप लावलं...

अन् सांगून तरी मी काय साध्य करणार होते? आमच्यावर कुणाचाही विश्वास नव्हता. माझ्या धाकट्या बहिणींनादेखील यासाठी अनेकदा अपमानास्पद वागणूक सहन करावी लागली होती. चर्चमधील भगिनींनी मात्र माझं स्वागत केलं. त्यांनी आमच्याविषयी कुठलीही शंका बाळगली नाही, हा त्यांच्या मनाचा मोठेपणा होता. या खडतर काळात कसलीही सुविधा उपलब्ध नसतानाही त्यांनी आपले पांढरे कपडे बऱ्याच प्रमाणात स्वच्छ राखले होते आणि नियमितपणे तोच पोशाख वापरीत असत.

या भगिनींनीच मला सांगितलं की पुढील रविवारी एक कॅथॉलिकपंथीय धर्मगुरू आमच्या छावणीत येऊन आमच्यासाठी सामूहिक प्रार्थना करणार होते. माझ्या दृष्टीनं ही फार आनंदाची बातमी होती. इतक्या प्रदीर्घ कालावधीनंतर का होईना, मला सामूहिक प्रार्थना म्हणता येणार होती व त्यानंतर मला पवित्र दीक्षाही (Holy Communion) मिळण्याची शक्यता होती.

त्या घडीला माझं मन धर्मगुरूंशी बोलण्यासाठी आतूर झालं होतं, सामूहिक प्रार्थनेनंतर मी त्यांना भेटण्याची परवानगीही मिळविली. मनातून मात्र वाटत होतं की या अनोळखी धर्मगुरूंऐवजी फादर डायडेरिचशी मला बोलता आलं असतं तर किती बरं झालं असतं! त्यांच्यासमोर बसून मी माझ्यावर कोसळलेल्या संकटाची कल्पना लाजतलाजतच दिली. बोलताना कित्येक वेळा माझ्या मनातले कढ डोळ्यांवाटे बाहेर पडत होते. त्यामुळे मला बोलताना थांबावं लागत होतं. मोठ्या कष्टानं मी माझी दुर्दैवी कहाणी त्यांना ऐकवली. माझं बोलणं ऐकत असताना अगदी स्तब्धपणे ते नुसते बसून होते. त्या वयोवृद्ध माणसाच्या चेहऱ्यावर मला त्यांना बसलेला धक्का प्रतिबिंबित झालेला दिसला. ते स्वत:देखील जपान्यांचे युद्धकैदी म्हणूनच जगले होते. खडतर कारावासाच्या स्पष्ट खुणा त्यांच्या चेहऱ्यावर दिसत होत्या.

शेवटी मी त्यांना म्हटलं, "अजूनही नन होण्याची माझी इच्छा कायम आहे. तुम्ही मला मदत केलीत तर ती मला पूर्ण करता येईल." ते काहीच बोलले नाहीत. आमच्या दोघांमधली भयानक शांतता मला अस्वस्थ करीत होती. या अस्वस्थतेवर मात करण्यासाठी मी खालचा ओठ दाताखाली आवळून धरला. माझी बोटं अस्वस्थपणे हालचाल करू लागली. बऱ्याच वेळानंतर त्यांनी माझ्या विनंतीला जो प्रतिसाद दिला त्यानं मी पार हादरून गेले. आजही त्यांच्या बोलण्यातला शब्दन्‌शब्द

मला आठवतो आहे.

"हे बघ बेटा, तुझ्या बाबतीत जे काही घडलं ते निश्चितपणे दुर्दैवी आहे, हे मला कळतंय; पण अशा परिस्थितीत तू नन होण्याचा विचार सोडून द्यावास, असं मी तुला म्हणेन. तेच तुझ्या दृष्टीनं योग्य होईल." वीज कोसळल्याप्रमाणे मी जागच्याजागी बसून राहिले. त्यांच्याबरोबर वाद घालणं मला शक्यच नव्हतं; पण इतक्या वर्षांनंतर जेव्हा मी त्यांच्या वागण्याचा विचार करते तेव्हा मला असं प्रामाणिकपणे वाटतं की त्यांनी माझ्या बाबतीत नको इतकी कठोर भूमिका घेतली होती. त्यांचा सल्ला पूर्णतः चुकीचा होता, असं मला खेदानं म्हणावंसं वाटतं. माझी इतकी निराशा झाली की त्यानंतर काही काळ मी स्वत:ला हीन समजू लागले. एक प्रकारच्या न्यूनगंडानं मी पछाडली गेले. माझ्या बाबतीत जे काही घडलं त्यात माझा काय दोष होता? जर मी काही अपराध केलेलाच नव्हता तर मला त्याची शिक्षा तरी का देण्यात यावी? स्वत:ला दयावंत ईश्वराचा सेवक म्हणवणाऱ्या धर्मगुरूनं एका निरपराध व्यक्तीला इतकी कठोर शिक्षा का द्यावी? हा विरोधाभास नव्हता का? माझ्यात असा काय बदल घडला होता की ज्यामुळे ईश्वरसेवेचा अधिकार मला नाकारला जावा? मी अपवित्र झाले होते का?

धर्मगुरूंना माझं दु:ख समजेल, ते मला मानसिक आधार देतील, या अपेक्षेनं मी त्यांच्याकडे गेले होते. मात्र परतताना मनात होते अनेक शंकांचं आणि प्रश्नांचं मोहोळ. एक दुर्लक्षिलेली, नकोशी, अपवित्र मुलगी म्हणून परत फिरताना माझे पाय जड झाले होते. आत्तापर्यंतच्या माझ्या आयुष्यात धर्मगुरूंचे शब्द म्हणजे अखेरची आज्ञा असं समजून मी वागत आले होते. म्हणूनच याही वेळी मी त्यांचा आज्ञेचा अवमान केला नाही. आपल्यासाठी आता धार्मिक आयुष्याचे, ईश्वरसेवेचे मार्ग बंद झाले आहेत, हे मी मान्य केलं; पण त्याच वेळी माझ्या मनात एक विचार आला, ज्याला आम्ही देवपुत्र मानतो त्या येशू ख्रिस्तालाही अवहेलना, अपमान या गोष्टींना सामोरं जावंच लागलं होतं. लोकांनी त्याच्या बाबतीतही गैरसमज करून घेतले होतेच ना? मग मी तर एक य:कश्चित तरुणी होते. या विचारानं माझ्या मनाला उभारी आली. ईश्वरावरचा माझा विश्वास पूर्वीप्रमाणेच अढळ राहिला.

* * *

युद्ध संपलं तरी बटाव्हियातील क्रॅमॅट छावणीतल्या आम्हा स्त्रियांचं नष्टचर्य काही संपलं नव्हतं. एक नवीन संकट आमच्यासमोर उभं ठाकलं. इंडोनेशियात

आता डच सरकारविरुद्ध एक स्वातंत्र्य चळवळ उभी राहिली. त्यांना आता परकीय अंमल नको होता. युद्धकाळातील जपान्यांच्या डचविरोधी प्रचारानं इंडोनेशियन लोक प्रभावित झाले होते. त्यांनी आमच्याविरुद्ध आक्रमक भूमिका घेतली आणि आम्हाला ठार मारण्याचा विचार केला.

युद्धकैद्यांच्या छावणीत डांबल्या गेलेल्या डच स्त्रिया व मुलं आता इंडोनेशियातील स्वातंत्र्यवीरांच्या हल्ल्याचं लक्ष्य बनली. रात्रीच्या वेळी हे लोक आमच्या छावणीच्या कुंपणावरून उड्या मारून आत प्रवेश करत आणि हातबॉम्ब व चाकूसुऱ्यांच्या साहाय्यानं असहाय्य स्त्रिया-मुलांना ठार मारत. हे दृश्य फार भयंकर असायचं. दैवदुर्विलास असा की ही स्त्रिया-मुलं साडेतीन वर्षं शत्रूच्या छावणीत कैदी म्हणून अर्धपोटी जगली होती. अनेक प्रकारच्या रोगांना, संकटांना त्यांनी चिकाटीनं तोंड दिलेलं होतं आणि आता त्यांना किड्यामुंगीसारखं मरण येत होतं.

अंबारावा छावणीतली माझी एक मैत्रीण सेमारांगमधील एका कुंटणखान्यात काही वर्षं राहून इथे आली होती. एका रात्री माझ्याशेजारी झोपलेल्या या तरुणीला इंडोनेशियन दहशतवाद्यांनी सुरीचे घाव घालून ठार मारलं. माझ्या डोळ्यांदेखत माझी मैत्रीण रक्ताच्या थारोळ्यात पडली आणि आचके देत मरण पावली. मी त्या दिवशी कशी वाचले ते माझ्या दृष्टीनं एक कोडंच होतं. माझ्या आयुष्याची दोरी बळकट होती हेच खरं! त्यानं खिडकीतून उडी मारली होती अन् थेट तो तिच्या अंगावरच कोसळला होता. सुरीनं तिच्यावर प्राणघातक हल्ला करून तो परत निघून गेला. शेजारी रक्ताच्या थारोळ्यात माझी मैत्रीण पडली आहे, अशा परिस्थितीत मी प्राण मुठीत धरून तशीच पडून राहिले; कारण तो परत एकदा येईल, अशी भीती मला वाटत होती. तो प्रसंग मला अजूनही कधीकधी झोपेतही आठवतो आणि मी दचकून जागी होते.

तब्बल पन्नास वर्षांनंतर मी जेव्हा छावणीत मृत्युमुखी पडलेल्या स्त्रियांच्या व मुलांच्या दफनभूमीला भेट दिली, तेव्हा या माझ्या शूर मैत्रिणीच्या कबरीवर मी एक लहानसा फुलांचा गुच्छ ठेवला आणि तिला भाववंदना दिली.

या पाच महिन्यांच्या काळात छावणीबाहेर पाऊल ठेवणं आमच्यासाठी धोकादायक होतं. या बाबतीत आमच्या संरक्षणाची जबाबदारी घ्यायला कुणीही तयार नव्हतं. मला मात्र हा धोका पत्करणं गरजेचं होतं; कारण माझी आई त्या वेळी इस्पितळात होती. तिथं पायी जायला लागायचं आणि साधारणपणे वीस-पंचवीस मिनिटं तरी लागायची. इस्पितळात जाताना-येताना कुणाही दडून बसलेल्या दहशतवाद्यांच्या हल्ल्याला मी बळी पडू शकले असते; पण मृत्यूशी इतक्या वेळा

मी सामना केला होता की, आता त्याचं मला काहीही वाटत नव्हतं.

अशीच एकदा मी रस्त्यानं जात असताना मला एका झाडावर बसलेला एक दहशतवादी दिसला. त्याच्या हातातला चाकू पाहून माझे हातपाय गळाठले. तरी मी मनाचा हिय्या करून पावलं टाकत राहिले. त्या दिवशीही माझी मृत्युघंटा वाजली नसावी बहुतेक. इस्पितळात प्रवेश केल्यानंतर चाकूच्या हल्ल्यामुळे रक्तबंबाळ झालेल्या तेथील डच लोकांना पाहिल्यावर माझ्या छातीतली धडधड मात्र वाढू लागायची. पुढेपुढे हे दहशतवादी हल्ले इतके वाढत गेले की, शेवटी २३ व्या भारतीय विभागातील (23rd Indian Division) काही ब्रिटिश सैनिकांना डचव्याप्त इंडोनेशियात आमच्या संरक्षणार्थ पाठवण्यात आलं. पूर्वी त्यांना सिंगापूरमध्ये कामगिरीवर पाठवण्यात आलेलं होतं. तेथून ते ब्रह्मदेशात गेले होते आणि त्यानंतर त्यांना इंग्लंडला माघारी पाठवण्यात येणार होतं; पण त्याऐवजी त्यांना जावामध्ये पाठवण्यात आलं.

सैनिकांची ही कुमक आल्यानंतर छावणीत आनंदाचं वातावरण पसरलं. या तुकडीत ब्रिटिश सैनिकांबरोबर भारतातील गुरखा सैनिकांची तुकडीही होती. त्यांनी येताच आमच्या छावणीच्या प्रत्येक कोपऱ्यावर मशिनगन्स उभ्या केल्या. कडक चेहऱ्याच्या गुरखा सैनिकांनी छावणीवर खडा पहारा ठेवला. चार वर्षांनंतर पहिल्यांदाच मला खऱ्या अर्थानं सुरक्षित वाटलं.

ब्रिटिश सैनिकांमुळे आमच्या छावणीत खरोखरच आनंदाचं वातावरण निर्माण झालं. हे सैनिक त्यांना मिळणारा अन्नधान्याचा शिधा आमच्याबरोबर वाटून घेत. त्यांच्या औदार्यामुळे आम्हाला चांगलं जेवण मिळू लागलं. नाहीतर डबाबंद फळं – विशेषत: पीचसारखी दुर्मिळ – खाण्याचं आमच्या नशिबात थोडंच होतं? आम्हाला तर ती फळं अमृताहूनी गोड वाटायची. मुलांना अनेक वर्षांनंतर चॉकलेटं खायला मिळाली. काहींना चॉकलेट म्हणजे काय हेही ठाऊक नव्हतं!

पुन्हा एकदा चैतन्याचं वातावरण निर्माण झालं. नाचगाण्यांच्या कार्यक्रमांना, मेजवान्यांना सुरुवात झाली. तरुण मुलींसाठी तर ही अत्यंत दुर्मिळ अशी संधी होतीच, पण प्रौढ स्त्रियांनीही त्यामध्ये उत्साहानं भाग घेतला. हे कार्यक्रम एका डच शाळेत होत असत; कारण त्याच ठिकाणी ब्रिटिश सैनिकांची रहाण्याची सोय करण्यात आलेली होती. आता मुलांच्या चेहऱ्यावर आनंदाचं हसू दिसू लागलं. स्त्रिया आपल्या सजण्यानटण्याकडे लक्ष देऊ लागल्या. खरं सांगते, बिटिश सैनिकांनी आमचे केवळ प्राणच वाचवले नव्हते, तर आपल्या औदार्याचं व चांगुलपणाचे दर्शनही त्यांनी आम्हाला अनेक वेळा घडवलं होतं. माझ्या मते, त्यांच्या या कामगिरीची पुरेशी दखल घेतली गेली नाही.

टॉम रफची आणि माझी ओळख ह्याच ठिकाणी झाली. एकदा मी माझ्या आईला भेटण्यासाठी इस्पितळात जायला निघाले, तेव्हा छावणीच्या फाटकापाशी एक देखणा सैनिक माझ्याजवळ येऊन मला म्हणाला, "कुणाला तरी सोबत घेतल्याशिवाय छावणीबाहेर जाणं धोक्याचं ठरू शकतं. तुम्हाला कुठं जायचंय ते मला सांगा. मी माझ्या जीपनं तुम्हाला तिथे नेऊन सोडतो."

त्या दिवसापासून टॉमनं मला प्रत्येक वेळी जीपनं सुरक्षितपणे इस्पितळापर्यंत नेलं व आणलं. जीपमध्ये त्याच्याबरोबर आणखी एक सहचालक असे. टॉम जीप चालवत असे त्या वेळी हा सैनिक त्याच्याशेजारी हातात बंदूक सज्ज ठेवून बसलेला असे. अनेक वेळा आजूबाजूनं बंदुकीच्या गोळ्यांचा वर्षाव होत असताना भरधाव वेगानं टॉम जीप चालवत असे. मी मात्र मागच्या बाजूला अंग चोरून बसलेली असे. आमच्या दोघांतील युद्धकाळातील प्रेमकहाणीला सुरुवात झाली ती अशा पद्धतीनं! आम्ही आता नियमितपणे भेटू लागलो.

त्या वेळी माझ्याजवळ दोन काहीसे बरे दिसणारे पोशाख होते. नृत्याच्या कार्यक्रमाला जाण्याआधी मी टॉमला विचारत असे, "आज निळा फ्रॉक घालू की पांढरा?" हळूहळू मला टॉम आवडू लागला. फिअेन आणि सेलेस्तलाही त्याच्याविषयी प्रेम वाटू लागलं, कारण तो त्यांना आपल्या वाट्याची चॉकलेटं देत असे. दयाळू, प्रेमळ स्वभावाचा टॉम मनानं अगदी सरळ होता. एका शब्दात सांगायचं झालं तर 'भला माणूस' होता. सैनिकी गणवेशात तो रुबाबदारही दिसायचा. माझ्या मनात त्याच्याविषयी प्रेमभावना अंकुरते आहे, असं मला जेव्हा लक्षात आलं, तेव्हा मी त्याला स्वतःबद्दल मोकळेपणानं सांगून टाकायचं ठरवलं.

असेच एका सकाळी आम्ही दोघंजण जीपमध्ये बसलो होतो. त्या वेळी कसं कोण जाणे पण मला वाटलं, हीच वेळ आहे टॉमला स्वतःबद्दल सांगण्याची, मनातले अगदी खाजगी विचार, भावना, दुःखं त्याच्याजवळ मोकळं करण्याची.

मी माझी कहाणी त्याला सांगू लागले. तिचे एकेक पदर उलगडत गेले तसा टॉम तिच्यात अधिकाधिक गुंतत गेला. त्याच्या डोळ्यांत आपुलकीचे अश्रू उभे राहिले आहेत, असं माझ्या लक्षात आलं. मी बोलत असताना त्यानं एकही प्रश्न मला विचारला नाही. कहाणीचा शेवट सांगत असताना भावनावेगानं माझा आवाज कापू लागला, तेव्हा टॉमनं माझ्याभोवती आपल्या हातांची मिठी घातली. मला त्याच्या हातांचा आधार फार आश्वासक वाटला. काही वेळ आम्ही दोघं तसेच बसून राहिलो. स्नेहभरानं टॉम मला म्हणाला, "मला तू खूप आवडतेस, माझं तुझ्यावर प्रेम जडलं आहे. तू खरोखरच सुंदर आहेस." हेच धीराचे शब्द ऐकायला

माझे कान जणू आसुसले होते.

माझ्यावर ओढवलेल्या प्रसंगानं टॉमचं मन विचलित झालं नाही किंवा त्याचं प्रेम तसूभरही कमी झालं नाही. माझ्या मनानं टॉमची तुलना त्या कॅथॉलिक पंथीय धर्मगुरूंशी केली. वयानं, अनुभवानं मोठ्या असलेल्या त्या माणसानं मला कठोरपणे, निर्दयपणे पारखलं होतं. तरुण वयाच्या टॉमनं मला प्रेमच दिलं नाही तर मला माझा आत्मविश्वास व आत्मसन्मान परत मिळवून दिला. माझा भूतकाळ विसरण्याविषयी त्यानं मला उपदेश केला नाही, कारण ते मला शक्यही झालं नसतं. त्यानं उच्चारलेले 'तू सुंदर आहेस' हे शब्द माझ्यासाठी अनमोल होते.

जपान्यांनी माझ्यासारख्या तरुण मुलीवर केलेले अत्याचार विनादखल विसरले जाऊ नयेत असं त्याला तीव्रतेनं वाटलं, म्हणून तो मला ब्रिटिश सेनेच्या पोलीस मुख्यालयात घेऊन गेला. तिथे मी माझी हकिकत सर्वोच्च सेनाधिकाऱ्यांच्या कानावर घातली; पण त्यातून पुढे काहीच निष्पन्न झालं नाही. त्यांच्या दृष्टीनं तो तेवढासा गंभीर अपराध नसेलही कदाचित!

* * *

आमच्या दोघांच्या मैत्रीला दोनेक महिने झाले असतील. त्यानंतर आम्ही एकमेकांशी वाङ्‌निश्चयाद्वारे बांधील व्हायचं ठरवलं. १९४५ सालच्या नाताळ सणाच्या उत्सवाचं निमित्त साधून टॉमनं मला वाङ्‌निश्चयानिमित्त एक अंगठी दिली. सोन्याच्या अंगठीत एक मोठा जेडचा खडा बसवलेली ती अंगठी माझ्या दृष्टीनं एक अमूल्य भेट होती. त्यातील हिरवा खडा माझ्या जन्मस्थानातील जावातील हिरवाईचं प्रतीक होता. तसेच आमच्या मनातील भविष्याबद्दलच्या आशादेखील त्यात प्रतिबिंबित होत होत्या.

माझ्यासाठी ही अंगठी खरेदी करण्यासाठी टॉमनं स्वत:चा जीव धोक्यात घातला होता. युद्धकाळात डच व्यापाऱ्यांची दुकानं तसंच गोदामं इंडोनेशियन लोकांनी लुटली होती. अशा वेळी एका इंडोनेशियन व्यापाऱ्यानं टॉमला अंगठी कुठे मिळेल ती माहिती दिली. परंतु ते दुकान ज्या खेड्यात होतं, त्या ठिकाणी ब्रिटिश सेनेचा अंमल नव्हता. तरीही सर्व नियम धाब्यावर बसवून टॉमनं त्या भागात जायचा निश्चय केला. सोबतीसाठी दोन सशस्त्र सैनिक मित्रांना घेऊन टॉमनं त्या इंडोनेशियन व्यापाऱ्याच्या मागोमाग आपली जीप नेली आणि जवळपासच्या खेड्यातल्या (स्थानिक शब्द काम्पाँग) एका घरी गेला. अशा प्रकारे मित्रांनी संरक्षण दिल्यामुळे टॉमला माझ्यासाठी अंगठी खरेदी करता आली. मोठ्या धूमधडाक्यात आमचा वाङ्‌निश्चय पार पडला. त्या वेळी कुणीतरी म्हटलेलं 'सतत' (Always)

हे गीत आम्हा दोघांचंही आवडीचं गीत बनलं.

टॉमच्या तुकडीतले अनेक मित्र व माझ्या काही मैत्रिणींच्या उपस्थितीत हा समारंभ पार पडला. हवेत दमटपणा व चिकचिकाट असल्यामुळे माझा पंखा माझ्याबरोबर होता. माझ्या पर्समधून तो पंखा बाहेर काढून तो मी लगेचच समोर टेबलावर ठेवला आणि सर्व उपस्थित मित्रमैत्रिणींना त्यावर आपली नावं लिहायला सांगितली. युद्धादरम्यानची एक अवशेषस्वरूप (relic) आठवण म्हणून मी तो पंखा जपून ठेवला आहे. इतक्या प्रदीर्घ काळानंतर त्याच्यावर पेन्सिलनं लिहिलेली नावं अस्पष्ट झाली आहेत; पण अजूनही ती दिसू शकतात. ती माझ्यासाठी एक आनंदी आठवण आहे. टॉम, लॉफ्टी, सॅम, लेस, निक, ॲल्फ सायरिल. पुढे या सगळ्यांचं काय झालं, त्यांनी किती व कशी प्रगती केली, ते आता जिवंत आहेत की नाही ह्याविषयी मला काही माहिती नाही. सगळे निधड्या छातीचे शूरवीर होते, ही आठवण मात्र माझ्या मनात आजही ताजी आहे.

त्यानंतर लवकरच आमची व आमच्या वडिलांची भेट झाली. सुमात्रातील पकान बारू (Pakan Baru) छावणीत त्यांना युद्धकैदी म्हणून ठेवण्यात आलं होतं. एके दिवशी क्रॅमॅट छावणीच्या प्रवेशद्वारातून पावलं टाकत ते आमच्यापर्यंत आत आले, तेव्हा आमचा आमच्या डोळ्यांवर विश्वासच बसेना. त्यांना घट्ट मिठी मारून मी व फिएन हर्षवेगानं रडू लागलो. किती हडकले होते माझे वडील! त्यांच्या चेहऱ्यावरचं पूर्वीचं तेज पार लोपलं होतं. त्यांची प्रकृती ठीक नसावी, असं त्यांच्याकडं बघून मला वाटलं. त्या पहिल्या दिवशी आम्हाला सगळ्यांनाच किती बोलू अन् किती नको असं झालं. तीन-साडेतीन वर्षांत घडलेल्या सर्व गोष्टी एकाच दमात सांगून टाकाव्याशा वाटत होत्या. कारण सेलेस्त आणि माझ्या आईची भेट अजून व्हायची होती. जावामधील परिस्थिती धोकादायक असल्यामुळे डच लोकांना हॉलंडला, त्यांच्या मायदेशी पाठवण्यास सुरुवात केली गेली होती. त्या वेळी आजारी माणसांना आणि वयोवृद्धांना अग्रक्रम देण्यात आला. त्यामुळे १९४५ नोव्हेंबर महिन्यात माझ्या आईसह सेलेस्तनंही बटाव्हियाचा निरोप घेतला होता. त्या दोघींना ऑरेंज (Oranje) या इस्पितळ जहाजावरून नेण्यात आलं, कारण आईला अजूनही वैद्यकीय देखभालीची आवश्यकता होती. मी व फिएन क्रॅमॅटमध्ये राहिलो.

टॉम आणि माझ्यातला लग्नापूर्वीचा प्रणयाराधन काळ तसा छोटासाच ठरला. मला लवकरच हॉलंडला जावं लागलं. कारण माझी आई, बहीण वगैरे सगळे कुटुंबीय तिथे होते. त्या वेळी एक गोष्ट छान घडली. माझे वडील क्रॅमॅटला

आल्यामुळे त्यांची व टॉमची भेट होऊ शकली. अन् सगळ्यात महत्त्वाचं म्हणजे दोघांनाही एकमेकांचे स्वभाव आवडले.

टॉमकडून आलेले पत्र वाचताना.
ॲमस्टरडॅम, १९४६

भाग ५

अस्त एका युगाचा

११ जानेवारी १९४६ रोजी मी, माझे वडील आणि फिएननं आमच्या लाडक्या जन्मभूमीचा निरोप घेतला. आमच्या जहाजाचं नाव जोहॅन व्हॅन ओल्डनबार्न व्हेल्ड (Johan Van Oldenbarn veld) असं होतं. मातृभूमीचा तो किनारा सोडताना पुन्हा आमचे पाय या किनाऱ्याला लागतील की नाही या दुःखद विचारानं आमचे डोळे भरून आले.

हॉलंडपर्यंतचा प्रवास आमच्या दृष्टीनं सुखदायक आणि उत्सुकतेनं भरलेला असाच होता. युद्धकाळात हेच जहाज सैनिकांच्या ने-आणीसाठी वापरण्यात आलं होतं. त्यात नेहमीपेक्षा अधिक प्रवाशांची सोय करण्यात आली होती. त्यासाठी झुलते बिछाने (Hammocks) लावण्यात आले होते. आम्ही सगळे अशा झुलत्या पलंगावरच झोपत होतो. आम्ही जावाचा निरोप घेतला, तेव्हा आमच्याजवळ केवळ उष्ण कटिबंधात वापरण्यायोग्य असे सुती कपडे होते. जहाज सुएझला पोहोचलं. तेव्हा रेड क्रॉसचे लोक जहाजावर आले आणि त्यांनी आम्हाला थंडीसाठी योग्य असे उबदार कपडे व कोट दिले. गणवेशसदृश एकाच प्रकारचे ते कपडे असल्यामुळे आम्ही सगळेजण आता खरोखरच निर्वासितांसारखे दिसू लागलो!

आजही मला तो अगदी साधासा निळ्या रंगाचा लोकरीचा पोशाख आठवतो. प्रत्येक अंगावर तोच निळा रंग पाहून आपण थोडं तरी वेगळं दिसावं, अशी इच्छा माझ्या मनात उफाळून वर आली. माझ्याजवळ एक फुलाफुलांच्या डिझाइनचं कापड होतं. त्यातली फुलं मी कापून काढली आणि माझ्या पोशाखाच्या छातीवरील भागावर कलात्मकरीत्या शिवली. माझ्या या आगळ्यावेगळ्या कलात्मकतेचं स्वागत कौतुक आणि हेवा अशा दोन्ही प्रतिक्रियांनी झालं. रंग माझा वेगळा! मला स्वतःचाच अभिमान वाटला.

१९४६च्या फेब्रुवारीअखेर आम्ही हॉलंडमधील रॉटरडॅम या बंदरात पोहोचलो, तेव्हा माझ्या वडिलांनी मला आणि सेलेस्तला बोटीच्या डेकवर नेलं, आणि अतिशय उत्साहानं व प्रेमानं समोर हात करून ते म्हणाले, ''बघा, बघा ही खरी तुमची मायभूमी. तिचं स्वागत करा, तिचं रूप डोळ्यांत साठवा!'' पण मला व सेलेस्तला त्यांना हवा तसा प्रतिसाद देता आला नाही. कारण आमच्या दृष्टीनं हॉलंड हा परकाच देश होता. केवळ आई व सेलेस्त तेथे आम्हाला भेटतील एवढीच त्या देशाबद्दलची आमची भावना होती.

ॲमस्टरडॅममध्ये माझ्या मावशीच्या घरी तब्बल चार वर्षांनंतर माझे आईवडील एकमेकांना भेटले. तो क्षण भावनेनं आणि आनंदानं ओथंबलेला होता. एकमेकांच्या मिठीत आनंदाचे अश्रू ढाळत असलेल्या त्या दोघांना पहातानाचा क्षण माझ्या कल्पनेपेक्षाही सुंदर होता. एका शब्दानंही त्यांनी आपल्या भावना व्यक्त केल्या नाहीत. केवळ मिठीच पुरेशी होती. अश्रुपूर्ण नजरेनं त्यांनी एकमेकांना डोळाभरून पाहून घेतलं, स्पर्शाद्वारे खात्री करून घेतली की ही भेट म्हणजे स्वप्न तर नव्हे! त्यांच्या आनंदात मीही न्हाऊन निघाले आणि मनोमन देवाचे आभार मानले की आम्ही सगळेजण सुखरूपपणे युद्धकाळातून बाहेर पडलो.

त्या वेळची एक छान आठवण माझ्या मनात अजून ताजी आहे. माझी आई अनेक वेळा स्वत:चा चेहरा आरशात बारकाईनं न्याहाळत असे; आपण ठीक दिसतोय ना ह्याची खात्री करून घेत असे. माझ्या वडिलांना भेटण्यापूर्वी त्याच गोष्टीसाठी तिच्या मनात एक प्रकारची उदासी होती. कारण युद्धकाळातील खडतर अनुभवांमुळे तिची एकूणच तब्येत ढासळलेली होती. अर्धपोटी दिवस काढावे लागल्यामुळे ती अशक्त झाली होती. त्यामुळे तिच्या चेहऱ्यावर लहानमोठ्या सुरकुत्या व डागही पडले होते. ती आता चांगलीच वयस्क वाटू लागली होती.

पकान बारूच्या तुरुंगात माझ्या वडिलांनीही पुष्कळ हालअपेष्टा सोसल्या होत्या. त्या कठीण काळातून ते पार पडले होते, ते केवळ आपल्या प्रिय पत्नीच्या भेटीखातर. त्यांच्या दृष्टीनं माझी आईच सगळ्यांत देखणी व परिपूर्ण स्त्री होती, त्यांच्या आयुष्याला अर्थ देणारी आधारस्तंभ होती! परमेश्वराकडून त्यांना मिळालेली अमूल्य भेट! युद्धाच्या काळ्याकुट्ट कालखंडातला त्यांचा दिवसन्‌दिवस तिच्या आठवणींनी उजळून निघालेला होता. त्या वेळी त्यांच्या मनीमानसीची तिची प्रतिमा प्रत्यक्षाहूनही अधिक सुंदर होत गेली असली तरी नवल नव्हतं!

युद्धकाळानं त्यांच्यावर जे शारीरिक व मानसिक घाव घातले, त्यांच्या जखमा भरून यायला बराच काळ जावा लागला. दोघांनीही अपरिमित त्रास व दुःख भोगलं होतं. मी तर असं म्हणेन की ज्या ज्या कुणा स्त्री किंवा पुरुषांनी जपान्यांच्या युद्धछावणीत दिवस काढले व त्यातून ते जिवंतपणी बाहेर पडले असतील, त्या प्रत्येकांतच असे बदल झालेले असतील. माझ्या आईवडिलांनी तर काय गमावलं नव्हतं? आपलं घरदार, वैयक्तिक मालमत्ता-पैसाअडका, दागदागिने. एवढंच नव्हे तर जगण्याचं साधन – नोकरी – सगळ्यासगळ्यांवर त्यांना पाणी सोडावं लागलं होतं. वयाच्या एक्कावन्नाव्या वर्षी माझ्या वडिलांना परत एकदा आयुष्याला नव्यानं सुरुवात करावी लागली, तीही अनोळखी देशात. सोपं नव्हतं हे काम! कारण त्या काळी डच ईस्ट इंडीजमधून आलेल्या डच लोकांचं हॉलंडमध्ये स्वागत होत नव्हतं. दुसऱ्या जागतिक युद्धामध्ये जर्मनीनं हॉलंडचा ताबा घेतल्यानंतर हॉलंडचं अपिरिमित नुकसान झालं होतं. त्यातून हॉलंड सावरण्याचा, स्वतःच्या पायावर पुन्हा उभं रहाण्याचा प्रयत्न करत असताना नव्यानं देशात आलेल्या ईस्ट इंडीजमधील डचांना सामावून घेणं त्यांना जवळजवळ अशक्यप्राय होतं. सगळेच निर्वासित घरांच्या, नोकऱ्यांच्या शोधात होते आणि मूळच्या डच देशवासीयांना हे ओझं पेलायचं नव्हतं. 'घरचं झालं थोडं' अशी त्यांची गत झाली होती. या निर्वासितांपैकी काहींनी मग ऑस्ट्रेलिया, न्यूझिलंड व कॅनडाचा मार्ग पकडला.

आम्ही ॲमस्टरडॅमला आलो तेव्हा माझ्याकडे फारच थोडे कपडे होते. माझ्या स्थानिक नातेवाइकांना हे कळलं, तेव्हा त्यांनी उदारहस्ते प्रतिसाद दिला. गमतीचा भाग असा की मला एक अमूल्य असा ब्लाऊज ऑड्री हेपबर्न या अभिनेत्रीकडून मिळालं. त्याचं असं झालं, ॲमस्टरडॅममध्ये आम्ही माझ्या मावशीच्या घरी रहात होतो. तिच्या यजमानांचं नाव होतं बेन व्हॉन ॲस्बेक (Ben Von Asbeck) या माझ्या मावशीच्या यजमानांची एक भाची म्हणजेच ऑड्री हेपबर्न (ऑड्रीची आई डच तर वडील इंग्रज होते.) आम्ही ॲमस्टरडॅमला येण्याच्या काही दिवस आधीच ती इंग्लंडला गेली होती. माझी परिस्थिती ठाऊक झाल्यावर तिनं आपले काही कपडे माझ्यासाठी ठेवले होते. त्यामध्ये एक लांब बाह्यांचा छान पिवळ्या रंगाचा ब्लाऊज होता. मला आवडणारा हा ब्लाऊज मी पुढे बरीच वर्षं वापरला. पुढे ऑड्री सुप्रसिद्ध सिनेतारका झाली. त्यानंतर तर मोठ्या अभिमानानं मी सगळ्यांना सांगत असे, "हा ब्लाऊज मला ऑड्रीनं दिलाय."

काही काळानंतर माझे आजोबा – हेन्री, माझा भाऊ – वॉर्ड आणि थोरली बहीण ऑलिनही आम्हाला येऊन भेटले. आमचं कुटुंब पुन्हा एकदा एकसंध झालं. अर्थात युद्धकाळातल्या आपत्तींच्या खुणा पुसल्या जायला बराच काळ जावा लागला.

असंच एका संध्याकाळी मी आणि माझे वडील दोघंच बसलो होतो, तेव्हा त्यांनी मला त्यांच्या हालअपेष्टांविषयी सांगितलं. तेव्हा आम्ही प्रथमच एकमेकांशी इतक्या निवांतपणे बोललो.

जपानी लोकांनी माझ्या वडिलांचे फार हाल केले होते. त्याच्या आठवणी त्यांना पुढे अनेक वर्षं छळत राहिल्या. दरवर्षी सप्टेंबर महिन्यात त्यांना ते ज्या जहाजावर होते. त्या जुन्यो मारू (Junyo Maru) च्या बुडण्याची आठवण यायची आणि ते एखाद्या लहान मुलासारखे ढसाढसा रडायचे. १ मार्च १९४२ या दिवशी जपानी सैन्य जावात उतरलं, तेव्हा माझे वडील डच सैन्यात नोकरी करत होते. डच सैन्यानं शरणागती पत्करल्यानंतर माझ्या वडिलांना सुरुवातीला तिजिमाही (Tjimahi) या युद्धछावणीत व नंतर बटाव्हियाबाहेरील मकास्सार (Makassar) छावणीत कैदी म्हणून डांबण्यात आलं.

१९४४च्या सप्टेंबरमध्ये मकास्सार छावणीतील युद्धकैद्यांना ट्रकमधून बटाव्हियाच्या बंदरात नेण्यात आलं व तेथून हजारो युद्धकैद्यांना ब्रह्मदेश (आताचं म्यानमार) आणि सुमात्रामधील रेल्वेमार्ग तयार करण्याच्या कामासाठी पाठवण्यात आलं. या रेल्वेमार्गांना 'मृत्यूचे रेल्वेमार्ग' असं नाव कैद्यांनी दिलं होतं.

बंदरात आल्यानंतर माझ्या वडिलांनी जेव्हा 'जुन्यो मारू' हे जहाज पाहिलं, तेव्हा त्यांचं अवसानच गळाल्यासारखं झालं. कारण ते एक जुनंपुराणं, गंजलेलं जपानी मालवाहू जहाज होतं. ज्या चार हजार स्थानिक हमालांना किंवा मजुरांना प्रथम जहाजावर चढवण्यात आले, ते स्थानिक लोक होते. जपान्यांनी त्यांना त्यांच्या खेडेगावांमधून जबरदस्तीनं बाहेर काढून रेल्वेबांधणीच्या कामासाठी मजूर म्हणून पाठवलं.

१६ सप्टेंबर रोजी मध्यान्हीच्या सुमारास जुन्यो मारूनं बंदर सोडलं, तेव्हा त्यामध्ये आणखी अडीच हजार माणसं कोंबण्यात आली होती. त्यामध्ये माझे वडीलही होते. जहाज सुमात्रातील पदांगच्या दिशेनं मार्गक्रमण करू लागलं. तो मार्ग सोएन्दा आखातातून (Soenda Strait) होता. ही जी अडीच हजार माणसं नंतर जहाजावर चढवण्यात आली होती, ते सगळे माझ्या वडिलांसारखे डच युद्धकैदी होते.

एका जुन्या, मोडकळीला आलेल्या जहाजावर साडेसहा हजार प्रवासी! पाय ठेवायला जागा नाही अशा अवस्थेतला त्यांचा (तो) प्रवास म्हणजे जिवंतपणी मरण अनुभवणं असा होता. या प्रवाशांना लघवी करण्यासाठी मोरीपर्यंत जाणं शक्यच नसल्यामुळे असेल त्या जागीच करावी लागायची. काही वेळानंतर सगळ्या जहाजात असह्य दुर्गंधी पसरली. प्रवासात असंख्य धोकेही होते, कारण

मित्र-राष्ट्रांच्या अनेक पाणबुड्या जपानी जहाजांना जलसमाधी देण्यासाठी दबा धरून बसल्या होत्या. १८ सप्टेंबर १९४४ रोजी जुन्यो मारूला एका पाणसुरूंगानं (torpedo) धडक दिली. जुन्या जहाजाची छकलं व्हायला तरी कितीसा वेळ लागणार होता? चार हजार मजूर जिवाच्या आकांतानं वरच्या भागातील खोल्यांच्या दिशेनं धावू लागले. थोड्याच वेळानं आणखी एक हल्ला झाला आणि त्यानंतर जहाज बुडायला सुरुवात झाली. माझे वडील त्या वेळी तळघरातील इंजिनाच्या खोलीत होते. तेही वर जाण्यासाठी धडपड करू लागले. प्रसंगावधान राखून त्यांनी आपले बूटमोजे व वरचे सगळे कपडे काढून टाकले. त्यांनी आपल्या खिशात सतत बाळगलेली जपमाळही काढून फेकली व केवळ अंतर्वस्त्रासह कधीही उडी मारण्यासाठी ते तयार झाले.

जिवावर उदार झालेल्या लोकांमध्ये त्यांना डच सेनेतील एक धर्मगुरू फादर झेवियर व्हॉएट (Father Xavier Vloet) दिसले. त्यांनी ओरडून धर्मगुरूंना सांगितलं, 'उडी मारून जीव वाचवण्यासाठी सज्ज व्हा.' पण ते थोर मनाचे धर्मगुरू नकारार्थी मान हलवित माझ्या वडिलांना म्हणाले, ''माझ्या या बांधवांच्या साहाय्याला मला शेवटपर्यंत इथेच थांबायला हवं. तेच माझं कर्तव्य आहे आणि दुसरी गोष्ट म्हणजे मला पोहोताही येत नाही.'' माझ्या वडिलांनी त्यांच्या हातात जीवसंरक्षक अशी एक तरंगू शकणारी वस्तू (Lifebuoy) ठेवली आणि उडी मारण्याची विनंती केली; पण तो थोर धर्मगुरू आपल्या निश्चयापासून ढळला नाही. शेवटपर्यंत ते अविचल राहिले. सर्व बुडणाऱ्यांना त्यांनी एकत्रितपणे अखेरचे आशीर्वाद दिले. माझ्या वडिलांच्या कपाळावरही त्यांनी क्रुसाची खूण केली. दोघांनी क्षणभर एकमेकांना आलिंगन दिलं अन् पुढल्या क्षणी माझ्या वडिलांनी जिवावर उदार होऊन थंडगार पाण्यात उडी मारली. जुन्यो मारुवरील ज्या बाराशे अठ्ठ्यात्तर डच युद्धकैद्यांना जलसमाधी मिळाली. त्यामध्ये फादर व्हॉएट हा धर्मात्माही होता.

माझ्या वडिलांना पोहोण्याची सवय असल्यामुळे त्यांनी पहिला निर्णय जहाजापासून शक्य तितक्या दूर जाण्याचा घेतला. हेतू हा की बुडणाऱ्या त्या प्रचंड मोठ्या जहाजामुळे तेही पाण्यात खोलवर ओढले जाऊ नयेत. त्यांनी चहूबाजूला पाहिलं तेव्हा त्यांना लाकडाची एक फळी दिसली. त्यांनी तिचा आधार घेतला. थोड्या वेळानं त्यांना आणखी एक फळी दिसली इतकंच नव्हे तर दोरी असलेली एक सैनिकी पिशवीही (Army Knapsack) आढळली. या दोन फळ्यांना एकत्र बांधण्यात ते यशस्वी ठरले. त्यांच्या मदतीला आणखी सहा जण आले व सगळ्यांनी मिळून एक तराफवजा छोटी बोट बांधली. हे सात जण

कसेबसे त्या बोटीवर उभे राहिले. चहूबाजूंना त्यांना बुडणारे, मदतीचा धावा करणारे लोक दिसत होते.

जहाजावर ज्या काही जीवसंरक्षक बोटी (Lifeboats) होत्या, त्यांचा ताबा जहाजावरील जपान्यांनी आपल्याकडेच ठेवला. बुडणाऱ्यांपैकी काहींनी या बोटींना पकडण्याचा प्रयत्न केला, तेव्हा जपान्यांनी त्यांचे हात कापून काढायलाही कमी केलं नाही; पण काही वेळानंतर माझ्या वडिलांवरही तसाच दुर्धर प्रसंग ओढवला. एका जावानीज माणसानं त्यांच्या तराफ्याला पकडायचा प्रयत्न केला. त्यांच्यामुळे ही चिमुकली बोट पाण्यात उलटी होणार असा प्रसंग ओढवला. 'मला वर घ्या' अशी विनंती तो करू लागला; पण त्याच्यासारखे अनेक लोक पाण्यात गटांगळ्या खात होते. त्याचा जीव वाचवण्याच्या प्रयत्नात हे सातही जण बुडाले असते. वडिलांना त्याला दुसऱ्या एखाद्या फळीचा आधार घ्यायला सांगितला; पण त्या वेळपर्यंत तो माणूस पार थकला होता. माझे वडील त्याला नाइलाजानं म्हणाले, "तुझा देवावर विश्वास आहे का? मग त्याच्याकडे आपल्या आयुष्यभरातील चुकांबद्दल अखेरची माफी माग." त्यांनी स्वत: त्या माणसाला आशीर्वाद दिले आणि त्याच्या हातांची पकड सोडवली. त्यांच्या डोळ्यांसमोर तो माणूस खोल पाण्यात बुडाला. या दुर्दैवी घटनेचा माझ्या वडिलांच्या मनावर जो खोल आघात झाला, तो ते कधीही विसरू शकले नाहीत. अनेक रात्री त्यांनी झोपेशिवाय तडफडून काढल्या आणि झोपेतही त्यांना त्या प्रसंगाचीच स्वप्नं पडून ते दचकून जागे होत. ओक्साबोक्शी रडत त्यांनी ही कहाणी मला सांगितली.

त्या प्रसंगानंतरचे दोन दिवस व दोन रात्री या सात वीरांनी त्या बोटीवर काढल्या. त्यानंतर एका जपानी तटरक्षक जहाजानं त्यांना हेरलं. बुडणाऱ्यांना वाचवण्यासाठी हे जहाज गस्त घालत होतं. त्यांच्यासारख्या तीस युद्धकैद्यांना त्यांनी सुमात्रातील पकान बारू (Pakan Baru) या युद्धछावणीत नेलं. सुमात्रातील घनदाट जंगलातून जपानी लोक २३० किलोमीटर लांबीचा रेल्वेमार्ग बांधत होते. त्या कामावर या युद्धकैद्यांना जुंपण्यात आलं.

अनेक युद्धकैदी या काळात मृत्युमुखी पडले. काहीजण अमांश, कुपोषण, हिवताप, दमणूक आणि उष्णकटिबंधातील गळवांसारख्या (Tropical ulcers) पाशात अडकून मेले, तर काहींना कुठलंच निमित्त लागलं नाही. माझे वडील याही वेळी जिवंत राहू शकले. खरं म्हणजे त्यांचं आयुष्य फार कठीण होतं. मारहाण, छळ या गोष्टींना त्यांना सामोरं जावं लागलं; पण या सगळ्यांतून ते तावूनसुलाखून बाहेर पडले. जपान्यांनी त्यांना भलेही वाकवलं असेल; पण त्यांची दुर्दम्य इच्छा ते मोडू शकले नाहीत हेच खरं!

योग्य संधी मिळाल्यावर मी माझ्यावरल्या जपानी अत्याचाराबद्दल त्यांना सांगितलं. मी बोलत असताना त्यांच्या चेहऱ्यावरले भाव मला ओळखता आले. आपल्या लाडक्या मुलीवर झालेल्या अत्याचारांमुळे हा माणूस आतल्याआत घायाळ होतोय, हे माझ्या लक्षात आलं तेव्हा पुन्हा या घटनेची वाच्यता करायची नाही, असं मी मनाशी ठरवलं.

माझ्या आईवडिलांच्या दुःखात मला आणखी भर टाकायची नव्हती.

* * *

मी हॉलंडला आल्यानंतर सहा महिन्यांनी माझं व टॉमचं लग्न झालं. या मध्यंतरीच्या काळात आम्ही दोघांनी एकमेकांना रोज पत्रं लिहिली. प्रत्यक्ष भेटीत आपण जितकं बोलू शकतो त्यापेक्षा कितीतरी अधिक विचार, भावना आपल्याला पत्राद्वारे व्यक्त करता येतात. माझ्या पत्रातूनच टॉमला समजू शकलं की विवाहबंधनाचा एक भाग जो शारीरिक सुखाविषयी असतो, तो माझ्या बाबतीत एक भयंकर दिव्यही ठरण्याची दाट शक्यता होती. माझ्या मनातल्या भीतीची त्याला कल्पना येऊ शकली ती माझ्या पत्रांमुळेच. त्यामुळे आपण हा भाग अत्यंत शांतपणे, समजूतदारपणे घ्यायला हवा, हे त्यानं जाणलं. त्याच्या शांत, सोशिकपणामुळेच मी हा महाभयंकर काळ विसरू शकले आणि इंग्लंडमध्ये जीवनाच्या नव्या सुखदायी पर्वाला सुरुवात करू शकले.

ब्रिटिश सेनेत सहा वर्षं नोकरी केल्यानंतर टॉमची मुक्तता झाली. त्याला त्याच्या नागरी जीवनात प्रवेश करता आला. १९४६च्या जून महिन्यात तो इंग्लंडला परत आला. त्यानंतर लवकरच हूक ऑफ हॉलंड (Hook of Holland) या बंदरातून मी इंग्लंडमधील हार्विचला जाणाऱ्या रात्रीच्या बोटीतून निघाले. आम्ही कुटुंबीय युद्धानंतर बऱ्याच काळानं एकत्र आलो होतो. सुखासमाधाचे दिवस जगत होतो. त्यांना सोडून जाताना मला फार वाईट वाटलं. माझ्या आईवडिलांना या गोष्टीचं अतिशय दुःख आणि अपराधीपणही वाटत होतं, की आपल्या मुलीला ते तिच्या विवाहानिमित्त काहीही देऊ शकत नाहीत; पण त्यांचाही नाईलाज होता. युद्धानं त्यांचं सर्वस्व लुटलं होतं. निष्कांचन अवस्थेत ते मायदेशी परतले होते. निरोपाची गळामिठी मारताना त्यांच्या डोळ्यांतील अश्रूंमध्ये मला त्यांच्या या भावना प्रतिबिंबित झालेल्या दिसत होत्या. बोटीनं केलेला हा प्रवास तसा दगदगीचाच होता. रात्रभर मला झोप लागली नाही. हार्विचला माझ्या स्वागतासाठी टॉम आणि त्याचे आईवडील आले होते. त्यांना भेटण्याची मला उत्सुकता होती, तशीच एक प्रकारची भीतीही वाटत होती.

मनावर मोठं दडपण होतं. पहिल्यांदाच मी टॉमला लष्करी गणवेषाव्यतिरिक्त साध्या कपड्यांत पाहिलं. तपकिरी रंगाचा कोट घातलेला टॉम इतका वेगळा दिसत होता की क्षणभर मी त्याला ओळखलंच नाही.

वॉलसॉल या गावी टॉम व त्याचे आईवडील रहात होते. हार्विच ते वॉलसॉल या लांबच्या प्रवासात, गाडीत टॉम आणि मी त्यांच्या हम्बर नावाच्या मांजरीसह मागच्या बाजूला बसलो होतो. बराच वेळ आमचे हात एकमेकांच्या हातांत गुंफलेले होते. केंब्रिजला पोहोचण्याआधी टॉमच्या वडिलांनी रस्त्याकडेला गाडी थांबवली आणि ते ताज्या स्ट्रॉबेरीच्या छोट्या टोपल्या घेऊन आले. ताज्या, रसदार स्ट्रॉबेरी खाताना मला इतका आनंद झाला की काय सांगू? इंग्लंडमधल्या फळांची मी पहिल्यांदा चव घेतली ती अशी! आत्तापर्यंत मला फक्त उष्ण कटिबंधातील फळं खायची सवय होती. त्या दिवसापासून स्ट्रॉबेरी हे माझं फार आवडतं फळ आहे.

वॉलसॉल हे गाव इंग्लंडच्या मिड्लँड्स या भागात आहे. बर्मिंगहॅमजवळच्या या गावी टॉमच्या आईवडिलांनी माझं आपल्या घरात प्रेमानं स्वागत केलं. अतिशय मायाळू स्वभावाच्या या जोडप्यानं मला भरभरून प्रेम दिलं. आपल्या मुलानं युद्धाच्या काळात एका युद्धकैदी डच तरुणीला नवजीवन दिलं याचा त्यांना आनंद व अभिमान वाटत होता. वॉलसॉलमध्ये सुरुवातीला माझ्या आगमनानं लोक माझ्याविषयी कुजबुजू लागले. मात्र सगळ्यांनी माझं प्रेमानं स्वागत केलं.

इंग्लंडमधल्या लोकांना युद्ध संपल्यानंतरही काही काळ टंचाईचे चटके बसले. त्यामध्ये केवळ खाद्यपदार्थांचीच चणचण नव्हती, तर कपडे वगैरे इतर जीवनावश्यक वस्तूंची चणचणही होती. युद्धातील कामगिरीचा खास मोबदला म्हणून सरकारतर्फे टॉमला कपड्यांचा एक जोड (demob suit) मिळाला. ह्यातला विनोदाचा भाग असा की सर्व लष्करसेवामुक्त सेनाधिकाऱ्यांना एकाच रंगाचे, एकाच प्रकारचे कपडे सरकारनं दिल्यामुळे जिकडं पहावं तिकडं हे 'नवा गणवेश' घातलेले लोक दिसायचे. माझ्या सासूसासऱ्यांचं सरकारदरबारी थोडंफार 'वजन' असल्यामुळे मलाही हिवाळ्यासाठी एक गरम कोट व बुटांचा जोड मिळाला; पण हे बूट कधीच माझ्या पायांचं पुरेसं संरक्षण करू शकले नाहीत. कारण त्यांचा दर्जा सुमारच होता. त्यामुळे त्या पहिल्या हिवाळ्यात मला अनेक वेळा पाय गारठण्याचा, बोटांची त्वचा कुजण्याचा त्रास झाला.

टॉमच्या आईचं खाद्यपदार्थ बनवण्याचं कौशल्य वाखाणण्यासारखं होतं. माझं या क्षेत्रातलं ज्ञान अगदीच जुजबी, कारण कधी काम करण्याची वेळच माझ्यावर आलेली नव्हती. तिनंच मला इंग्लिश पद्धतीचं जेवण बनवण्याचे पाठ

दिले. मी लहानपणी, तरुणपणी खाल्लेल्या आयमाच्या हातच्या साते आणि रिज्स्ताफेलहून हे पदार्थ किती वेगळे होते! आम्ही दोघींनी स्वयंपाकघरातला हा काळ अगदी आनंदात घालवला.

१४ ऑगस्ट १९४६ या दिवशी टॉम आणि मी विवाहबंधनात बद्ध झालो. वॉलसॉलमधील सेंट मेरीज कॅथॉलिक चर्चमध्ये हा सोहळा पार पडला. समारंभाला जवळजवळ नव्वद निमंत्रित हजर होते आणि त्यातल्या एकालाही मी ओळखत नव्हते. सर्वांनी आम्हाला प्रेमानं आशीर्वाद आणि सुंदर भेटवस्तू दिल्या. अर्थात माझ्या माहेरचं कुणीच येऊ न शकल्यानं मनातल्या मनात मी दु:खी होतेच. विवाहासाठी नेहमी वधू घालते तसला पारंपरिक पांढरा वधूवेश मला मिळणं युद्धानंतरच्या तंगीच्या दिवसांत अवघडच होतं; पण एका मित्रानं माझ्यासाठी एक सुंदर पोशाख मिळवून दिला. रफ कुटुंबियांचा जो व्यवसाय होता, त्यांच्याकडून हा मित्र माल विकत घेत असे. लंडनमधील आणखी एका ओळखीच्या व्यक्तीनं माझ्यासाठी पांढरे बूटही मिळवून दिले.

लग्नानंतर आम्ही एका नव्या कोऱ्या घरात रहाण्यासाठी गेलो. मी या घराचं नाव 'झॉनेहॉक' (Zonnehoek) 'सनी कॉर्नर' (Sunny corner) 'सूर्यप्रकाशानं उजळलेला कोपरा' असं केलं. हे घर आमच्यासाठी टॉमच्या आईवडिलांनी विकत घेतलं होतं. युद्ध संपल्यानंतरच्या काळात घर विकत घेणं ही खरंतर सोपी गोष्ट नव्हती! युद्धादरम्यान मी काही वर्षं अत्यंत वाईट अवस्थेत काढली होती. युद्धकैदी म्हणून अपरंपार हाल सोसले होते. अन् त्यानंतर लगेचच स्वत:च्या घरात रहायला मिळणं ही माझ्यासाठी किती सुखावह गोष्ट असेल, ह्याची कल्पनाच केलेली बरी! माझा तर कधीकधी स्वत:च्या भाग्यावर विश्वासच बसत नसे. आम्ही दोघं त्या वेळी अगदी स्वर्गसुखात न्हाऊन निघत होतो. हळूहळू आम्हाला नवे मित्रमैत्रिणी मिळत गेले. वॉलसॉलच्या स्थानिक शाळेत लहान मुलांना शिकवायची नोकरीदेखील मला मिळाली. टॉमच्या वडिलांचा स्वत:चा व्यवसाय होता. ते चामड्याच्या पर्सेस आणि प्रवासासाठी वापरायच्या मोठ्या पिशव्या, पेट्या वगैरे बनवत असत. टॉम त्यांच्याचबरोबर काम करत असे. सुंदर सुंदर आकाराच्या, रंगांच्या या पिशव्या अगदी देखण्या असत. त्यांच्या आत छोटी नाणी वगैरे ठेवण्यासाठी पाकीट असे आणि आतल्या एका कप्पयात छोटा आरसाही ठेवलेला असे. इतक्या वर्षांनंतरही त्यातल्या काही बॅगा माझ्याकडे चांगल्या स्थितीत आहेत.

अर्थातच सर्व परिस्थिती अनुकूल असूनही माझ्यासाठी इंग्लंडमध्ये स्थायिक होणं तितकं सोपंही नव्हतं. कारण माझ्यासाठी ते जग आधीच्या जगापेक्षा फार वेगळं होतं, विशेषत: इथली हवा. माझा इथला १९४७ सालचा हिवाळा तर मी

कधीच विसरणार नाही. त्या वर्षी म्हणे फारच थंडी पडली होती, असं स्थानिक लोकही म्हणत! आमच्या घरात सर्वसाधारणपणे असते तशी शेकोटी (fire place) होती पण लाकडं किंवा कोळसे कसे पेटवायचे असतात हेच मला ठाऊक नव्हतं! मी कोळसे शेगडीत भरले अन् एक आगकाडी पेटवून त्यावर टाकली, मला वाटलं, आता कोळसे पेटतील! कसचं काय! माझी शेजारीण – मार्गरिट – शेवटी माझ्या मदतीला धावून आली. तिनं काही जुनी वर्तमानपत्रं आणि लाकडाच्या ढलप्या आणल्या आणि त्यांच्या साहाय्यानं कोळसे पेटवले.

* * *

आमच्या संसारवेलीवर फुलं यावीत, घरात रांगते, दुडदुड धावणारे पाय दिसावेत अशी स्वाभाविक इच्छा माझ्या मनातही होती; पण माझ्यासाठी ते तितकं सहजसाध्य नव्हतं. माझ्या शरीरावर सेमारांगमधील तीन महिन्यांच्या वास्तव्यात इतके बलात्कार झाले होते की त्यामुळे मला गर्भधारणा झाली तरी गर्भाची वाढ होण्यापूर्वी तो गळून पडत असे. तीन वेळा मला गर्भपाताला सामोरं जावं लागलं. तिसऱ्या गर्भपातामुळे तर मी पार जमीनदोस्त झाले. ज्या वेळी चार महिने पूर्ण झाले, तेव्हा माझ्या मनात आशा पालवली. धोक्याचा तीन महिन्यांचा काळ संपला असल्यामुळे मला वाटलं, आता सगळं सुरळीत होईल. मी लोकरीची अंगडीटोपडी विणायला सुरुवात केली. पाळणे – बाबागाड्यांच्या दुकानात जाऊन स्वतःला आवडेल, अशा वस्तू घ्यायचे बेत करू लागले. दिवसेंदिवस माझ्या मनाचा उत्साह वाढत गेला आणि एक दिवस मी पुन्हा तोच जीवघेणा अनुभव घेतला. ओटीपोटात असह्य कळा उमटू लागल्या. मी जिवाच्या आकांतानं टॉमला हाक मारली व डॉक्टरांना फोन करायला सांगितला. मनातल्या मनात परमेश्वराचा धावा करू लागले. 'देवा, पुन्हा तीच वेळ माझ्यावर येऊ देऊ नकोस. पुन्हा माझं बाळ माझ्यापासून हिरावून नेऊ नकोस.' पण माझी प्रार्थना निष्फळ ठरली. पुन्हा एकदा मी माझं बाळ गमावलं.

एका परिचारिकेला घेऊन डॉक्टर आमच्या घरी आले, पण मी पलंगावर आडवी होत नाही तोच माझा गर्भपात झाला. परिचारिकेनं माझा गर्भ खाली बादलीत टाकल्याचा आवाज मी ऐकला, अन् असं वाटलं, कुणीतरी आपल्या शरीरात धारदार सुरीचं पातं खुपसलंय. किती सहजपणे माझ्या शरीराचा एक अंश – माझ्या रक्तामांसाचा गोळा – त्या परिचारिकेनं बादलीत टाकला होता! युद्धकाळातले माझ्या शरीरावरचे अत्याचार मला शांतताकाळातही भोगावे लागणार होते का? माझं शरीर कायम माझ्या गर्भाला नाकारणार होतं का? मी घायाळ मनोवस्थेत

पलंगावर पडून होते आणि त्याच वेळी परिचारिका ती बादली न्हाणीघराकडे नेत होती. मला माझं बाळ शेवटचं का होईना, पण एकदा पहायचं होतं, त्याच्यावर अखेरचा धर्मसंस्कार करायचा होता. त्यासाठी मी धडपडत उठण्याचा प्रयत्न करू लागले.

आपले 'अनुभवाचे बोल' मला ऐकवत परिचारिका माझं सांत्वन करू लागली, "नको, नको, उठू नकोस, शांत निजून राहा. बघायची तर इच्छासुद्धा मनात आणू नकोस. तुला आणखीनच त्रास होईल. मांसाचा एक गोळा – त्यात काही जीव राहिलेला नाही." तिच्या शब्दांनी माझं मन भयंकर दुखावलं – 'मांसाचा निव्वळ गोळा?' 'काही राहिलेलं नाही?' माझ्या शरीराचा, माझ्या रक्तामांसाचा, आमच्या दोघांमधील पवित्र प्रेमाचा अंकुर गळून पडला होता आणि तिच्या लेखी मात्र तो शरीरापासून वेगळा झालेला रक्तामांसाचा एक गोळाच होता. मी धडपडत उठले, पलंगावरून खाली उतरून सरळ उभी राहिले. माझं डोकं भणभणल्यासारखं होत होतं, डोळ्यांपुढे अंधारी येत होती. माझ्या पायांवरून खाली रक्त ओघळत होतं, तरी जिवाच्या आकांतानं मी तिला म्हटलं, "मला थोडं पाणी दे. मला त्याच्यावर धर्मसंस्कार करायचे आहेत." मी बादलीत पाहिलं तर माझ्या बाळाला त्यात कसंतरी फेकून दिलं होतं. मला त्याला माझ्या हृदयाशी धरायचं होतं. रक्तमांसाचा, विनाआकाराचा तो गोळा मी माझ्या हातात घेतला. 'आकाशस्थ पिता, त्याचा पुत्र आणि ईश तत्त्वांना स्मरून मी तुझ्यावर पवित्र संस्कार करते.' मी हुंदके देत कसेबसे ते शब्द उच्चारले.

त्या वेळचा टॉमचा (चेहरा) दुःखानं, वेदनेनं पिळवटलेला मला कधीच विसरता येणार नाही. आम्ही दोघांनी जे गमावलं होतं त्याची कल्पना करणं दुसऱ्या कुणालाच शक्य होणार नव्हतं. मिठीत घेऊन निःशब्दपणे आम्ही एकमेकांना आधार दिला. हा केवळ गर्भपात नव्हता. आम्हा दोघांसाठी, तो आमच्या बाळाचा मृत्यू होता. तरीदेखील परिचारिका आपल्या परीनं माझं सांत्वन करतच होती, "झालं त्याला काही इलाज नाही. पुढच्या खेपेला सगळं काही ठीक होईल. तरुणच आहेस तू. आणखी मुलं नक्की होतील. मग तुला तेव्हा या घटना आठवणारही नाहीत." परिचारिकेचे सांत्वनपर शब्द माझ्या कानांना अगदी पोकळ वाटत होते. जणू काही तिला म्हणायचं असावं, 'रडून काय उपयोग होणार आहे? गर्भपातच होता तो. त्याला काही मृत्यू समजत नाही कुणी.'

गेले चार महिने माझ्या शरीराच्या आत जो एक अंकुर वाढत होता. दिवसागणिक मला ज्याचं अस्तित्व जाणवलेलं होतं त्या सगळ्याचा शेवट दुःखद झाला होता आणि मागे उरलं होतं ते एक भयाण रितेपण – एक

पोकळी, स्वप्नांची झालेली राखरांगोळी. माझ्या शरीराचा कुणीतरी एक लचका तोडला होता. मानसिकदृष्ट्या तर मी तेव्हा फारच कोसळले होते. माझं शरीर गर्भ धारण करूनही त्याची वाढ करू शकलं नव्हतं. माझ्या शरीरात काहीतरी मोठीच कमतरता, वैगुण्य असलं पाहिजे, असा निराशाजनक विचार माझ्या मनाला कुरतडू लागला. त्या रात्री इच्छा असूनही मी प्रार्थना म्हणू शकले नव्हते. मनातले सगळे शब्द विरून गेल्यासारखे झाले असावेत. मी एक असं दु:ख भोगलं होतं, जे कशानंही संपणार नव्हतं. माझी झालेली मानसिक, भावनिक हानी भरून न येण्यासारखी होती. त्या दिवशी वाटलं, आपल्यासाठी युद्ध संपलेलंच नाही. आपल्या देहाचे जे अपरिमित हाल जपान्यांनी केले ते मला जन्मभर छळणार होते...

या तिसऱ्या गर्भपातानंतर माझ्यावर एक मोठी शस्त्रक्रिया करणं डॉक्टरांच्या दृष्टीनं आवश्यक ठरलं. त्यानंतर मात्र मला दोन अपत्यं – मुली झाल्या. या माझ्या देखण्या मुलींचे - आयलीन (Eileen) आणि कॅरल (Carol) चे जन्म अनुक्रमे ११ सप्टेंबर १९४९ व ४ जून १९५१ या दिवशी झाले. मी कृतार्थ झाले.

आमची आयुष्यं परिपूर्ण झाली!

* * *

इंग्लंडमधील वॉलसॉल या गावी आम्ही चौदा वर्षं राहिलो. या काळात प्लॅस्टिकचा शोध लागला. चामड्यापेक्षा स्वस्त आणि मनुष्यनिर्मित अशा प्लॅस्टिकनं आता चामड्याच्या वस्तूंना मागे टाकायला सुरुवात केली. प्लॅस्टिकच्या पिशव्या मोठ्या प्रमाणात निर्माण होऊ लागल्यानं टॉमच्या वडिलांना आपला व्यवसाय चालवणं कठीण होऊ लागलं. शेवटी त्यांनी धंदा विकण्याचा निर्णय घेतला.

त्याच वेळी आम्ही ऑस्ट्रेलियाला जायचा विचार सुरू केला. त्या वेळी वृत्तपत्रात अनेक वेळा जाहिराती वाचनात आल्या, की केवळ दहा पौंड घेऊन स्थलांतरित लोक ऑस्ट्रेलियाला जाऊ शकत होते. आमच्यासारख्या स्त्रियांना तेव्हा 'दहा पौंड घेऊन येणाऱ्या आया' (Ten Pound Moms) असंच म्हटलं जायचं. २१ जून १९६० रोजी (एस. एस. स्ट्रॉथनेव्हर) पी. ॲड ओ. ओरिएंट लाईन या जलवाहतूक कंपनीच्या जहाजावर आम्ही चढलो व ऑस्ट्रेलियाकडे प्रयाण केलं. पुन्हा एकदा मी माझं व्यवस्थित सजवलेलं परमप्रिय घर सोडून नव्या जगाकडे प्रस्थान केलं. तिथे आपल्याला काय प्रकारचे अनुभव येणार आहेत, याची मला काहीही कल्पना नव्हती. आम्ही आमचं सामानसुमान फक्त

तेरा चहाच्या खोक्यांमध्ये बांधलं. घरातलं नवं फर्निचर आम्हाला मागेच ठेवून निघावं लागलं. माझ्या मुली आयलिन आणि कॅरल त्यावेळी अकरा व नऊ वर्षांच्या होत्या.

बोटीचा हा प्रवास तब्बल एक महिन्याचा होता. सुएझ्र कालव्यातून आमच्या बोटीनं मार्गक्रमण केलं. हा कालवा इतका अरुंद होता की असं वाटायचं, बोटीतून जरासा हात बाहेर काढला तर किनाऱ्यावरच्या लोकांना स्पर्श करता येईल! या प्रवासात काही इजिप्तचे लोक आम्हाला भेटले. एकदा एका लहान मुलानं पांढऱ्या पायघोळ अंगरख्यात एक इजिप्तच्या माणसाला पाहिलं अन् तो आपल्या आईला म्हणाला, "आई, तो बघ येशू ख्रिस्त!" बोटीतला प्रवास असा एकूण मजेचाच होता. रात्रीच्या जेवणात चारचार प्रकारचे पदार्थ असायचे आणि त्यानंतर बॉल डान्सही असायचा. या दीर्घ प्रवासात आम्हाला काही छान मित्रमैत्रिणी मिळाल्या. ती मैत्री अजूनही टिकून आहे.

ऑस्ट्रेलियातील फ्रीमँटल या गावी बोट थांबली. तो माझा ऑस्ट्रेलियाचा पहिला अनुभव. एक सबंध दिवस आम्ही तिथल्या समुद्रकिनाऱ्यावर घ लवला. माझ्या नजरेत पहिल्यांदा काय भरलं असेल, तर ते तिथलं निरभ्र, निळंभोर आकाश! इथलं पायाखालचं गवतसुद्धा वेगळं वाटलं मला. इंग्लंडमधलं गवत कसं मऊ, लुसलुशीत असायचं, तर इथलं काहीसं ताठ आणि कडक वाटलं. इथल्या घरांवरचो छपरं पत्र्यांची होती, घराबाहेरचं कुंपण पत्र्याचं होतं अन् बागेतली पाण्याची टाकीदेखील पत्र्याचीच होती. जवळजवळ सगळ्या वस्तू पत्र्याच्याच असाव्यात, असं वाटलं मला. सगळ्यात गमतीची गोष्ट म्हणजे इथे कपडे वाळवण्यासाठी बागेत एक गोलाकार फिरणारं चक्र होतं. त्याला दोऱ्या बांधलेल्या होत्या. वाऱ्यामुळे हे चक्र गोलगोल फिरे. ऑस्ट्रेलियात माशाही पुष्कळ होत्या.

आम्ही ॲडलेड (Adelaide) या गावी स्थायिक होणार होतो. तिथे पोहोचताच आमची व्यवस्था 'फिन्सबरी मायग्रंट होस्टेल' या स्थलांतरितांसाठी खास सोय असलेल्या वसतिगृहात केली गेली. एक आठवडाभर आम्ही तिथे राहिलो. त्यानंतर आमची ओळख हॅरिस स्कार्फ नावाच्या बहुविभागीय दुकानाच्या प्रतिनिधीशी करून देण्यात आली. हे दुकान शहरभागांत होतं. इंग्लंडमधून निघण्यापूर्वी टॉमनं या दुकानात नोकरीसाठी अर्ज केला होता. प्रवासी सामान व चामड्याच्या वस्तूंच्या विभागात त्याला व्यवस्थापकाची नोकरी मिळाली. व्यवस्थित लावलेलं घरही आम्हाला या कंपनीतर्फे देण्यात आलं. त्यामुळे आमची सुरवातही अतिशय छान झाली.

ॲडलेडमध्ये नोकरी, घर या महत्त्वाच्या गोष्टींची व्यवस्था लागल्यनंतर आम्ही सर्वप्रथम काय केलं असेल तर कॅथॉलिक चर्च शोधून काढलं व

आयलीन आणि कॅरलसाठी शाळा बघितली. आमच्या सुदैवानं या दोन्ही गोष्टी आमच्या घरापासून पायी जाण्याच्या अंतरावर होत्या. आमचं घर किंग्जवुड या भागात होतं. मी तिथल्या चर्चच्या कॉन्व्हेंटमध्ये गेले आणि दारावर थाप मारली. तपकिरी वेषातल्या एका वयस्क ननंनं दार उघडलं आणि आपलं नाव सांगून ओळख करून दिली. सिस्टर जिनिव्हीनं मोठ्या प्रेमानं आयलीन व कॅरलचं स्वागत केलं आणि त्यांच्या सेंट जोसेफ या नव्या शाळेत दोघींना भरती करून घेतलं.

किंग्जवुड विभागातील लोकांची व माझी लवकरच मैत्री जमली. तिथे एक गंमतीदार अनुभव आला. मातृभोजनाचा कार्यक्रम तिथल्या मंडळात झाला, तेव्हा सर्वांच्या आधी मीच तिथे प्रथम हजर राहिले. आम्हा सगळ्यांना 'एक थाळी घेऊन या' असं सांगितलं होतं. मी इतकी भोळसट आणि अडाणी बाई की शब्दश: आज्ञा पाळली अन् रिकामी थाळी घेऊन गेले. बाकीच्या बायकांची त्यामुळे चांगलीच करमणूक झाली. मला खुळीला असं वाटलं होतं की त्यांच्याकडे पुरेशा थाळ्या नसतील, म्हणून त्यांनी प्रत्येकीला आपापली थाळी आणायला सांगितली असेल! थाळीचा अर्थ एकेक पदार्थ हे मला तोपर्यंत ठाऊकच नव्हतं. आजही कधी सामुदायिक भोजनाचा प्रसंग असतो तेव्हा माझ्या मैत्रिणी मला हमखास आठवण करून देतात, "थाळी आणायला विसरू नकोस बरं का, जॅन!"

एक-दोन वर्षांनी टॉमनं दुसरी नोकरी मिळवली. मग आम्ही किंग्जवुडमध्येच आमचं स्वत:चं घर घेतलं. आमच्या चर्चपासून ते अगदी जवळ होतं आणि मुलींच्या शाळेपासूनदेखील. हळूहळू मी कॅथॉलिक शाळांमध्ये शिकवायला सुरुवात केली. माझ्या शिक्षकी पेशातील शेवटची दहा वर्षं मी आमच्या परिसरातल्या सेंट जोसेफ शाळेत शिकवलं. एकदा माझ्या वर्गातल्या एका लहान मुलीची आई मला भेटली, तेव्हा ती म्हणाली, "माझी मुलगी म्हणते की तिच्या बाई डच पद्धतीनं शब्दांचा उच्चार करतात आणि आता तिला तुमच्या शब्दोच्चारांची इतकी सवय झाली आहे की ती घरी आपल्या बाहुल्या घेऊन 'शाळा' 'शाळा' खेळते, तेव्हा ती अगदी हुबेहुब तुमच्यासारखे शब्दोच्चार करते."

आमच्या घरातलं वातावरण नेहमीच संगीतमय असायचं, पियानो, गिटार क्लॅरिनेट आणि फ्लूटचे सूर घरात सतत निनादत असत. आम्ही चौघंहीजण वेगवेगळं वाद्य वाजवायचो. टॉमला क्लॅरिनेट हे वाद्य फार उत्तम प्रकारे वाजवता यायचं आणि त्याचं संगीताचं ज्ञान सर्वांगीण प्रकारचं होतं. नाटकाचीही त्याला आवड होती. त्यामुळे ॲडलेडमध्ये स्थिरस्थावर झाल्यानंतर त्यानं संगीत व नाट्यक्षेत्रातील मंडळींशी संधान बांधलं आणि कार्यक्रमांमध्ये भाग घ्यायला सुरुवात केली. त्यानंतरची बरीच वर्षं त्यानं दक्षिण ऑस्ट्रेलियातील गिल्बर्ट आणि सलिव्हन ऑपेरा कंपनीतील

नाटकाचं संगीत दिग्दर्शन केलं. त्यांच्या जी अँड एस संगीतनाटकात (operas) कामही केलं. त्यानंतर त्यानं मेट्रॉपॉलिटन लाईट ऑपेरा कंपनीतील नाटकाचं संगीत दिग्दर्शन केलं. त्यामधील काही नाटकं अशी होती - साऊथ पॅसिफिक, ब्रिगॅडून, स्वीटहार्ट्स, लायलॅक टाईम, द मेरी विडो, नो, नो नॅनेट, कलमिटी जेन, ॲनी, गेट युवर गन, द पिजामा गेम, रियो रिटा, एनिथिंग गोज आणि द डेझर्ट साँग. त्याचं सर्वांत आवडतं संगीतनाट्य साऊथ पॅसिफिक हे त्यानं अनेक वेळा सादर केलं.

ऑस्ट्रेलियासारख्या दूरच्या देशात स्थायिक होण्याचा निर्णय आम्हाला कधीच चुकीचा वाटला नाही किंवा त्याबद्दल आम्हाला कधी पश्चात्तापही झाला नाही. या नव्या देशात आम्हाला स्थैर्य आणि स्वास्थ्य दोन्हीही लाभलं. अनेक जिवाभावाचे मित्र व मैत्रिणी मिळाल्या. आमच्या परिसरातील चर्च व शाळांमुळे मला कितीतरी स्नेही लाभले.

आयलिन आणि कॅरलनं मर्सिडिज कॉलेजमधून आपलं शिक्षण पूर्ण केलं. त्यानंतर आयलिननं व्यवस्थापनविषयक शिक्षण घेतलं व कॅरलनं साऊथ ऑस्ट्रेलियन कलाविद्यालयातून पदवी घेतली. दोघींची लग्नं एकापाठोपाठ – एक वर्षाच्या अंतरानं झाली. पाखरं घरट्याबाहेर पडली आणि आमचं घर एकदम रिकामंरिकामं वाटू लागलं; पण काही वर्षांनंतर एम्मा, जड् आणि रुबी या तीन नातवंडांच्या आगमनामुळं पुन्हा एकदा घर भरल्यासारखं झालं, आमच्या जीवनात नवचैतन्य आलं...

हॉलंडपासून हजारो मैल अंतरावरील ऑस्ट्रेलियातल्या वास्तव्यात माझ्या कलंकित पूर्वायुष्याची सावली माझ्या संसारावर पडणार नाही, ह्याची मला खात्री होती. त्यामुळे मी बऱ्याच प्रमाणात निश्चिंत होते. तरीदेखील आपण युद्धकाळातील एक बलात्कारित कैदी आहोत हा विचार माझं मन सतत कुरतडत असे, हे मी नाकारत नाही.

* * *

१९७५ साल उजाडलं आणि त्या वर्षानं माझ्या आयुष्यात पुन्हा एकदा प्रचंड उलथापालथ घडवली. अगदी अनपेक्षितपणे आमच्या दोघांच्या संसारसुखाला ग्रहण लागलं. इतर सगळ्या दिवसांसारखाच तो एक उन्हाळ्यातला प्रसन्न दिवस होता. सकाळपासून आपल्या फोर्ड होल्डन गाडीचं बॉन्टे उघडून टॉम काहीतरी खाटखुट करत होता, दहा-अकराच्या सुमारास मी बाहेर येऊन त्याला सरबत दिलं आणि 'काम कुठवर आलंय,' याची चौकशी केली. 'होल्डनच्या गॅरेजमधून मला

एक यंत्रभाग आणावा लागेल, असं वाटतंय.' असं त्यानं मला सांगितलं. तेलकट हात एका फडक्यानं पुसून त्यानं सरबत संपवलं आणि 'हा आलोच मी' म्हणून तो पायीच गेला, कारण कंपनीचं गॅरेज जवळच होतं.

एक तास झाला तरी टॉम परत आला नाही तेव्हा मला काळजी वाटू लागली. मी रॉयल ॲडलेड हॉस्पिटलमध्ये फोन केला तेव्हा त्यांनी सांगितलं, ''आत्ताच एका मध्यमवयीन गृहस्थांना अपघातकक्षात दाखल केलं गेलंय. त्यांना रुग्णवाहिकेतून आणलं गेलंय; पण त्यांच्या कपड्यांवर नाव-पत्ता काही सापडला नाही.'' टॉम सकाळी गाडीवर काम करत असताना त्यानं घरातलेच जुने कपडे घातलेले होते; पण एकंदर वर्णनावरून माझ्या लक्षात आलं की तो टॉमच असणार. मी होल्डनच्या गॅरेजमध्ये फोन केला तेव्हा त्यांनीही सांगितलं, ''कुणीतरी पुरुष रस्ता ओलांडत असताना त्याला एका गाडीनं ठोकलं.''

ते ऐकूनच माझ्या हातापायांना कापरं सुटलं. मी धावतच रॉयल ॲडलेड हॉस्पिटलमध्ये पोहोचले. अतिदक्षता विभागात ठेवलेल्या टॉमची प्रकृती चिंताजनक होती. सगळ्या शरीरात कसल्याकसल्या नळ्या खुपसलेल्या स्थितीतला टॉम बेशुद्धावस्थेत होता. त्याच्या डोक्याला जबरदस्त मार लागलाय असं मला सांगण्यात आलं. त्याच्या जबड्याची हाडं तुटली असल्यामुळे ती सांधण्यासाठी डॉक्टरांनी तारांनी बांधून ठेवली होती. त्यामुळे त्याला तोंड उघडणं शक्य नव्हतं. साहजिकच त्याला नळीवाटे अन्नपदार्थ देण्यात येत होते. त्याच्यावर मोठी शस्त्रक्रिया केल्यानंच तो जगण्यावाचण्याची शक्यता होती, असंही डॉक्टरांनी मला सांगितलं, त्यांनी मला अनुमती देण्यासाठी सही करायला सांगितली. शस्त्रक्रियेनंतरही अनेक आठवडे टॉम बेशुद्धावस्थेतच होता. हॉस्पिटलमध्ये मी रोज त्याच्या शेजारी तासन्‌तास बसून रहात होते. अशा अनेक दिवसांनंतर एक दिवस त्यानं डोळे उघडले अन् माझ्याकडे बघितलं. माझ्या मनातल्या आशेला पालवी फुटली; पण दुसऱ्याच क्षणी ती करपलीही. कारण टॉमनं मला ओळखलंच नाही. मी कोण आहे, तो कुठे आहे, त्याला काय झालं होतं, याची त्याला काहीही जाणीव नव्हती. तो कसलाही प्रतिसाद देऊ शकत नव्हता. अपघाताने माझ्या टॉमची काय अवस्था केली होती!

'त्यांच्या मेंदूला फार मोठी इजा झालीय, त्यामुळे त्यांच्यात पूर्ण सुधारणा होणं कठीण आहे. त्यांची स्मृतीदेखील परत येईल की नाही अशी शंका वाटते,' असं निदान डॉक्टरांनी केलं. बराच काळ हॉस्पिटलमध्ये राहिल्यानंतर टॉमला घरी पाठवण्यात आलं. 'तुम्ही त्यांना एखाद्या शुश्रूषालयात ठेवलं तर बरं होईल. कारण तुम्हाला एकटीला त्यांची देखभाल करणं कठीण जाईल,' असं सगळ्यांनी मला सांगितलं; पण माझी त्याला कधीही मान्यता नव्हती. शुश्रूषालयात काळजी

नक्कीच घेतली गेली असती; पण त्याची स्मृती परत आली नसती याविषयी मला खात्री होती. मी त्याला घरीच नेलं. घरातल्या ओळखीच्या वस्तू बघितल्यावर त्याची स्मृती परत येईल, अशी अंधूकशी आशा मला वाटत होती; पण तसं झालं नाही. आपलं घर, गाडी, मुली, नातवंडं पाहूनही त्याला कशाचीच व कुणाचीच ओळख पटली नाही.

हॉस्पिटलमधून निघून घरी पोहोचेपर्यंत टॉमची बरीच दमणूक झाली होती. त्यामुळे मी त्याला लगेच पलंगावर झोपवलं. त्याच्या शेजारी बसून मी त्याचे हात माझ्या हातात धरले, मधूनच त्याच्या कपाळावर थोपटल्यासारखं केलं, प्रेमळ आवाजात त्याच्याशी बोलत राहिले. पण तो मात्र भकास नजरेनं, निर्विकार चेहऱ्यानं, निस्तब्धपणे पडून राहिला. माझे डोळे अश्रूंनी डबडबले, सुखाच्या क्षणांच्या आठवणींनी माझं मन भरून आलं. आत्तापर्यंतच्या आयुष्यात सतत काही ना काही कामात मग्न असलेल्या, माझ्या कुटुंबावर जिवापाड प्रेम करणाऱ्या, गुणी, महत्त्वाकांक्षी, प्रेमळ पतीची आत्ताची अवस्था मला बघवेना. ''टॉम, टॉम, परत ये, पुन्हा पूर्वीसारखा माझ्याशी बोल,'' मी रडतरडतच त्याला विनवत होते.

टॉमची शुश्रूषा करणं सोपं नव्हतं; कारण त्याचं खाणंपिणं, दाढीआंघोळ, शारीरिक विधी ह्या सगळ्या गोष्टींमध्ये त्याला इतरांची मदत लागत असे. कपडे बदलणंसुद्धा त्याला एकट्यानं करणं शक्य नव्हतं. त्याला आपलं नाव लिहिता यायचं नाही आणि काही आठवतही नसे. मेंदूला झालेल्या दुखापतीमुळे त्याचं सगळं व्यक्तिमत्त्वच बदलून गेलं होतं आणि ही गोष्ट स्वीकारणं माझ्या मनाला अतिशय जड जात होतं. आपण एका लहान मुलाबरोबर आयुष्य काढतो आहोत, असं मला वाटू लागलं. टॉमच्या प्रकृतीत थोडीफार सुधारणा झाली; पण माझा पूर्वीचा टॉम या अपघातामुळे मी कायमचा गमावलाय, हे एक भीषण सत्य होतं! यापुढे मला एकटीलाच खंबीरपणे सगळ्या संकटांचा, अडचणींचा सामना करायचा आहे. सगळे निर्णय स्वतःच्या जबाबदारीवर घ्यायचे आहेत, हेही मला स्वीकारावं लागलं. त्याच्याबरोबर वर्षानुवर्षं काढताना, त्याची सेवा करताना मला विलक्षण शांतपणा, समजूतदारपणा दाखवावा लागत असे. मी मनोमन ठरवलं होतं, सुखदुःखात त्याला साथ देण्याचं नी वचन दिलंय. सुख उपभोगून झालंय माझं, आता दुःख झेलायचं उरलं आहे, इतकंच.

पाच वर्षांनंतर हळूहळू त्याची स्मृती परत येऊ लागली. त्याच्याबरोबर सतत पूर्वीच्या घटनांविषयी बोलल्यामुळे, फोटो दाखवल्यामुळे आणि प्रेमळपणामुळे मी त्याच्यात सुधारणा करू शकले; परंतु पुन्हा नोकरी किंवा काही काम करणं त्याला शक्य होणार नव्हतं. स्वतःची थोडीफार कामं करणं त्याला जमू लागलं इतकंच.

माझ्या दृष्टीनं सर्वांत महत्त्वाची गोष्ट म्हणजे टॉमला आमच्या एम्मा आणि जड् या नातवंडांबरोबर मजेत वेळ घालवता येऊ लागला. शाळांना सुट्ट्या लागल्या की ती दोघंजण आमच्या घरी येऊन रहात असत. या काळात टॉम त्यांच्याबरोबर त्यांचाच सवंगडी होऊन वागत असे. काही वर्षांनी कॅरलची मुलगी, रुबीदेखील त्यांच्या संगतीत मजेत रमू लागली. टॉमचं आपल्या नातवंडांवर फार प्रेम होतं. एकदा मी एम्माला म्हटलं, ''आजोबांच्या अपघातापूर्वी तू त्यांना पहायला हवं होतंस.'' त्यावर टॉमची बाजू घेत ती पटकन म्हणाली, ''मुळीच नाही. आत्तासुद्धा आजोबा तितकेच छान वाटतात मला.''

वीस वर्षं मी टॉमची देखभाल केली. १९९५मध्ये कर्करोगामुळे त्याला मृत्यू आला. १० मेला रात्री १.१५ मिनिटांनी इस्पितळातून आयलिनला फोन आला, ''तुमचे वडील वारले, ही बातमी तुम्ही तुमच्या आईला सांगा.''

लगेचच, आयलिन आपल्या पती व मुलांसह माझ्या घरी आली. नंतर केव्हातरी तिनं मला एक वेगळाच अनुभव सांगितला, ''रात्री आम्ही तुझ्याकडे येत होतो, मी कारच्या खिडकीतून विमनस्कपणे बाहेर बघत असताना अचानक आपण स्वत:शीच हसत असल्याचा अनुभव मला आला. माझ्या बाबांचा आत्मा त्या क्षणी माझ्या शरीरात प्रवेश करतोय, अशी जणू काही भावना माझ्या मनात निर्माण झाली. बाबांचा हसतमुख चेहरा माझ्या डोळ्यांसमोर तरळला. त्यामुळे माझं मन खूपच आनंदित झालं. जाण्यापूर्वी बाबांचं मन शांत, आनंदी असावं, असं वाटलं मला.'' खरंच, गेल्या वीस वर्षांत टॉमनं इतकं भोगलं होतं की मृत्यूमुळे त्याला सुटका झाल्यासारखंच वाटत असेल.

माझ्या मुलींना आणि तिन्ही नातवंडांना टॉमची एक छान आठवण आहे. रोज रात्री झोपण्यापूर्वी तो त्यांचा पापा घेत असे आणि उजव्या हाताच्या अंगठ्यानं त्यांच्या कपाळावर क्रुसाची खूण करत असे.

टॉमचा मृत्यू होण्यापूर्वी थोडे दिवस आधी आम्ही सगळेजण त्याला भेटायला हॉस्पिटलमध्ये गेलो होतो. त्या वेळी जड्नंदेखील टॉमआजोबांच्या कपाळावर आपल्या अंगठ्यानं क्रुसाची खूण काढली.

टॉमच्या अंत्यसमयी जी प्रार्थना करण्यात आली, त्या वेळी आमच्या चर्चच्या पियानोवादकानं – मायकेल विल्यम्सनं – टॉमच्या आवडीची 'साऊथ पॅसिफिक' ही संगीतरचना वाजवली. तिचे शब्द होते – 'वसंतऋतूपेक्षाही तरुण' ती ऐकताच माझ्या मुली रडू लागल्या; पण संगीत नाट्यप्रेमी टॉमसाठी ती अतिशय योग्य अशी भावांजली होती. टॉमचं क्लॅरिनेट हे वाद्य आम्ही प्रार्थनावेदीवर ठेवलं होतं. तो दिवस खरं पाहता ढगाळच होता; पण जादूची कांडी फिरवी तसा वातावरणात अचानक बदल झाला आणि सूर्यप्रकाशाची एक सोनेरी तिरीप

काचेच्या तावदानातून आत शिरली अन् टॉमच्या क्लॅरिनेटवर विसावली. सर्व उपस्थित काहीसे चकित झाले. त्या किरणातून जणू आम्हाला सगळ्यांना टॉमच्या सान्निध्याची, प्रेमाची अनुभूती मिळाली.

टॉमचं व्यक्तिमत्त्व जणू परत एकदा सोनेरी रंगात न्हाऊन निघालं. अंतिम संस्कारानंतर सर्वजण आमच्या घरी आले – टॉमला अखेरचा निरोप देण्यासाठी – त्याच्यावरील प्रेम व्यक्त करण्यासाठी!

कम्फर्ट वुमन ने वॅन अलि-हुआला मिठीत घेतले.
चीन, डिसेंबर, १९९२

भाग ६

मौनभंग

गेल्या काही वर्षांच्या काळात असे अनेक प्रसंग आले, जेव्हा मला माझ्या मुलींना, आपल्या पूर्वायुष्याविषयी सत्य काय ते सांगून टाकावं, असं तीव्रतेनं मनात दाटून आलं. एक प्रसंग तर माझ्या डोळ्यांसमोर अगदी जसाच्या तसा उभा आहे. एकदा मी माझ्या धाकट्या मुलीबरोबर, कॅरलबरोबर टी.व्ही. वर ऑस्ट्रेलिया-न्यूझीलंड या देशांच्या राष्ट्रदिनाचा सोहळा बघत बसले होते. १९८०चा मार्च महिना होता तो. त्या संपूर्ण सोहळ्यावर पुरुषांचं वर्चस्व होतं. त्यामध्ये काही स्त्रीवादी व्यक्तींनी बाधा आणण्याचा प्रयत्न केला.

या स्त्रियांना आपलं म्हणणं सर्वांसमोर मांडायचं होतं. युद्धकाळात ज्या स्त्रियांवर सैनिकांतर्फे बलात्कार करण्यात आले होते, त्या गुन्ह्याची दखल घेतली जावी, तसंच या स्त्रियांना न्याय मिळावा, अशी त्यांची मागणी होती. सोहळ्यात विघ्न आणणाऱ्या स्त्रियांना जबरदस्तीनं बाजूला करण्यात आलं अन् सोहळा पूर्ववत दिमाखात संपन्न झाला. माझं मन मात्र आतल्याआत आक्रंदत राहिलं, त्यांचं म्हणणं योग्यच आहे. लोकांनी हे सत्य जाणून घेतलं तर किती बरं होईल!

माझ्या मनानं हे प्रश्न नेहमीच विचारले आहेत. युद्धासारख्या विध्वंसक, विनाशक घटनेत स्त्रियांचा बळी का दिला जावा, युद्धाशी ज्यांचा दूरान्वयानंही संबंध नसतो अशा निष्पाप, निरपराध स्त्रियांना पुरुषांच्या वासनेची शिकार का बनवलं जातं? अशा प्रश्नांचं नेहमी एक ठरावीक साचेबद्ध उत्तर असतं – ''चालायचंच, स्त्रियांवर युद्धादरम्यान अशा आपत्ती येणारच!'' जणू काही युद्धामध्ये स्त्रियांवर बलात्कार होणार हे ठरलेलंच असतं. सर्वसंमत असाच जणू हा प्रकार असतो. मला मात्र असं प्रामाणिकपणे वाटतं की युद्धादरम्यान किंवा युद्धानंतर पराजितांच्या देशातील स्त्रियांवर विजयी सैनिकांनी बलात्कार करणं हा

एक प्रकारे आपल्यातील विजयाचा उन्माद प्रकट करण्यासारखंच असतं. विजयी सैनिकांना जणू काही त्यांच्या शौर्याखातर दिलेलं हे बक्षीस असतं. एक प्रकारचं शस्त्र म्हणून स्त्रियांचं अध:पतन करण्याचा, मनुष्यहत्येचा हा एक किळसवाणा, घृणास्पद प्रकार असतो. अशा दुर्दैवी घटनांमुळे मानवी हक्कांची फार मोठ्या प्रमाणात पायमल्ली होते.

एकटीच बसले असताना मी अनेक वेळा स्वत:ला हा प्रश्न विचारत असे. तुझ्यावर जे अनन्वित अत्याचार बलात्काराच्या रूपानं झाले, त्या किळसवाण्या छळाबद्दल कुणाजवळ बोलण्याचं धैर्य तुझ्यात आहे? आपल्या आयुष्यातलं हे भयंकर गुपित सांगण्याची हिंमत तुला करता येईल? किती वर्षं मी ही गोष्ट माझ्या मुलींपासून दडवून ठेवली होती! आयुष्यभर मी वाट पाहत राहिले, एखादा प्रसंग असा येईल, जेव्हा मी त्यांच्याजवळ माझं मन मोकळं करेन, अंतर्मनात दडवून ठेवलेलं ते कटू सत्य त्यांच्याजवळ उलगडेन; पण तशी वेळ आलीच नाही; कारण मीच हे रहस्य त्यांच्यापासून लपवण्याचा इतका आटोकाट प्रयत्न केला होता, की ते त्यांना समजणं शक्यही नव्हतं. आता जर तोंड उघडलं नाही तर ते माझ्याबरोबरच कायमचं गाडलं जाईल, याची मला खात्री वाटू लागली.

काही काही वेळा माझं वागणं त्यांना विचित्र, जगावेगळं वाटतही असेल; पण त्यांना त्यामागचं कारण समजणं शक्यच नव्हतं. उदाहरणार्थ, माझ्या वाढदिवसानिमित्त किंवा इतर काही खास प्रसंगी त्यांनी मला फुलं देण्याचं ठरवलं, तर मी त्यांना अगदी ठामपणे सांगत असे, "काय वाट्टेल ते आणा; पण मला कधी फुलं भेट म्हणून देऊ नका." माझ्या मनातल्या फुलांविषयीच्या घृणास्पद भावना त्यांना कशा समजणार? फुलांमुळे मला त्या तीन महिन्यातल्या सप्त समुद्रनिवासाची व तिथल्या माझ्या वास्तव्याची आठवण येते, माझ्या मनाला त्यामुळे इंगळ्या डसल्यासारख्या यातना होतात. त्या गोष्टी फक्त मलाच ठाऊक आहेत... त्या पहिल्या रात्री त्या वेश्यागृहात जिकडेतिकडे फुलांची सजावट होती. इतकंच नव्हे तर आम्हा मुलींनादेखील जपान्यांनी फुलांची नावं दिलेली होती. फुलांच्या नावांनीच आम्ही ओळखल्या जायचो त्या काळात...

क्वचित माझी कधी प्रकृती बिघडली तर माझ्या मुली मला म्हणायच्या, "तू डॉक्टरांना का नाही दाखवत तुझी तब्येत?" त्यावर मी ताडदिशी उत्तर देत असे, "मला काय धाड भरलीय? चांगली ठणठणीत तब्येत आहे माझी. डॉक्टरांची गरज नाही मला." तो विषयच मी उडवून लावत असे. माझ्या या अशा तीव्र प्रतिक्रियांचं खरं कारण त्यांना कसं समजलं असतं? कधी मी उदास मन:स्थितीत बसलेली असायची तेव्हा माझी थोरली मुलगी म्हणायची, "अशी

काय शून्यात नजर लावून बसली आहेस?'' तेव्हा मी खोटंच हसून म्हणायची, ''काही नाही गं, कसला तरी विचार करत होते, इतकंच.'' त्या वेळीही मी माझं तोंड उघडू शकले नव्हते.

आणखी एक प्रसंग माझ्या चांगलाच आठवणीत राहिला आहे. मी त्या वेळी सिडनीमध्ये माझ्या धाकट्या मुलीच्या घरी रहात होते. एकदा दोन वर्षांच्या रुबीला घेऊन आम्ही सिडनीतील बाँडाय किनाऱ्यावर (Bondi Beach) गेलो होतो. निळ्या डोळ्यांची, भुऱ्या केसांची रुबी अगदी युरोपियन वाटायची. तिला बाबागाडीत बसवून आम्ही दोघी किनाऱ्यानजिकच्या पदपथावरून चालत असताना प्रवासी कंपनीची एक बस जवळ येऊन थांबली अन् तिच्यामधून बरेचसे जपानी प्रवासी उतरले. वृद्धत्वाकडे झुकणाऱ्या त्या जपान्यांकडे महागडे कॅमेरे आणि व्हिडिओ कॅमेरे होते. त्यांच्याकडे पाहत असताना मनात एक विचार विजेसारखा चमकला की, 'ही माणसं दुसऱ्या महायुद्धात लढलेल्या सैनिकांच्या वयाची असतील.'

त्यांच्यापैकी एकजण माझ्याजवळ आला आणि त्यनं खुणेनंच अशी इच्छा दर्शवली की त्याला रुबीचा फोटो काढायचा असावा. माझ्या मनातला त्या वेळचा पहिला तीव्र विचार असा होता की तत्क्षणी तिथून दूर कुठेतरी पळून जावं; पण माझ्यातल्या सुसंस्कृतपणानं त्या अविचारावर मात केली. मी सभ्यपणे हसले आणि त्याला रुबीचा फोटो काढू दिला. मात्र, माझ्याही नकळत माझ्या चेहऱ्यावरले भाव बदलले असावेत. अस्वस्थपणा, चीड ह्यांचं विचित्र मिश्रण माझ्या चेहऱ्यावर तरळलं असावं. कारण कॅरलनं मला विचारलं, ''काय झालं, ममा? असा काय दिसतोय तुझा चेहरा?'' 'छे गं कुठे काय?' म्हणून मी तो विषय बदलला. त्या वेळच्या सारवासारवीनं मी आणखी एक संधी गमावली - मनावरचं ओझं हलकं करण्याची.

माझ्या बाबतीत जे घडलं ते सर्व दडवून ठेवण्याचा मी शर्थीचा प्रयत्न केला; पण त्यामुळेच ते दडपण आतल्याआत वाढत गेलं. कुणाजवळ तरी आपलं मन मोकळं करावं, अशी वारंवार इच्छा होत असतानाही हे ओझं उरीपोटी बाळगणं, मनाच्या खोल कप्प्यात दडवून ठेवणं, ह्याचा त्या माणसाला किती त्रास होत असेल, ह्याची कल्पना सर्वसामान्यांना कशी येऊ शकेल? काय वाट्टेल ते झालं तरी आपल्या तोंडून त्याविषयी अवाक्षरही निघता कामा नये, यासाठी तोंडात धरलेली मिठाची गुळणी किती जीवघेणी ठरते, हे फक्त त्याच व्यक्तीला ठाऊक असणार! मनावर सतत दडपण बाळगतच माझ्यासारखी स्त्री आयुष्यातला क्षणनक्षण जगत असते, स्वतःला बजावत असते, 'गप्प रहा, गप्प रहा, गप्प रहा...'

गेली पन्नास वर्षं माझं मन हे ओझं उतरवण्यासाठी आक्रंदत होतं; पण मी ते

धाडस करू शकले नाही. ह्यामागचं कारण साहजिकच उघड होतं. मला माझी स्वतःची, माझ्या आईवडिलांची, भावाबहिणींची, माझ्या स्वतःच्या कुटुंबियांची लाज राखायची होती. मी माझ्या कुटुंबियांसोबतही या विषयावर बोलू शकले नव्हते, तर इतरांशी कशी बोलणार होते? माझ्यासारख्या इतर सुखदायिनी स्त्रियांजवळ ही मी कधी या विषयावर चर्चा केली नाही. गेली पन्नास वर्षं हे दुःस्वप्न मी हजारो वेळा अनुभवलं असेल. अनेक रात्री मी जागून काढल्या आहेत. माझ्या मनात अंधाराबद्दलची अनाकलनीय अशी भीती दाटून राहिली आहे. कारण अंधार पडला, रात्र झाली, की त्या काळी माझं नष्टचर्यही सुरू होत असे...

गेली पन्नास वर्षं मी त्या तीन महिन्यांच्या काळातली शरम आणि वेदना परतपरत अनुभवली आहे, कारण माझ्या मनात त्या आठवणी इतक्या घट्टपणे ठाण मांडून बसल्या आहेत की असं वाटतं, कैदाशिणींप्रमाणे त्यांनी माझ्या शरीराला आणि मनाला जबरदस्त विळखा घातला आहे. कधी त्या डोकं वर काढतील ह्याचा नेम नसतो. खरंच सांगते, अगदी कुणाजवळही मी त्याचा उल्लेख केला नाही, टॉमजवळही नाही. बटाव्हियातल्या युद्धकैद्यांच्या छावणीत रहात असताना एकदा मी त्याला माझ्या गतायुष्याविषयी प्रामाणिकपणं सांगितलं; पण त्यानंतर आम्ही दोघांनी कधीच त्या गोष्टीवर पुनरुच्चार केला नाही, माझं वैवाहिक जीवन त्यामुळे क्षणभरही झाकोळलं गेलं नाही, हे इथं सांगायलाच हवं

१९९२ साली परत एकदा जुन्या जखमेवरची खपली निघाली. टी.व्ही वरील काही कार्यक्रमांमध्ये कोरियातील सुखदायिनी स्त्रियांनी आपल्यावरील अत्याचारांची चर्चा केली, अन्यायाला वाचा फोडली, तेव्हा प्रत्येक वेळी माझ्या डोळ्यांत अश्रू उभे राहिले. हुंदके देत त्यांनी दाद मागितली, तेव्हा माझंही मन त्यांच्यासाठी आक्रंदलं. असं वाटलं, त्यांना आपल्या मिठीत घ्यावं अन् त्यांचं सांत्वन करावं.

मला वाटतं, त्या प्रसंगानं माझ्या मनाला आपली कहाणी जगापुढे मांडण्याचं नैतिक धैर्य दिलं. माझ्या मनातला विचार दिवसेंदिवस दृढ होत गेला की, पुढे होऊन त्यांना पाठिंबा देण्याची हीच खरी वेळ आहे. का आणि कसं कोण जाणे, पण त्या वेळी माझ्या मनावरलं संकोचाचं दडपण दूर झालं. आपली करुण कहाणी लोकांना सांगायला काहीच हरकत नाही, असं मला वाटलं. त्या कोरियन स्त्रियांच्या धैर्यानं माझ्या मनाला उभारी दिली. आज आणि आत्ताच हे बोलायला हवं, तोंड उघडायला हवं, असा निर्धार मी केला.

मला वाटलं, आमच्यासारख्या निष्पाप स्त्रियांवर अत्याचार करून वर आम्हाला 'सुखदायिनी' म्हणवण्याचा दांभिकपणा हे जपानी लोक कसा काय करू

शकतात? ‘सुखदायिनी’ हे गोंडस नाव आम्हाला देऊन त्यांनी आमचा घोर अपमान केलाय. त्यानंतरच्या काळात तर निरनिराळ्या माध्यमांनीदेखील हेच नाव देऊन आमचा उल्लेख केला. त्यामुळे तर मला आणखीनच वाईट वाटलं. त्यापैकी एकालाही हा विचार सुचला नाही की हे नामाभिधान अत्यंत चुकीचं होतं? त्यात कसलं आलं होतं सुख? ‘सुखदायिनी’ ही भूमिका आम्ही कधीच बजावली नव्हती. कम्फर्ट या इंग्रजी शब्दाचा अर्थ सुख, समाधान असेल, तर त्यातून काहीतरी सौम्य, मैत्रीपूर्ण उबदार, सुरक्षित अशा भावनांचा मनाला प्रत्यय येतो. त्यामध्ये कोवळेपणाची, जवळिकीची, प्रेमाची अनुभूती जाणवायला हवी होती. कठोर वास्तव हे होतं की आम्ही युद्धकाळातील भोगवासनेच्या बळी होतो. आपल्या सैनिकांची आणि अधिकाऱ्यांची विषयवासना भागवण्यासाठी जपानने आमच्यासारख्यांना वेठीला धरलं होतं. आमच्यावर ते भोग क्रूरपणे लादले होते. कोरियातील ज्या ‘सुखदायिनी’ स्त्रियांनी अन्यायाला वाचा फोडण्यासाठी आपलं तोंड उघडलं, त्यातील पहिल्या स्त्रीचं नाव होतं श्रीमती किम हाक सुन. तिच्या कुटुंबातील सर्व व्यक्ती मरण पावल्यानंतर तिनं जपानी सरकारकडून माफीची व अन्याय भरपाईची मागणी केली. आता लाज बाळगायचं काही कारण नाही, असा विचार करूनच तिनं हा निर्णय केला असणार. तिच्या धाडसानं प्रेरित होऊन आणखी काही कोरियन स्त्रिया पुढे आल्या. त्यांनी जपानवर कायदेशीर कारवाई करण्यासाठी पहिलं पाऊल उचललं.

आतापर्यंत जपानी सरकारनं आपणहोऊन याबद्दलची कबुली कधीच दिलेली नव्हती. अशा सुखदायिनींची माफी मागण्याइतका मनाचा मोठेपणा त्यांच्याकडून अपेक्षिणं म्हणजे मूर्खपणाच ठरला असता. त्यांनी या प्रश्नाबाबत पूर्णपणे उदासीनता दाखवली. युद्धकाळात हजारो स्त्रियांना आपण या कामासाठी अक्षरशः राबवलं, ही गोष्टही ते मान्य करायला तयारच नव्हते. हे सगळं पाहिल्यानंतर, माझ्या शांत मनानं उचल खाल्ली. आशियातील दुर्दैवी ‘सुखदायिनी’ना पाठिंबा देण्यासाठी युरोपातील स्त्रियांनी कंबर कसली पाहिजे, असं मी ठरवलं. माझ्यासारख्या डच मुलींनाही अशा नामुष्कीच्या प्रसंगांना सामोरं जावं लागलं होतं. आम्ही युरोपियन स्त्रियाही पुढे झालो तर कदाचित जपानी लोक या गोष्टीची दखल घेतील असं मला वाटलं.

माझ्या या विचारामागे आणखीही एक कारण होतं. नव्वदीच्या दशकात बॉस्निया व आजूबाजूच्या देशांमध्ये युद्धं झाली. बॉस्नियातील युद्धात पुन्हा एकदा दुसऱ्या जागतिक युद्धातील घटनांची पुनरावृत्ती झाली. स्त्रियांवर बलात्कार केले गेले. या घटनेनं जगाला जणू काही असं दर्शवलं गेलं की युद्धापाठोपाठ ज्या अनेक घटना घडतात, त्यातील एक म्हणजे पराजित देशातील स्त्रियांवर विजेत्या सैनिकांनी केलेले असीम बलात्कार आणि दुर्दैवाची बाब अशी की, या

अपराधांना 'क्षुल्लक घटना' म्हणून दुर्लक्षिलंही जातं, 'पुरुष असेच वागणार. युद्धामध्ये हे प्रकार होणारच. कुणी सांगावं त्या स्त्रियांनीच पुरुषांना मोहात पाडलं असेल,' असं म्हणण्याचा निर्लज्जपणाही केला जातो.

मला त्या वेळी हे कटू सत्य उमगलं की ह्या घटना केवळ महायुद्ध काळातच घडल्या असं नाही, तर त्या अजूनही, आजही घडत आहेत. आत्ताच आपण तोंड उघडलं पाहिजे. त्यातूनच कदाचित पुढील काळात त्यांना लगाम घालण्यासाठी काही ठोस पावलं उचलली जातील. काही निष्पाप स्त्रिया जन्मभराच्या या मानसिक छळापासून वाचल्या तरी माझ्या प्रामाणिक कथनाचं सार्थक होईल. युद्धांतर्गत बलात्कार हा युद्धातील गुन्हा मानला जायला हवा, याच भावनेनं प्रेरित होऊन मी ॲडलेडमधील युद्धस्मृतिस्थानावर (War Memorial), ज्या दिवशी जावानं जपानपुढे शरणागती पत्करली, त्या दिवसाला पन्नास वर्षं पूर्ण झाली म्हणून जो समारंभ झाला. तेव्हा पुष्पचक्र वाहिलं. तो दिवस ८ मार्च १९९२ रविवार होता. माझ्या मनातला निर्धार हळूहळू आकार घेत होता.

ॲडलेड शहरातील स्थानिक वृत्तपत्रं – मेसेंजर प्रेस आणि ॲडलेड ॲडव्हरटायझर या वृत्तपत्रांद्वारे मी लोकांना, खासकरून ज्यांनी दुसऱ्या जागतिक युद्धात जावातील युद्धछावण्यांमध्ये बंदिवान म्हणून दिवस काढले होते, त्यांना आमंत्रण दिलं आणि या स्मृतिदिन समारंभात भाग घेण्यासाठी उद्युक्त केलं. मी काही जपानी लोकांनाही हजर रहाण्याची विनंती केली. हेतू हा की आमच्यामध्ये शांतिपूर्ण सलोखा झाला आहे, हे त्यांना समजावं. त्या दिवशी माझ्या मनात जपानी लोकांसाठी ना राग होता, ना तिरस्कार, ना कसली कटुतेची भावना. क्षमा केल्यानंच जुन्या जखमा भरून येऊ शकतात, असं मला वाटतं.

मी जे पुष्पचक्र त्या दिवशी वाहिलं, ते केवळ हौतात्म्य प्राप्त झालेल्या सैनिकांसाठीच नव्हतं, तर त्या शूर ललनांसाठीही होतं ज्या युद्धभूमीवर मेल्या नाहीत; पण ज्यांनी जन्मभराच्या मरणयातना भोगल्या व अनंत काळापर्यंत भोगत राहिल्या. मीही त्यांच्यातीलच एक होते. त्या दिवशी माझ्यासमोर अशा कितीतरी स्त्रियांचे चेहरे उभे राहिले ज्यांनी युद्धछावण्यांमध्ये छळ, यातना, पाशवी अत्याचार, हालअपेष्टा सहन केल्या होत्या. त्याला काही सीमाच नव्हती. त्यांनी पराकोटीची उपासमारही सोसली होती. त्या सर्व स्त्रियांना मी त्या दिवशी भावपूर्ण श्रद्धांजली वाहणार होते. हजारो स्त्रिया आणि मुलं या जपानी युद्धछावण्यांमध्ये मृत्युमुखी पडली होती, त्या स्त्रियांच्या करुण कहाण्या जगाला समजणारच नाहीत, हे मला माहीत आहे. कुठल्याही प्रकारचं शौर्यपदक त्यांच्या छातीवर लावण्यात आलं नाही; कारण 'विजयी वीर' म्हणून त्या मातृभूमीकडे परतल्या नव्हत्या. त्या परतल्या होत्या मनावर असंख्य प्रकारचे घाव घेऊन – जे कुणालाही

दाखवता येणं शक्य नव्हतं.

युद्धस्मृतिस्थानाच्या पायरीवर मी पुष्पचक्र ठेवलं अन् त्याच्याकडे पाहत काही क्षण मी नि:शब्दपणे उभी राहिले. त्या वेळी मला असं वाटलं, ते पुष्पचक्र मला म्हणतंय, "जॅन, अजून एक गोष्ट जगाला सांगयला हवीय – दुसऱ्या महायुद्धकाळात ज्या प्रकारे मानवी हक्कांची पायमल्ली झाली ती दुर्दैवी कहाणी जगाला कळायलाच हवी." त्या क्षणी मी ठरवलं— पन्नास वर्षं, मी माझ्या जिभेला लगाम लावला होता; पण आत वेळ आलीय ते मौन सोडण्याची...

ते मी केव्हा आणि कशा प्रकारे करणार होते, ते मात्र मी अजून ठरत नव्हतं...

* * *

त्याच वर्षाच्या जवळजवळ अखेरीला – १९९२ च्या ऑक्टोबरमध्ये मला हॉलंडच्या डो ह्यूस्मन (Do Huisman) या स्त्रीचं पत्र आलं. युद्धछावणीतील दिवसांपासून ती आमच्या कुटुंबियांची मैत्रीण आहे. डोला माझ्यावर गुदरलेल्या संकटाची कल्पना होती; कारण ज्या दिवशी माझ्यासारख्या मुलींना जबरदस्तीनं युद्धछावणीतून दुसरीकडे नेण्यात आलं, तेव्हा त्या प्रसंगाची साक्षीदार डो देखील होती. युद्धानंतर तिनं 'द हेग' मधील आंतरराष्ट्रीय न्यायालयात जपानवरील सन्मान्य कर्ज (Foundation of Janpanese Honorary Debts) या संस्थेत सचिव म्हणून नोकरी केलेली होती. तिनं खालीलप्रकारे पत्राची सुरवात केली–

जपानची सन्मान्य कर्जनिवारण संस्था या संस्थेच्या वतीनं हे पत्र मी तुला लिहीत आहे. या कामासंबंधात साक्षीदार म्हणून हजर रहाण्याची तुझी तयारी आहे का...

युद्धादरम्यान जपाननं जे गुन्हे केले होते त्यासंबंधात आणि युद्धानंतर देण्यात द्यावयाच्या नुकसानभरपाईसंबंधी कारवाई करण्याच्या उद्देशानं टोकियोमध्ये एक आंतरराष्ट्रीय सार्वजनिक सुनावणी होणार होती. त्यामध्ये साक्षीदार म्हणून कुणीतरी पुढं यावं, यासाठी डो प्रयत्न करत होती. माझ्या दृष्टीनं ही एक फार मोठी संधी होती. माझ्यासारख्या अनेक स्त्रियांवर झालेल्या अन्यायाला वाचा फोडण्याची, न्यायालयाचे दरवाजे ठोठावण्याची, जगापुढे एक अत्यंत हीन कृत्य मांडण्याची... हीच वेळ होती.

मला हे काम करावंसं वाटत होतं; पण त्यासाठी मला आधी माझ्या मुलींजवळ,

नातवंडांजवळ, मित्रमंडळींसमोर माझी दुर्दैवी कहाणी मांडणं आवश्यक होतं. त्यासाठी जी गोष्ट मी गेली पन्नास वर्षं दडवून ठेवली होती, ती आता जगापुढं मांडण्याचं धारिष्ट्य मला करावं लागणार होतं. हे काम आपल्याला खरंच करायचं आहे का, हा एक फार मोठा निर्णय मला विचारांती घ्यावा लागणार होता.

एक आई आपल्या मुलीजवळ अशा प्रकारच्या दुर्दैवी घटनेची वाच्यता कशा प्रकारे करू शकेल? जिच्या मुलीदेखील आता लग्न करून गृहिणी, माता म्हणून जगत आहेत, समाजात उजळ माथ्यानं, सन्मानानं वावरत आहेत, अशा वयोवृद्ध स्त्रीनं तिच्या आयुष्यात घडून गेलेल्या या काळ्या घटनांची उजळणी करायची, ती का आणि कशासाठी? त्यांना मान खाली घालावी लागेल अशा घटनांचा उल्लेख का करायचा? तिनं हे करायचं धारिष्ट्य दाखवलं तरी त्यांना ते सहजपणे पचवता येईल का? अनेक दिवस या प्रश्नांनी मला छळलं; पण शेवटी मला त्यावर मार्ग सापडला.

मी ठरवलं, मुलींना आपण ही कहाणी आपल्या तोंडानं सांगण्यापेक्षा ती कागदावर लिहून मग त्यांना वाचायला द्यावी, म्हणजे त्या एकट्याच असताना त्यांना ती वाचणं शक्य होईल. माझ्या दृष्टीनंही ते अधिक सोपं ठरलं असतं. तरीदेखील त्यातला शरमेचा भाग मला नजरेआड करता येणार नव्हता.

एका आठवडाभराच्या काळात मी हे दिव्य पार पाडलं. अनेक वेळा माझी लेखणी थांबली; कारण माझ्या मनावरलं ओझं माझ्या हातांनाही सहन होत नव्हतं; पण मी थांबले नाही. माझी दुर्दैवगाथा मी नेटानं लिहून पूर्ण केली.

त्याच वर्षीच्या सप्टेंबर महिन्यात मी एकदा टॅक्सीनं ॲडलेड विमानतळावर कॅरलला भेटायला गेले. तिला सिडनीहून मध्य ऑस्ट्रेलियातील ॲलिस स्प्रिंग या गावी काही चित्रं काढण्यासाठी जायचं होतं. ही चित्रं ती पुढच्या प्रदर्शनात ठेवणार होती. कॅरलच्या गैरहजेरीत मी रूबीला माझ्या घरी सांभाळणार होते.

कॅरलचं विमान ॲडलेडला अगदी थोडा वेळ थांबणार होतं. आम्हा मायलेकींना नेहमीच खूप काही एकमेकींना सांगायचं असे. त्या दिवशी मात्र कॅरलला भेटताना, तिच्याशी बोलताना माझ्या छातीत धडधडत होतं. मनावर एका चिंतेचं सावट होतं; कारण माझ्या हातातील पर्समध्ये माझी अनुभवगाथा होती. तिला ती द्यावी की नाही अशा दोलायमान अवस्थेत मी बराच वेळ तिच्याशी बोलत राहिले अन् एका क्षणी माझं मन घट्ट केलं, 'हाच तो क्षण आहे धैर्यानं सामोरं जायचा. इथून मागे परतायचं नाही.' माझ्या आयुष्यातली सर्वांत कठीण परीक्षा होती ती! मी तिच्या हातात वही ठेवली अन् म्हटलं, "हे घे अन् वाचून काढ." तिची त्या वेळी विमानाच्या दिशेनं जाण्याची वेळ झाली होती. तिला काही विचारायलाही वेळ नव्हता. तिनं काहीशा आश्चर्याच्या भावनेनं माझ्याकडं पाहिलं. मी काही न बोलता

तिला मिठीत घेतलं अन् तिचा निरोप घेतला. धाकट्या नातीला घेऊन मी घरी परतले, तेव्हा माझ्या डोळ्यांतून अश्रू वाहत होते...

विमानानं हवेत उड्डाण करताच कॅरलनं माझी वही वाचायला सुरुवात केली अन् ती वाचत असताना तिच्यावर आकाश कोसळल्यासारखं झालं. तिचा दुःखावेग इतका अनावर झाला की तिला रडू आवरेनासं झालं. तिच्या बाजूला बसलेल्या प्रवाशांना कळेना की ही इतके हुंदके देऊन का रडते आहे; पण त्यांना काही सांगणंही कॅरलला शक्य नव्हतं. विमानातील स्वागतिका कॅरलला डोळे पुसण्यासाठी रुमाल देत होती अन् कॅरल डोळे पुसत होती, हे जवळजवळ सर्व प्रवासभर चालू राहिलं. हिची कुणीतरी जवळची व्यक्ती मरण पावली असावी, एवढाच अंदाज ते करू शकले.

त्यानंतर दुसऱ्याच दिवशी मी आयलिनला तिच्यासाठी लिहिलेली वही दिली. निवांतपणी तिला घरीच बसून वाचता यावं, असा माझा उद्देश होता. माझी दुर्दैवी कहाणी वाचून झाल्यानंतर थोडाही वेळ न दवडता ती माझ्याकडं आली अन् काही न बोलता तिनं आपल्या हातांची घट्ट मिठी माझ्या गळ्याभोवती घातली. माझ्या दोघी मुली पुढे कित्येक दिवस माझ्या या आत्मकथेमुळे हादरल्यासारख्या झाल्या होत्या. कित्येक आठवडे त्यांच्या मनातल्या भावनांना त्या अश्रूंवाटे वाट करून देत होत्या. आपल्या आईच्या दुःखानं त्या दोघी पार कोसळल्या होत्या.

''आई, विश्वासच बसत नाही आमचा की हे सगळं तुझ्या बाबतीत घडलं.'' दोघीजणी वारंवार हेच शब्द उच्चारत राहिल्या. त्यांना माझ्याबद्दल वाईट वाटत होतं अन् त्याच वेळी त्यांच्या मनातला जपान्यांविषयीचा संतापही उफाळून वर येत होता. आयलिन म्हणाली, ''आम्ही तुला नेहमी आनंदी, सुखीसमाधानी असंच पाहिलं. आमचा विश्वासच बसत नाही की तू इतके दिवस हे दुःख एकटीनं सहन केलंस.'' मानसिकरीत्या सावरायला माझ्या मुलींना बराच वेळ लागला, कारण माझ्या आयुष्यात असं काही घडलं असेल ह्याची त्यांना यत्किंचितही कल्पना नव्हती.

''मला जपान्यांच्या युद्धकालीन गुन्ह्यासंबंधी साक्ष देण्यासाठी टोकियोला जायचंय,'' असं मी त्या दोघींना सांगितलं तेव्हा दोघीजणी प्रथम भयंकर हादरल्यासारख्या झाल्या. मात्र त्यांना माझ्या धैर्याचं कौतुकही वाटलं; पण हा प्रवास मला एकटीला जमेल याची खात्री त्यांना वाटत नव्हती. ''ममा, तू एकटीनं जाऊ नकोस. मी आणि नेड तुझ्याबरोबर येऊ.'' कॅरल म्हणाली. कॅरलचा नवरा नेड छायाचित्रकार व चित्रपटनिर्माता असल्यामुळे त्यानं आपला कॅमेरा बरोबर घेऊन यायचं असं ठरलं. त्या दोघांमुळं मला नवा आत्मविश्वास

आला. 'मौनाची पन्नास वर्षं' या माहितीपटाची सुरुवात अशा प्रकारे झाली.

मी ज्या किंग्जवुड विभागात रहात होतं, तिथल्या माझ्या मित्रमैत्रिणींना मी माझ्या जपानभेटीबद्दल काहीच सांगितलं नाही. कारण माझी आपली अशी साधीभोळी समजूत होती की मी आठ दिवस त्यांना दिसले नाही तरी मी कुठे गेले असेन, हे त्यांच्यापैकी कुणाच्या लक्षात येणार नाही. टॉमलाही नक्की समजलं नाही, मी कुठे व कोणत्या कारणासाठी जाते आहे; पण त्यानं मला आपल्या परीनं शुभेच्छा दिल्या. माझ्या अनुपस्थितीत त्याची देखभाल करण्याची जबाबदारी आयलिननं घेतली त्यामुळे मी निश्चिंत मनानं जाऊ शकले.

आम्ही जपान विमानवाहतूक सेवेचं तिकीट काढलं. विमानतळावरील ध्वनिक्षेपकावरून एका पुरुषाचा सूचना देणारा आवाज माझ्या कानांनी ऐकला आणि माझ्या अंगावर काटा आला. त्या क्षणी वाटलं, पन्नास वर्षांपूर्वी ज्या भीतीच्या भावनेनं माझ्या मनावर कब्जा मिळवला होता, त्यातून माझी अद्यापही पूर्णपणे सुटका झालेली नाही. माझ्या शरीरातील कंप कॅरललाही जाणवला. तिनं माझा हात हातात घेतला आणि आश्वासकपणे दाबला, "ममा, ह्या आवाजाची तुला आता सवय करून घ्यायला हवी." माझ्या खुर्चीच्या समोरील खुर्चीच्या मागच्या बाजूला असलेला टी.व्ही. स्क्रीन आमच्या प्रवासाचा मार्ग दाखवत होता. त्यामध्ये विमानानं ऑस्ट्रेलियाची भूमी मागे टाकल्याचं निदर्शनास आलं, हळूहळू विमान जपानच्या दिशेनं मार्गक्रमण करू लागलं, तेव्हा मी स्वतःशीच म्हटलं, 'आता मी जपानच्या भूमीवर उतरणार आहे.' पुन्हा एकदा मनावर भीतीची सावली पडल्यासारखी झाली.

६ डिसेंबरला आम्ही टोकियोत उतरलो. विमानतळावरून शहरातील हॉटेलपर्यंतचा दोन तासांचा प्रवास आम्ही आगगाडीतनं केला. गच्च भरलेल्या गाडीतला तो प्रवास त्रासदायक वाटला. हॉटेलमध्ये पोहोचेपर्यंत आम्ही शरीरानं व मनानंही थकलो होतो. त्यात हॉटेलमधलं उपहारगृह नेमकं तोपर्यंत बंद झालं होतं. त्यामुळे आम्ही परत एकदा हॉटेलबाहेर पडलो. हॉटेलच्या मागील बाजूच्या रस्त्यावर आम्हाला एक छोटंसं उपहारगृह सापडलं. हा टोकियोचा काहीसा जुना भाग होता.

आम्ही एकूण पाचजणं होतो – मी, कॅरल, नेड आणि डच संस्थेचे दोन प्रतिनिधी. त्यांपैकी एकजण अमेरिकन वकील, रसेल हंटले होता, तर दुसरा डच वकील, जेरार्ड जंगस्लेगर होता. ह्यानंदेखील माझ्याप्रमाणे युद्धकैदी म्हणून काही काळ जपान्यांच्या छावणीत काढला होता. टोकियोतील सुनावणीच्या दरम्यान जेरार्डनंच मला धीर दिला.

उपहारगृहात मी कॅरलच्या शेजारी बसले होते. खाद्यपदार्थांच्या नावांवरून

नजर फिरवत असताना माझं लक्ष उपहारगृहाच्या मालकाकडं गेलं. स्वयंपाकघरच्या दाराला टेकून तो उभा होता. त्या लठ्ठ माणसाची गलिच्छ नजर मला किळसवाणा स्पर्श करतेय अशी विचित्र भावना माझ्या मनात निर्माण झाली. पूर्वी जपानी सैनिक, सेनाधिकारी ज्या विषयांध नजरेनं आम्हाला न्याहाळत असत तशीच या माणसाची नजर वाटली. ती नजर माझ्या चांगल्याच ओळखीची होती. त्यामुळे वयाची सत्तरी ओलांडल्यानंतरही मला भीती वाटल्यावाचून राहिली नाही. मी गारठून गेल्याप्रमाणे स्तब्ध झाले. कॅरलनंदेखील त्या माणसाची नजर टिप्ली होती. अन् तिचा माझ्यावर झालेला परिणामही तिच्या लक्षात आला होता. "चल, ममा, आपण इथून बाहेर पडू या." तिनं कणखर आवाजात म्हटलं. माझं मन पुन्हा स्थिर झालं खरं; पण जुन्या जखमेचा टणका जागा झालाच. आपल्याला बरंच काही मागे टाकायचं आहे असा विचार मनाला स्पर्श करून गेला.

ज्या दिवशी आंतरराष्ट्रीय सार्वजनिक सुनावणीला सुरुवात होणार होती, त्याच्या आदल्या दिवशी संध्याकाळी त्यामध्ये भाग घेणाऱ्या निमंत्रितांसाठी एक स्वागतसमारंभ आयोजिला होता. निमंत्रितांनी खचाखच भरलेल्या त्या खोलीत मी आशिया खंडातील सुखदायिनी स्त्रियांना प्रथमच भेटले. या शूरवीर ललनांच्या सोबत जोडीनं मीही साक्ष देणार होते. माझ्यावर ओढवलेल्या भयानक अनुभवांविषयी चारचौघांत प्रथम बोलणार होते.

मला त्यांची भाषा येत नव्हती आणि त्यांना माझी, त्यामुळे आम्ही एकमेकींशी बोलू शकलो नाही; पण त्यांना भेटताच माझ्या मनात मायेचा उमाळा दाटून आला. त्यांना मिठीत घेतल्यावाचून मला रहावलं नाही. खासकरून एका महिलेकडं माझं लक्ष गेलं. बहुधा ती चिनी स्त्री असावी, संपूर्ण काळा वेष – काळी पँट आणि काळाच टॉप घातलेली ती बाई किती दुबळी, लहानखुऱ्या चणीची होती! तिच्या चेहऱ्यावरच्या काळजीच्या, वयाच्या रेषा तिनं सोसलेल्या घावांविषयी बरंच काही सांगत होत्या. मात्र, तिच्या नजरेत मला तिच्यातील लढाऊ वृत्तीचं स्पष्ट प्रतिबिंब दिसलं. मी तिच्यापर्यंत चालत गेले. आम्ही एकमेकींना गळामिठी घातली अन् त्या क्षणी मला जाणवलं, आयुष्यभर सोसलेलं मनावरचं ओझं उतरलं आहे; मला एकदम हलकंहलकं वाटलं. क्षण दोन क्षणांची ती मिठी मला फार मोलाची वाटली.

त्या समारंभात मला काही फार चांगल्या जपानी व्यक्ती भेटल्या. त्यांनी माझ्यावर भेटवस्तूंचा वर्षाव तर केलाच; पण माझ्या दुखऱ्या जखमांवर प्रेमळ शब्दांनी फुंकरही घातली. त्यांच्या एकंदर वागण्यावरून मला असं वाटलं की ही तरुण माणसं आपल्या वाडवडिलांनी केलेल्या पापांचं परिमार्जन करण्याचा आटोकाट

प्रयत्न करत आहेत. त्या वेळी मला जाणीव झाली की टोकियोतील वास्तव्याचा पुढला संबंध आठवडा आपल्याला अनेक भावनिक आंदोलनांना सामोरं जायला लावणार आहे, अन् त्याच वेळी मनाला असाही दिलासा वाटला की त्यामुळेच आपल्या मनातल्या कोंडलेल्या दु:खाचा निचराही होणार आहे...

९ डिसेंबर १९९२ या दिवशी टोकियोतील कांडा पान्से (Kanda Panse) या ठिकाणी आंतरराष्ट्रीय सार्वजनिक सुनावणीला सुरुवात होणार होती. त्यापूर्वी 'चालू घडामोडी' या टी.व्ही.वरील एका कार्यक्रमात माझी मुलाखत घेतली जाणार होती आणि ती टी.व्ही. वर प्रमुख वेळी दाखवली जाणार होती. माझी कर्मकहाणी सांगत असताना मी त्या तरुण जपानी मुलाखतकाराच्या नजरेला नजर देऊनच बोलत होते. माझ्या दुर्दैवी कहाणीनं तिचं मन हेलावलं अन् तिचे डोळे भरून वाहू लागले.

या तरुण पिढीला सत्य जाणून घेण्याची तीव्र इच्छा आहे, असं मला त्या वेळी वाटलं. एक प्रकारे, तेही माझ्यावरल्या अन्यायाचं परिमार्जनच होतं.

त्या दिवशी दुपारी २ ते रात्री ८ वाजेपर्यंतच्या काळात अनेक सुखदायिनींनी आपल्यावरल्या अन्यायाला वाचा फोडली. त्यामध्ये चिनी, कोरियन, तैवानी स्त्रिया होत्या. त्याचप्रमाणे फिलीपाईन्स देशातील काही स्त्रिया आणि डच ईस्ट इंडीजमधील मीही होते. सुखदायिनींप्रमाणेच काही पुरुषांनीही आपल्यावरील अत्याचाराचं, छळाचं वर्णन केलं. त्यामध्ये काही चिनी, कोरियन तसेच साखालिन पुरुष होते. तसेच चांगी युद्धछावणीतले कैदीही होते. सभागृह संपूर्ण भरलेलं होतं. जगभराच्या कानाकोपऱ्यांतून वार्ताहर, तसंच छायाचित्रकार दाखल झाले होते. दुसऱ्या जागतिक युद्धादरम्यान जपान्यांनी युद्धकैद्यांचा जो अमानुष छळ केला होता, त्याविषयी प्रथमच सगळ्या जगाला समजणार होतं...

पहिल्या तीन महिलांनी आपली कैफियत मांडली. तेव्हा त्यांचा प्रत्येक शब्द उपस्थितांनी भारावल्या अंत:करणाने ऐकला. त्यांच्यावर झालेले अनन्वित अत्याचार, हालअपेष्टा, बलात्कार ह्याविषयी त्यांच्या कहाण्या होत्या. कुणाला फसवून आणलं होतं तर कुणाला पळवून आणखी काही स्त्रियांना माझ्यासारख्या सुखनिवासात डांबून त्यांच्यावर सैनिकी अत्याचार झाले होते. दिवसाकाठी या तरुणींना कधी वीस तर कधीकधी पन्नास सैनिकांना 'सुख' द्यावं लागत असे. मारहाण तर नित्याचीच बाब होती. इतक्या मोठ्या प्रमाणावर बलात्कार झाल्यानंतर काही जणींना दिवस राहायचे, तेव्हा त्यांच्यावर सक्तीनं गर्भपात लादले जायचे. काही जणींना तर गर्भधारणा होऊ नये म्हणून शस्त्रक्रियाही करवून घ्याव्या लागल्या होत्या. इतक्या प्रचंड प्रमाणावर बलात्कार केले गेले, याची ही मला वाटतं पहिलीच वेळ असावी. पाशवी पुरुषवृत्तीचा बळी ठरलेल्या या स्त्रियांनी पुढे

होऊन सर्वांपुढे आपली कैफियत मांडण्याचं धाडस दाखवलं, त्यामागचा त्यांचा हेतू खचितच उदात्त होता – अशा प्रकारचे गुन्हे भविष्यात घडू नयेत – निरपराध स्त्रियांना सैनिकांच्या वासनेचा बळी होण्यापासून मुक्ती मिळावी. हे हृदयद्रावक अनुभव ऐकणाऱ्याचे डोळे त्या क्षणी पाझरले नसते तरच नवल होतं!

साक्ष देणाऱ्या स्त्रियांमधली एक लहानखुऱ्या चणीची महिला चीनमधून आली होती. तिलाच मी आदल्या दिवशी मिठी मारली होती. आपल्यावरील जपानी अत्याचारांविषयी बोलताना तिच्या मनावरला भार तिला इतका असह्य झाला, की बिचारी शुद्ध हरपल्यामुळे खाली कोसळली. घाईघाईनं लाल पडदे ओढले गेले, एका डॉक्टरला बोलावण्यात आलं, सभागृहात एकच हलकल्लोळ माजला. तिच्यानंतर मला बोलायचं होतं; पण आश्चर्याची गोष्ट म्हणजे मी आता घाबरलेले किंवा अस्वस्थ नव्हते. माझ्या मनातलं काळं गुपित जगासमोर उघडं करताना मी मनावर जाणीवपूर्वक ताबा ठेवला आणि शांतपणे बोलत गेले.

माझ्या एका बाजूला कॅरल आणि दुसऱ्या बाजूला माझा जावई, जेरार्ड बसले होते. श्रोत्यांपुढे एक गोष्ट स्पष्ट केली की, जपान्यांविषयी राग किंवा तिरस्काराची भावना मनात ठेवून मी इथे आलेली नाही, तर माझ्या मनात आता त्यांच्यासाठी क्षमाशीलता आहे. माझ्या कहाणीची अखेरही मी याच प्रामाणिक शब्दांनी केली – जपान्यांनी माझ्यावर शरीरावर जे अत्याचार केले त्याबद्दल मी त्यांना क्षमा केली आहे; पण त्या गोष्टींचा मला कदापि विसर पडणार नाही, हेही एक कटू सत्य आहे. त्या दिवशी, सत्र संपण्याच्या सुमारास एक जपानी मानवी अधिकारसंबंधित वकील माझ्याकडे आला अन् मला म्हणाला, "क्षमाशीलतेचा दृष्टिकोन स्वीकारून तुम्ही काय मिळवणार आहात, ते माझ्या लक्षात येत नाही." ज्या विशिष्ट उद्दिष्टाने आम्ही सगळेजण तिथे जमलो होतो, ते उद्दिष्ट माझ्या या भूमिकेनं साध्य होईल, अशी खात्री त्याला वाटत नसावी.

माझ्या निवेदनानंतर दक्षिण कोरियातील बलात्कारपीडित स्त्रिया आपली कहाणी सांगणार होत्या. वीसहून अधिक संख्येनं उपस्थित असलेल्या या सर्व महिला पांढऱ्या पोशाखात – निधनशोक व्यक्त करण्याचा पारंपरिक रंग – होत्या. त्यांच्यापैकी एक जण आपली जबानी देण्यासाठी उठून उभी राहिली. तिच्यानंतर जिचा क्रम होता ती उत्तर कोरियातून आली होती. दोघींच्या पोशाखात साधर्म्य होतं; मात्र या स्त्रीचा पोशाख फिकट तपकिरी रंगाचा होता. हिची कहाणी तर इतकी हृदयद्रावक होती की तिला पाठिंबा देण्याच्या हेतूनं सगळ्या दक्षिण कोरियन स्त्रिया हळूहळू मंचाच्या दिशेनं पावलं टाकू लागल्या अन् शेवटी न रहावून त्या सर्व मंचावर चढल्या. त्यांनी निवेदनकर्तीला चहूबाजूंनी घेरलं आणि तिला आपल्या कवेत घेतलं, "उत्तर कोरियातही हेच प्रकार घडत असतील, ह्याची

आम्हाला कल्पनाच नव्हती,'' त्यांच्यापैकी एक जण उद्वेगानं म्हणाली.

सगळे उपस्थित या प्रसंगामुळे काहीसे अवाक झाले. कारण सर्व जगाला माहीत असलेली वस्तुस्थिती अशी होती, की दक्षिण कोरिया व उत्तर कोरियामध्ये अनेक वर्षांपासून विद्वेषाची भावना घुमसते आहे, लोक एकमेकांच्या उरावर बसल्यासारखे वागत आहेत. या पार्श्वभूमीवर इथे आलेल्या स्त्रियांचं वागणं – मनातला राजकीय विद्वेष विसरून एकमेकींना भावनिक आधार, पाठिंबा देणं - सर्वांनाच आश्चर्यकारक वाटलं तर नवल नव्हतं. पण दोन्ही देशातील महिलांनी एकमेकींना मिठ्या मारल्या, कारण त्यांचं दु:ख, त्यांच्या मनातील संताप एकाच प्रकारचा होता. या एकाच धाग्यानं त्या बांधल्या गेल्या असल्यामुळे त्यांनी सगळ्या जगाला आपल्यातील एकी दाखवून दिली. व्यवस्थापकांनी त्यांना मंचावरून दूर नेलं तेव्हाही त्या हुंदके देत रडतच होत्या. जाण्यापूर्वी त्यांच्यातील एक जण उद्‌गारली, ''अशा प्रकारच्या अत्याचारांना आम्ही बळी पडलो ह्यामागे आमचा काय अपराध होता, हे कुणी सांगेल का आम्हाला? आमचं तारुण्य निर्घृणपणे कुस्करलं गेलं; पण कुणालाच त्याची तमा नव्हती... सगळ्यांनीच तिकडे दुर्लक्ष केलं!''

नेड, जेरार्ड, इतर छायाचित्रकारांबरोबर सभागृहात हजर होते. माझ्यासारख्या दुर्दैवी स्त्रिया आपली निवेदनं देत असताना त्यानंच चित्रीकरणाची जबाबदारी समर्थपणे पार पाडली. आमची निवेदनं संपल्यानंतर छायाचित्रकारांनी व मुलाखतकारांनी मला एकच घेराव घातला. आपल्या वृत्तपत्रासाठी, मासिकासाठी त्यांना माझी मुलाखत हवी होती. सभागृहात चित्रीकरणाचं काम करत असताना जेरार्डची गाठ ऑस्ट्रेलियातील एका तरुण पत्रकाराबरोबर पडली होती. ऑस्ट्रेलियन आकाशवाणीवर तो साडेसात वाजता 'रिपोर्ट' हा कार्यक्रम सादर करत असे. सुखदायिनींवर तो एक अहवाल तयार करत होता. त्यानं माझ्याशी बोलायला सुरुवात केली अन् माझं मन वेगळ्याच गोष्टीसाठी आनंदलं. तो म्हणजे जपानमध्ये मी माझ्या देशातल्या माणसाचा आवाज ऐकत होते. त्याचे ते खास वेगळे उच्चार ऐकूनच मला खूप आनंद झाला. इतकं बरं वाटलं की काय सांगू!

माझी मुलाखत घेण्याविषयी त्याची विनंती मी लगेचच मान्य केली. तिचं प्रसारण केव्हा होईल याविषयी मी त्याला विचारलं, तेव्हा तो म्हणाला उद्याच. त्यानं दिलेलं उत्तर ऐकल्यावर मात्र माझं मन थरारलं. माझ्या मनात आलं, उद्या माझे देशबांधव – माझ्या गावातील लोक, माझ्या विभागात रहाणारे माझे मित्र अन् मैत्रिणी या सगळ्यांना माझ्या युद्धकालीन अनुभवांविषयी समजेल. त्यांची काय प्रतिक्रिया होईल? माझ्याबद्दल त्यांना काय वाटेल? मला तत्क्षणी आठवलं, युद्धछावणीतल्या माझ्या देशभगिनींनी माझ्यावर टीकेची झोड उठवली होती,

चिखलफेक केली होती, मला 'वेश्या' म्हणायलाही त्यांनी कमी केलेलं नव्हतं. मग आता हे लोक – माझे मित्रमैत्रिणी – माझ्याशी कसे वागतील? घरी परतण्याचा विचारही माझ्या मनाला आता भेडसावू लागला!

त्या दिवशीची सुनावणी संपवून आमच्या टोकियोतील हॉटेलवर परतायला आम्हाला बराच उशीर झाला. जपानमधील सर्व हॉटेलांमधील पद्धत अशी की तिथल्या खोल्यांमध्ये लोकांनी वापरण्यासाठी म्हणून किमोनो हा त्यांचा पारंपरिक वेष आणि सपाता ठेवलेल्या असतात. आमच्याही खोलीत या वस्तू होत्याच. त्या रात्री मी व कॅरल किमोनो परिधान करून पलंगावर आडव्या झालो व टी.व्ही. वरील बातम्या पाहू लागलो. जपानी पत्रकारानं सुनावणीआधी माझी जी मुलाखत घेतली होती, तीसुद्धा आम्हाला पहायला मिळाली. आमच्या जावामधील घराचे, आम्हा कुटुंबियांचे फोटो – माझे आईवडील, माझे आजोबा, त्यांचं बांदोंगनमधील सुंदर घर – या मुलाखतीदरम्यान दाखवले गेले. ते पाहून माझं मन भूतकाळात गेलं. क्षणार्धात मधली पन्नास वर्षं जणू पुसली गेली. मनाच्या त्या विलक्षण भरारीचं तर मला नवल वाटलंच, शिवाय एका विचित्र भावनेनं माझ्या मनाचा कब्जा घेतला. टोकियोतील एका मोठ्या टी.व्ही. कार्यक्रमात मी, माझी जिवलग माणसं आणि माझा रम्य भूतकाळ माझ्या डोळ्यांनी पाहात होते! आत्तापर्यंत मनमंजुषेत खोलवर लपलेल्या त्या सगळ्या आठवणी, माझा गतकाळ त्या कार्यक्रमानं साक्षात समोर उभा ठाकला आणि माझ्या भावना अनावर झाल्या आणि डोळ्यांवाटे पाझरू लागल्या. त्या रात्री मला झोप कशी ती लागलीच नाही. माझं मन, माझं अंत:करण सगळ्या दु:खद आठवणींनी पुन्हा एकदा घायाळ झालं.

दुसऱ्या दिवशी १० डिसेंबरला – 'युद्ध आणि मानवी हक्क' या विषयावर एक चर्चासत्र आयोजित करण्यात आलं होतं. या कार्यक्रमादरम्यान जेरार्डनं माझ्या हातात एक फॅक्स संदेश ठेवला – एका डच वृत्तपत्रातील बातमीचं ते कात्रण होतं. वृत्तपत्राच्या दर्शनी पानावर आलेल्या त्या बातमीचा माझ्याशी अप्रत्यक्ष तरीही जवळचा संबंध होता. माझी एक शालेय मैत्रीण, जी एका जपानी वेश्यागृहात राहून आली होती, ती पुढे आली होती व तिनं आपली करुणकथा जाहीरपणे सांगितली होती. माझ्या कहाणीशेजारीच तिचीही कहाणी छापण्यात आली होती. तिचं नाव होतं एलन व्हॅन डर प्लोग. (Ellen Van der Ploeg).

ती बातमी वाचून मला अतिशय आनंद झाला. चर्चासत्रातील इतर सदस्यांना मी त्याविषयी सांगितलं अन् म्हणाले, "यापुढे काय घडणार आहे त्याची चुणूक मला जाणवतेय. हळूहळू सगळ्या जणी पुढे येतील, जगापुढे आपली कैफियत मांडतील. मग हा लोंढा थोपवणं कुणालाही शक्य होणार नाही!" माझे ते शब्द

तोंडातून बाहेर पडले असतील-नसतील तेवढ्यातच मला तीव्रतेनं वाटलं – आता आपणच हॉलंडला जाऊन उरलेल्या मुलींचा शोध घ्यायला हवा. आमच्यासारख्या ज्या मुलींवर विजेत्या जपान्यांना शरीरसुख देण्याची सक्ती करण्यात आली होती, त्यांना आपण बोलतं करायलाच हवं.

अनेक शांतीसमुदायांनी या चर्चासत्रात भाग घेतला. त्यांपैकी एकाचं नाव होतं, अणुबॉम्ब हल्ल्यातून सहीसलामत बाहेर पडलेल्यांचा गट – हिरोशिमा सर्व्हायव्हर्स (Survivors of Hiroshima). चर्चासत्राच्या मध्यंतरात ह्या गटातील स्त्रिया मला भेटायला आल्या. मला मिठ्या मारत त्या म्हणाल्या, ''युद्धामुळे सगळ्यात जास्त नुकसान आमचंच झालं, असं आम्हाला वाटायचं. तुमची दुर्दैवी कहाणी ऐकल्यावर आमचे डोळे उघडले, असं म्हणावंसं वाटतं!''

या स्त्रियांच्या सान्निध्यात मला एक प्रकारची शांती जाणवली. माझ्या मनावरल्या व्रणांवर कुणीतरी फुंकर घालून त्यांची बोच कमी करतंय, असा भास मला झाला. त्यांनी मला या प्रसंगाची आठवण म्हणून काही भेटवस्तू, काही भेटकार्डं दिली. मीदेखील त्यांना ऑस्ट्रेलियातील जंगली फुलांच्या चित्राचे रुमाल परतभेट म्हणून दिले. त्याच उद्देशानं मी ते माझ्याबरोबर नेले होते.

११ डिसेंबर रोजी आम्हाला जपानमधील संसदभवनात – डायेट (Diet) नेण्यात आलं. आम्ही पंतप्रधानांच्या कचेरीत श्री. सकुतारो तानिनो नावाच्या अधिकाऱ्याला भेटलो. ते परराष्ट्रखात्यातील प्रमुख अधिकारी होते. त्यांच्यासमोर पुन्हा एकदा मला माझे अनुभव सांगण्याची संधी मिळाली. त्या वेळी मी अशा प्रकारचे अनुभव इतर स्त्रियांना येऊ नयेत, याबद्दलची माझ्या मनातली तळमळही व्यक्त केली. माझ्या भावना श्री. तानिनोंच्या मनापर्यंत पोहोचल्या व त्या पंतप्रधानांच्या कानांवर घालण्याचं आश्वासनही त्यांनी मला दिलं.

या संपूर्ण कार्यक्रमातील महत्त्वाचा प्रसंग, माझ्या दृष्टीनं, त्या आठवड्याच्या अखेरीस आला. मनामध्ये कसलीही कटुता किंवा किल्मिष घेऊन मी जपानला गेले नव्हते. माझ्या मनात आता केवळ क्षमाशीलतेला स्थान आहे, हे मला जपानी लोकांना दाखवायचं, पटवायचं होतं. ऑस्ट्रेलियातच, कॅरलच्या मदतीनं मी एक पुष्पचक्र तयार केलं होतं. त्यामध्ये स्थानिक, रानटी फुलांचा मी वापर केला होता. मी त्याला 'क्षमापुष्पचक्र' (Wreath of forgiveness) असं नाव दिलं होतं. अतिशय काळजीपूर्वक मी ते जपानला घेऊन आले होते. टोकियोमध्ये अनाम सैनिकांसाठी म्हणून जे स्मृतिस्थान चिदोरिगाफुची (Chidorigafuchi) या ठिकाणी बांधण्यात आलं आहे, तिथे हे पुष्पचक्र वाहून श्रद्धांजली अर्पण करण्याची माझी इच्छा होती. एका शांत, सुंदर सार्वजनिक बागेतलं हे स्मृतिस्थान मनावर विलक्षण परिणाम घडवतं.

सार्वजनिक सुनावणीच्या वेळी हे पुष्पचक्र वाहण्याच्या समारंभाला लोकांनी हजर रहावं असं आवाहन मी केलं होतं. विभिन्न प्रकारचे लोक त्या दिवशी उस्फूर्तपणे मोठ्या संख्येने हजर झाले होते. त्यामध्ये हॉलंडचे टोकियोतील राजदूत होते तसेच अनेक गटांचे-शांतीगटांचे, मानवी अधिकारगटाचे आणि पर्यावरणसंबंधी लोकही उपस्थित होते, इतकंच नव्हे, तर जगभरात शांतता प्रस्थापित व्हावी यासाठी कार्यरत असणारे काही सैनिकही एका बसमधून येऊन दाखल झाले होते. त्यांनी दुसऱ्या जागतिक युद्धातील संहारात भाग घेतला होता. त्यांच्या चेहऱ्यांकडे पाहून मला असं वाटलं की अजूनही त्यांच्या मनावर पूर्वीच्या पापांचं ओझं ते बाळगत आहेत.

"हे सगळेजण पूर्वायुष्यात सैनिक म्हणून जगले होते. पुन्हा कधीही न लढण्याचा निश्चय त्यांनी केला आहे." कोलिन, आमच्या दुभाषीनं आम्हाला सांगितलं. फुलं, पुस्तकं आणि भेटवस्तूंनी त्यांनी माझं स्वागत केलं. त्यांच्याबरोबर हस्तांदोलन करत असताना माझं मन भावनावेगानं भरून आलं. माझ्या सहा दिवसांच्या जपानवास्तव्यातील सर्वांत उत्कट असा तो क्षण होता. ज्या पुरुषांनी जपानी राजसेनेतील सैनिक म्हणून प्रत्यक्ष युद्धात कामगिरी केली होती, त्यांच्याबरोबर– पुरुषांबरोबर – हातमिळवणी करण्याचा हा प्रसंग माझ्यासाठी खरोखरच विलक्षण होता.

पुष्पचक्र अर्पण करण्यापूर्वी मी त्या सर्वांशी चार शब्द बोलले. कीकोच्या मदतीनं मी माझे प्रांजळ विचार व या कृत्यामागचा हेतू त्यांच्यासमोर मांडला.

'आज इथे मी अनाम जपानी सैनिकांच्या स्मृतीस्थळी तुम्हा जपानी सैनिकांसमवेत उभी आहे. माझ्या हातातलं हे पुष्पचक्र शांती आणि क्षमा यांचं द्योतक आहे. माझ्या मनातल्या आशेचं प्रतीक आहे की भविष्यकालीन जग शांततापूर्ण असेल, आपल्या मुलाबाळांचं भविष्य सुखसमाधानाचं असेल'

"दुसऱ्या जागतिक युद्धाला आता जवळजवळ पन्नास वर्षं उलटली आहेत. त्या घटनेनं आपल्याला एक धडा शिकवला आहे की आपण हे युद्ध मागं टाकलं आहे आणि जगात शांती प्रस्थापित करण्यासाठी आपण एकत्र येऊन पावलं टाकू शकतो. आपण असं जग निर्माण करू या जिथे द्वेष, भीती अशा नकारात्मक भावनांना थारा नसेल. या जगात युद्ध आणि हिंसाचार नसतील. त्याही पुढे जाऊन मी म्हणेन की तिथे शांती आणि सामंजस्य असेल. मैत्री, प्रेम आणि स्वातंत्र्य या मूल्यांना महत्त्व दिलं जाईल."

माझ्या छोट्याशा निवेदनानंतर अनेक वयोवृद्ध माजी सैनिक तसंच शांततेसाठी प्रयत्नशील असणारे पुरुष पुढे आले. त्यांनी तयार करून आणलेली भाषणं आणि प्रार्थना वाचून दाखवल्या. त्यांच्यापैकी काही जग ख्रिश्चन होते. एकजण मोडक्या-तोडक्या इंग्रजीत बोलला; पण त्याच्या भावनोत्कट शब्दांनी माझंही मन

हेलावलं. आपल्या अनौपचारिक भाषणाची अखेर त्यानं एका सुरेख कवनानं केली. कवन क्रमांक ५१ चे शब्द आहेत -

'माझं पाप नेहमी माझ्यासमोरच असतं
परमेश्वरा, प्रेमळ बुद्धीनं माझ्या पापांना क्षमा कर
तुझ्या दयार्द्र नजरेनं माझा गुन्हा पुसून टाक
माझे अपराध पुन:पुन्हा धुवून टाक
मला माझ्या पापापासून मुक्त कर
मला माझ्या गुन्ह्यांची जाणीव आहे
(कारण) माझं पाप नेहमी माझ्यासमोरच असतं
दुसऱ्यातिसऱ्या कुणाबाबतीत नव्हे, तर तुझाच मी अपराधी आहे
तुझ्या दृष्टीनं जे पाप आहे, तेच माझ्या हातून घडलं आहे
माझं हृदयपरिवर्तन कर, देवा
माझ्या अंत:करणात स्थिरचित्राची निर्मिती कर
मला दूर नको लोटू, पवित्र प्रभावाखालीच मला जगू दे
तुझ्या मदतीचा आनंदलाभ मला मिळू दे
माझ्या मनात तुझ्याविषयीचा भक्तिभाव जागव असा की,
मीही इतरांना सन्मार्गावरून चालण्याचं मार्गदर्शन करू शकेन
ज्यायोगे पापी जन परत एकदा वळतील तुझ्याकडे'

कवनाच्या अखेरचा चरण म्हणताना तो भक्त मनोमन हेलावला, तेव्हा त्याच्याकडे बघून मी त्याचे हात हातात घेतले. प्रेमभरानं त्याचा हात हातात घेऊन मी माझ्या मनातली प्रेमाची व सामंजस्याची भावना त्याच्यापर्यंत पोहोचवली.

ह्या समारंभाची सांगता मी असिसीचा संत फ्रान्सिस ह्याच्या शांतिगीतानं केली. आमची दुभाषी – कीको – हिचे वडीलदेखील जपानच्या राजसेनेत नोकरी करत असल्यामुळे तिच्याही भावना आवरणं तिला कठीण गेलं. माझ्या शब्दांचं जपानी भाषेत रूपांतर करत असताना भावनावेगानं तिला रडू कोसळलं. एकमेकींचे हात हातात धरूनच आम्ही भाषणाची अखेर केली. त्या प्रसंगातून माझ्याही नकळत माझ्या मनाच्या तारा जपानी लोकांच्या मनाबरोबर जुळल्या गेल्या होत्या. जपानमधील आठवड्याभराच्या वास्तव्यानं माझ्या मनातील अनेक व्रण पुसट होत गेले.

* * *

नाताळ सणाच्या एक आठवडा आधी आम्ही टोकियोतून उड्डाण केलं. कॅरल, नेड् आणि रूबीबरोबर सिडनीमध्ये काही दिवस घालवून मी ॲडलेडला परतले. विमानतळावर माझ्या स्वागतार्थ माझी थोरली कन्या – आयलीन – तिचा नवरा गॅरी आणि एम्मा व जड ही माझी दोन्ही नातवंडं आली होती. या माझ्या नातवंडांना भेटताना माझं मन या वेळी प्रथमच धास्तावलेलं होतं. कारण त्यांनी टेलीव्हिजनवर दाखवलेली माझी कहाणी पाहिली, ऐकली होती. त्यावर त्यांची काय प्रतिक्रिया असेल, हा प्रश्न मला सतावत होता. चौदा वर्षांची एम्मा – आणि बारा वर्षांचा जड – तसं बघितलं तर दोघंही संवेदनशील वयाच्या उंबरठ्यावर उभी होती. त्या वेळी एक योगायोग असा झाला की त्यांच्या शाळांच्या उन्हाळी सुट्ट्या सुरू झाल्यामुळे ती दोघंही माझ्याच घरी काही दिवस रहाणार होती. एक प्रकारे ही गोष्ट त्यांच्या आणि माझ्याही पथ्यावरच पडली. माझ्यात काहीही बदल झालेला नाही, मी त्यांची पूर्वीचीच ओमा आहे, हे त्यांना या सुट्टीत पारखता आलं असतं. तरीही त्यांच्या मनात काही शंकाकुशंका ठुसठुसत असल्या तर त्यांचं निराकरणही करता येणार होतं.

मी घरी आले, त्या रात्री मी झोपू शकले नाही. गेल्या आठवडाभरातले अनेक प्रसंग, भावनोत्कट क्षण माझ्या डोळ्यांसमोर उभे राहिले. मनातल्या वर्षानुवर्षांच्या घालमेलीला जाहीरपणे वाचा फोडल्यानंतर आणि त्याहून महत्त्वाचं म्हणजे झालं-गेलं विसरून जाण्याची क्षमाशीलता मी दाखवू शकल्यानंतर माझं मन बऱ्याच प्रमाणात शांत झालं होतं. मनावरल्या दुखऱ्या जखमांना जणू एक कायमचा संजीवक स्पर्श लाभला होता. आता मी मुक्त झाले होते, माझा भूतकाळ 'भूत' बनून माझ्या मानगुटीवर बसणार नव्हता...

कुठल्याही युद्धात, संग्रामात किंवा संघर्षात स्त्रिया प्रत्यक्षपणे सहभाग घेत नाहीत, तरीही त्यांना अनेक जीवघेण्या प्रसंगांना तोंड द्यावं लागतं. त्यांचे खून होतात, त्यांची अनेक प्रकारे शारीरिक विटंबना होते, त्यांच्यावर अत्याचार केले जातात. थोडक्यात सांगायचं झालं तर, आयुष्यभरासाठी त्यांना लाजेमुळे खाली मान घालून जगावं लागतं. बेअब्रू झालेल्या कित्येक स्त्रिया तर परत आपल्या खेडेगावी गेल्याच नाहीत. ज्या गेली त्यांच्यावर बलात्कार झाला आहे, हे कुणाला समजलं तर त्यांची आयुष्यं कायमची बरबाद होत; कुणीही त्यांच्याशी लग्न करत नसे. 'सुखदायिनी' म्हणून काही काळ काढला आहे, अशा स्त्रियांचं कुणी स्मारक उभारत नाही किंवा 'वीरपदक' देऊन सरकार त्यांचा गौरवही करत नाही. मूकपणे त्या बिचाऱ्या आयुष्यभर खालमानेनं, न केलेल्या चुकांची शिक्षा भोगत रहातात. तनामनावरचे घाव सोसत जमेल तसं आयुष्य कंठतात.

पुन्हा एकदा अतिशय तीव्रतेनं मला जाणवलं की युद्धादरम्यान पुरुषांना

जेवढ्या हालअपेष्टा, छळ सहन करावे लागतात, त्याहून कितीतरी अधिक पटीनं स्त्रियांचा अमानुष छळ होतो; पण त्याची दखल घ्यावी, असं कुणालाच वाटत नाही.

टोकियोतील सुनावणीमध्ये मी पहिल्यांदा या विषयावर बोलले. (मला वाटतं) तो क्षण अतिशय महत्त्वाचा होता. युद्ध काळात स्त्रियांवर अत्याचार होऊ नयेत, त्यांना संरक्षण दिलं जावं, मानवी हक्कांची जपणूक व्हावी आणि क्षमाशीलतेचा संदेशही पसरवावा, यासाठी मी एक मोहीम सुरू केली. तेच माझं आता जीवितध्येय बनलं. त्यासाठी मी ऑस्ट्रेलियातील अनेक गावी गेले आणि इतर अनेक देशांमध्येही

टोकियोत दिलेल्या साक्षीनंतर मला जणू काही एक साक्षात्कार झाला. मी जे काही सोसलं होतं त्यामागे काहीतरी हेतू असावा. मग मी ठरवलं, आपण जो अनन्वित छळ तरुणपणी सोसला तो वाया जाऊ देता कामा नये. त्याचा उपयोग करून काहीतरी विधायक हेतू साध्य करायला हवा. पुन्हा एकदा मला असं जाणवलं की कधीतरी, कोणत्या तरी प्रकारे आपण सोसलेले भोग सत्कारणी लागतील. वाईटातून काहीतरी चांगलं निष्पन्न होईल...

ह्या घटनेनंतर थोड्याच दिवसांनी, १८ जानेवारी १९९३ ला मी माझा सत्तरावा वाढदिवस साजरा केला. माझे फ्रेंच आजोबा – हेन्री आणि त्यांची पत्नी जीन यांचं एक सुंदर तैलचित्र माझ्या कलावंत मुलीनं – कॅरलनं मला भेट म्हणून पाठवलं. ओंगरन पर्वताची पार्श्वभूमी असलेल्या त्यांच्या बांदोगनमधील घरासमोरील बागेत माझे आजीआजोबा उभे आहेत, असं ते तैलचित्र ही माझ्या दृष्टीनं मला मिळालेली खरोखरच एक फार अमूल्य भेट होती.

त्या दिवशी सकाळी मी लवकर उठले. नित्यनियमाप्रमाणे सकाळच्या प्रार्थनेसाठी आमच्या विभागातील चर्चमध्ये जाण्यासाठी तयार होऊ लागले, तेवढ्यात दारावर कुणाची तरी थाप पडली. दार उघडून पाहिलं तो माझी जिवलग मैत्रीण, शर्ली उभी! चर्चमधील प्रार्थनावृंदातली ही प्रमुख स्त्रीगायिका माझ्यासारखी नेमानं सकाळच्या प्रार्थनेला हजर रहात नसे; पण त्या दिवशी खास माझ्या वाढदिवसासाठी म्हणून ती आली होती.

"प्रार्थनेसाठी येणार ना जॅन?" तिनं विचारलं.

"अर्थातच, हे काय विचारणं झालं? आज तर नक्कीच येणार मी." असं म्हणून मी तिला कॅरलनं पाठवलेलं तैलचित्र दाखवलं.

"सुरेखच आहे गं? बरोबर घेऊन चल ना, आपण आज ते प्रार्थनावेदीसमोर टांगून ठेवू म्हणजे सगळेजण पाहू शकतील." शर्ली उत्साहात म्हणाली. तिच्या या विनंतीचं मला आश्चर्यच वाटलं; पण मी ती मान्यही केली. चर्चपर्यंत आम्ही चालतच गेलो.

आम्ही चर्चच्या दाराशी पोहोचलो. सकाळच्या प्रार्थनेला सर्वसाधारणपणे

फार गर्दी नसते. त्या दिवशीही मोजक्याच लोकांची मी अपेक्षा केली होती; पण मला आश्चर्याचा सुखद धक्काच बसला. चर्च भक्तगणांनी तुडुंब भरलेलं होतं. माझ्या सगळ्या मित्रमैत्रिणी आवर्जून हजर होत्या. आसनरांगांमधील मार्गिकेतून मी शर्लीबरोबर चालत असताना लोक म्हणत होते, 'वाढदिवसाच्या शुभेच्छा,' 'अभिनंदन, जॅन! तुझं आम्ही स्वागत करतो!' 'उत्तम कामगिरीबद्दल खास अभिनंदन!' माझ्या नेहमीच्या बैठकीपर्यंत मी पोहोचले तोपर्यंत माझं मन कृतज्ञतेच्या भावनेनं उचंबळून आलं होतं, मित्रमैत्रिणींच्या प्रेमभावनेनं मी भारावून गेले. माझ्या बैठकीवर त्यांनी फुलांचा सुरेख गुच्छ ठेवलेला होता. इतक्यात एक लहान मूल मोठ्या आवाजात चीत्कारलं, "मिसेस रफ्. नी तुम्हाला टी.व्हीवर पाहिलं!" माझा छोटासा शेजारपाजार माझं दोन्ही बाहू पसरून स्वागत करतो आहे, असं मला वाटलं त्या क्षणी! आमच्या चर्चचे धर्मगुरू, फादर लिओ रूनिन त्या दिवशीची प्रार्थना माझ्यासाठी म्हणणार होते. गेले काही दिवस जी चिंता माझ्या मनाला भेडसावत होती, ती त्या सकाळी क्षणार्धात कुठल्याकुठे पळून गेली. मला सतत भीती वाटत असे की माझा गतकाळ समजल्यानंतर माझे शेजारीपाजारी, माझे मित्रमैत्रिणी माझा तिरस्कार करतील; पण मला त्यांनी प्रेमभावनेनं स्वीकारलं होतं. त्या विचारानंच माझं मन भरून पावलं. साहजिकच, माझ्या मनातही त्यांच्याविषयी प्रेम दाटून आलं.

मी मनातल्या मनात परमेश्वराचे आभार मानले. त्यानं आपलं कृपाछत्र माझ्यावर कायम ठेवलं होतं. मधल्या काळात माझंच मन बावरल्य स्थितीत होतं. कारण हॉलंडहून डोचं पत्र आल्यापासूनच्या सर्वच गोष्टी फार झपाट्यानं घडल्या होत्या. ॲडलेडला परत येताना मी भयंकर धास्तावलेली होते. आज मिळालेल्या प्रेमाच्या पावतीनं माझ्या मनाला भीतिमुक्त केलं. माझ्या माणसांनी मला प्रेमच दिलं नव्हतं, तर मला समजूनही घेतलं होतं...

* * *

माझ्या मनात एक आशा मी नेहमीच बाळगली होती – कधी तरी मी हॉलंडला – माझ्या मायदेशी – परत जाईन आणि तिथे माझ्या त्या मैत्रिणींना भेटेन; ज्यांनी माझ्यासारख्याच हालअपेष्टा युद्धकाळात सोसल्या होत्या. माझी मुलगी कॅरल आणि जावई नेड लँडर ह्यांच्यासह जो माहितीपट – 'पन्नास वर्षं मौनाची' – मी बनवला, त्याच्यातील काही भागांच्या चित्रीकरणासाठी हॉलंडला जाण्याची संधी मला मिळाली. हॉलंडप्रमाणेच मी १९९३ साली जावालाही भेट दिली. मनात एक धाकधूक होतीच – सेमारांगमधील वेश्यागृहात माझ्याबरोबर ज्या मुली राहिल्या

होत्या, त्या मला इतक्या प्रदीर्घ काळानंतर भेटतील का? 'जपानी सन्मानप्रद कर्जे' नावाच्या संस्थेनं (Foundation of Japanese Honorary Debts) मला काही मुलींची नावं दिलेली होती. त्यांच्यामध्ये गर्डा आणि लिएझ या माझ्या जिवश्चकंठश्च मैत्रिणींचा समावेश होता. तिसरी मुलगी होती एलन व्हॅन डर प्लोग जिला सेमारांगमधील दुसऱ्या कुंटणखान्यात जुंपलेलं होतं.

ज्या दिवशी मी या तिघींना भेटणार होते, त्याआधीची रात्र मी झोपेविना तळमळत काढली. आम्ही सगळ्यांनी एक फार भयंकर गुपित केवढा मोठा काळ आमच्या मनाच्या तळाशी दडवून ठेवलं होतं! आता माझ्या त्या मैत्रिणी कशा असतील, कशा प्रकारचं आयुष्य जगत असतील, त्यांनी आपल्या मुलांजवळ हे गुपित उघड केलं असेल का, आपण त्यांच्याशी कोणत्या विषयावर बोलायचं? असे एक ना अनेक प्रश्न, प्रश्न आणि प्रश्न माझ्या मनात उमटत राहिले. त्यांची उत्तरं मिळवण्यासाठी मी आतुरतेनं त्यांना भेटण्याची वाट पाहात होते.

'द हेग' या ठिकाणच्या एका बैठकगृहात आमची भेट झाली. मी त्या ठिकाणी थोडी लवकरच पोहोचले. सर्वांत आधी एलन मला भेटली. मला पाहताच तिनं दोन्ही हात पसरून मला आलिंगन दिलं अन् आनंदाच्या आवेगात म्हणाली, "जॅनी, किती बरं वाटतंय तुला भेटायला! छान दिसतेयस तू!" एलनसुद्धा छानच दिसत होती. त्या एका गळाभेटीनं मधली सारी वर्षं भुर्रदिशी उडून गेली अन् पुन्हा एकदा आम्ही त्या १४/१५ वर्षांच्या अल्लड शाळकरी मुली बनलो... मधल्या सुट्टीत शाळेतल्या व्हरांड्यात हातात हात घालून फिरणाऱ्या, झाडाखाली बसून डब्यातल्या सँडविचचा फन्ना उडवणाऱ्या...

या पुनर्भेटीसाठी सात स्त्रिया आल्या. त्यांच्यातली एक होती गर्डा. अंबारावातल्या छावणीत आमची दोघींची दाट मैत्री होती. ज्या दिवशी दहा मुलींची निवड करण्यात आली होती, त्यांच्यामध्ये गर्डा होती अन् अगदी माझ्या शेजारीच उभी होती. पन्नास वर्षांनंतर तिला भेटताना माझ्या मनाला आनंदाचं भरतं आलं तर नवल नव्हतं. जुन्या आठवणींना उजाळा देणं, ही काही आनंददायक गोष्ट नव्हती, तरीही आम्हाला त्या हलाखीच्या दिवसांविषयी बोलल्यावाचून रहावलं नाही. दुखऱ्या व्रणांना पुन:पुन्हा कुरवाळण्यातलाच तो प्रकार होता, तरीही आम्ही त्यावर बोललोच. शब्दांची फुंकर घालून एकमेकींचं सांत्वन केलं. ज्या सात मुलींनी माझ्या जवळच्या रुमालावर आपली नावं लिहिली होती आणि मी ती धाग्यांनी भरली होती, तो रुमाल मी आठवणीनं माझ्याबरोबर नेला होता. तो मी तिला दाखवताच तिचे डोळे जुन्या आठवणींमुळे भरून आले. आपलं नाव, आपल्याच हस्ताक्षरांत पाहून तिच्या भळभळत्या जखमेवरची खपली पडल्यासारखं झालं असणार.

सेमारांगमधल्या वेश्यागृहात रहात असताना रिकाम्या वेळचा उद्योग म्हणून मी माझ्या मैत्रिणींची रेखाचित्रं काढली होती. त्यातलं गर्डाचं चित्र मी तिला दाखवलं, चित्रातल्या तिच्या चेहऱ्यावरचा भाव अतिशय दुःखी असा होता. त्यानंतर आश्चर्यचकित होण्याची पाळी माझी होती. मी गर्डाला तिच्या अठराव्या वाढदिवसानिमित्त एक भेटवस्तू दिली होती. एका छोट्याशा वहीत मी युद्धछळछावणीतल्या प्रसंगांची रेखाचित्रं काढली होती. ती वही तिनं मला दाखवली. खरं तर, या छावणीतल्या वास्तव्यात मी अनेक लहान मुलांची रेखाचित्रं काढून त्यांच्या आयांना दिली होती. त्यांच्या बदल्यात त्यांनी मला त्या काळी अमूल्य वाटणारी वस्तू – पावाचा एखादा तुकडा – दिला होता ते मला आता आठवलं. त्या काळात आमच्यापाशी कॅमेरे नव्हते. त्यामुळे या रेखाचित्रांना खऱ्या अर्थानं महत्त्व होतं. गर्डाच्या वहीतली काही चित्रं मी रंगीत पेन्सिलींचा वापर करून काढली होती. त्यामधून आमची विनोदवृत्ती प्रकट होत होती. एका चित्राचं नाव होतं 'मैलावाहकाची कवायत' (Shit Parade) (एका चित्रात आम्ही कपडे धुवत असताना दाखवलं होतं. छावणीतलं पाणी इतकं मळकट, गढूळ असायचं की ते जणू काही भाज्यांच्या रश्श्यासारखं वाटायचं. म्हणून त्याला मी नाव दिलं होतं – रस्साभाजी (Bouillon) (काही चित्रं आम्ही ज्या प्रकारची अवजड ओझी उचलायचो, ज्या प्रकारे निप्पॉनसमोर कमरेत झुकायचो (अर्थात जबरदस्तीमुळे!) त्या प्रसंगांची होती. ही चित्रं असलेल्या पानांवर मी डच भाषेतील एक वीररसात्मक कविता लिहिली होती. आम्ही मुली ती अनेक वेळा गात असू. त्या राष्ट्रगीताचा अर्थ असा होता.

काय वाट्टेल ते झालं तरी
शरण आम्ही येणार नाही
कारण आमची मस्तकं उंचावलेलीच रहाणार आहेत
हिप् हिप् हुर्रे... हिप् हिप् हुर्रे!

ते शब्द वाचून आमची राष्ट्रभावना इतक्या वर्षांनंतरही उचंबळून आली. आम्ही सगळ्यांनी अभिमानानं, राष्ट्रप्रेमानं प्रेरित होऊन ते गीत परत एकदा म्हटलं. मोकळ्या आनंदानं आम्ही खळखळून हसलोही.

भावनावेग थोडा कमी झाल्यानंतर गर्डा बोलू लागली, "वृत्तपत्रात मी पहिल्यांदा जॅनीवरचा लेख वाचला तेव्हा माझी प्रतिक्रिया अशी होती– यापैकी कशावरच मला काही चर्चा करायची नाही किंवा काही ऐकायचंही नाही. ते सगळं आता मनातल्या खोल कप्प्यात मी गाडून टाकलंय; पण काही वेळानं माझं मन थोडं शांत झालं तेव्हा मला जॅनीबद्दल आदर वाटू लागला, तिच्या

धाडसाचं कौतुक वाटलं. मी माझ्या मुलांना सांगितलं नाही कारण मला त्यांना या सगळ्यापासून वाचवायचं होतं, दूर ठेवायचं होतं. मग माझ्या मनात एक विचार आला – त्यांना कशापासून वाचवायचा प्रयत्न करतेय मी? माझं मलाच काही कळत नव्हतं. मग एक गोष्ट मात्र स्पष्टपणे जाणवू लागली की, त्या गोष्टीला (बलात्काराला) जगानं आता 'युद्धामधील एक गुन्हा' असं मान्य केलं पाहिजे. इतकी वर्षं जॅनीनंदेखील आपलं तोंड बंद ठेवलं होतंच की. तिनं त्या काळात किती आणि काय भोगलं ह्याची मी साक्षीदार होते. भीतीमुळे कायम अर्धमेल्या अवस्थेत असायची ती. तिच्या चेहऱ्यावर काही भावच नसायचे. त्या काळातील तो भकास चेहरा अजूनही मी विसरलेली नाही. भावनावेगानं गर्डानं माझ्या दंडाला स्पर्श केला अन् म्हणाली, ''माफ कर मला, जॅनी; पण मला राहवलं नाही म्हणून एवढं बोलले मी.''

डोळे पुसत मी तिला म्हटलं, ''वाईट वाटून नको घेऊस. तुझ्या शब्दांनी मला फार बरं वाटलं, जुने घाव भरून आल्यासारखे वाटले.''

सांगायचं तात्पर्य, गर्डाच्या शब्दांनी माझ्या मनाचा निर्धार अधिकच दृढ झाला. युद्धादरम्यान स्त्रियांवर होणारे अत्याचार काही करून थांबवले पाहिजेत. असे गंभीर अपराध यापुढे घडू नयेत म्हणून ही मोहीम आपण पुढे न्यायलाच हवी. ही मोहीम, गर्डा, लिएस, एलनसाठी नव्हे, तर चिनी, कोरियन, तैवानी आणि इंडोनेशियातील स्त्रियांसाठीही असेल, मी फिलीपाईन्स राबॉल (Rabaul) येथील पापुआ न्यू गिनीवासी स्त्रियांसाठीही लढण्याचं ठरवलं. गेली पंधरा वर्षं माझी ही मोहीम चालू आहे आणि पुढेही चालू राहील.

''स्मृतीदिनादिवशी मी या विषयावर बोलावं, असं मला याआधी एकदा सुचविण्यात आलं होतं; पण एका बाईनं आवाज उठवला तर तो कोण ऐकणार, या विचारानं मी गप्प बसले, पण 'टेलिग्राफ' या वृत्तपत्रात मी जॅनीविषयीचा लेख वाचला आणि तेव्हा मला वाटलं, आपण जॅनीला पाठिंबा द्यायला हवा,'' एलननं मोकळेपणानं सांगितलं. सेमारांगमधील वेश्यागृहात जिनं माझ्याबरोबर अनेक वेळा जप केला होता, त्या लिएसनं पण तो लेख वाचल्याचं सांगितलं. त्यानंतर दुसऱ्या दिवशी मला तिचा फोन आला होता. ''आपण भेटू या गं एकदा,'' तिचा आवाज ऐकून मी सद्गदित झाले. कारण लिअेस मला अतिशय जवळची वाटत असे.

गर्डा आणि लिअेसचे अनुभव माझ्या अनुभवांहून फार वेगळे नव्हते. त्या दोघींच्या आयांनादेखील मुलींवरच्या भयानक प्रसंगानं उद्ध्वस्त केलं होतं. ''सुरुवातीला माझ्या आईला जाणूनच घ्यायचं नव्हतं की मी काय सोसलं होतं ते. मग एक दिवस तिनंच तो विषय काढला अन् म्हणाली, 'काय घडलं तिथे?

मला ज्याचा उच्चारही करवत नाहीये, तेच ना?' मी होकारार्थी मान हलवली तेव्हा तिची जी अवस्था झाली ती अजून माझ्या डोळ्यांसमोर आहे. ही आता खाली कोसळणार, अशी भीती वाटली मला त्या क्षणी. पुढे कधीही तिनं या गोष्टीचा उल्लेख केला नाही. घरातल्या इतर कुणालाही त्याबद्दल काही माहिती नाही. आम्ही आमची तोंडं कायमची शिवून टाकली त्या दिवशी!''

गर्डाच्या शब्दांनी माझाही भूतकाळ जागा झाल्यासरखा वाटला मला.

लिअेसची कहाणीही थोडीफार तशीच होती. मला भेटल्यावर माझ्या आईला अतिशय आनंद झालाय हे माझ्या लक्षात आलं. मला मिठीत घेतल्यावर आई एवढंच म्हणाली, 'तुझ्यावर काय संकट कोसळलं असणार, त्याची कल्पना येतेय मला.' बस्स! याहून जास्त काही तिच्यानं बोलवलंच नाही! कसं बोलणार होती ती? माझ्याव्यतिरिक्त तिला आणखी बरीच मुलं होती. दोघा मुलांना तिनं आधीच गमावलेलं होतं. मी परत आले हीच तिच्यासाठी फार मोठी गोष्ट होती.''

आम्ही सगळ्यांनी दुःखाच्या घोटाबरोबर शब्दही गिळून टाकले ते असे!

* * *

'पन्नास वर्षं मौनाची!' या माहितीपटाच्या चित्रीकरणाच्या निमित्तानं मी जावाला भेट दिली. इतर कुठल्याही ठिकाणांपेक्षा मला तेपिरिंगमधील साखरकारखान्याला, बांदोंगनमधील आजोबांच्या घराला, अंबारावातील छळछावणीला आणि सेमारांगला भेट देण्यात स्वारस्य होतं. सेमारांगमध्ये माझा जन्म झाला होता, माझं शालेय शिक्षण झालेलं होतं...

या माझ्या जन्मभूमीवर पाय ठेवताना मला असं वाटलं की, मी परत एकदा माझ्या माहेरी आलेय. आईच्या मायेच्या कुशीत जो शांतपणा मनाला अनुभवायला मिळतो, तो मला त्या क्षणी जाणवला, इतकंच मी म्हणेन. इंडोनेशियाच्या गरुडा विमानकंपनीच्या विमानात मी पाऊल ठेवलं, तेव्हा तिथल्या हवाईसुंदरीनं माझं प्रेमानं स्वागत केलं. त्या क्षणापासूनच मी मनानं माझ्या मायदेशी पोहोचले होते. मी माझ्या मातृभूमीला भेट देणार होते; इंडोनेशियाचा स्वातंत्र्यसंग्राम १९४६ साली सुरू झाला. तेव्हा मला माझ्या ह्या देशाचा निरोप घ्यावा लागला होता. जाकार्तामध्ये विमान धावपट्टीवर थांबलं आणि विमानातून बाहेर पडताच तिथल्या दमट हवामानानं, हवेतील आर्द्रतेनं मी घामाघूम झाले. उष्ण कटिबंधातली हवा अशीच दमट, चिकचिकाटानं भरलेली असते, हे मी गेल्या काही वर्षांत विसरले होते. माझी मुलगी, कॅरल माझ्याआधीच जाकार्ताला येऊन पोहोचली होती. एक

दिवस जाकार्तामध्ये थांबून दुसऱ्या दिवशी आम्ही सेमारांगला गेलो.

सेमारांगच्या रस्त्यांवरून टॅक्सी धावत होती तेव्हा खिडकीबाहेर बघताना मला काही इमारती ओळखीच्या वाटल्या – माझी शाळा, कॅथॉलिक चर्च, नेदरलँड्स रेल्वेची इमारत; जिथे माझ्या बहिणीनं – ॲलिननं युद्धकाळात नोकरी केली होती. आमचं हॉटेल जांदी (Tjandi) नावाच्या उपनगरात होतं. याच ठिकाणी सेमारांगमधील वेश्यागृह होतं, हे मला नंतर समजलं. दुसऱ्या दिवशी आम्ही गावात फेरफटका मारण्यासाठी निघालो. चित्रीकरणासाठी परिचित स्थळ शोधणं गरजेचं होतं. ज्या घरात मला सुखदायिनी म्हणून रहावं लागलं होतं, ते घर आम्हाला शोधायचं होतं. चित्रीकरणाच्या कामासंबंधात जो माणूस आम्हाला योग्य स्थळं मिळवून देणार होता, त्याचं नाव होतं फखरी अम्रुल्लाह (Fakhri Amrullah) आमचा इंडोनेशियातील मार्गदर्शकही तोच होता. त्याच्या केवळ नावामुळे आमच्यासाठी अनेक दरवाजे उघडले गेले. आम्ही जे घर शोधत होतो ते कानारी लान (Kanarie Laan) या रस्त्यावर होतं, अशी माहिती मी त्याला दिली. गजबजलेल्या रस्त्यांवरून मार्ग काढण्यासाठी टॅक्सीचा कर्णा वाजवतच त्यानं आम्हाला बरोब्बर त्याच ठिकाणी नेऊन पोहोचवलं.

मला तरी तो रस्ता पूर्णपणे अपरिचित वाटला, कारण त्याचा पहिला रागरंग पूर्णपणे बदलून गेला होता. मी रहात असलेलं घर शोधणंही मला कठीणच गेलं. कारण ते बाहेरच्या बाजूनं कसं दिसतं ते मी पाहिलेलंच नव्हतं (मला फक्त त्या घराचा अंतर्भागच परिचयाचा होता).

फखरीनंच आजूबाजूच्या लोकांना त्याविषयी प्रश्न विचारले. शेवटी त्याला एक म्हातारी विक्रेती दिसली; जी रस्त्यावरच काही तरी खाद्यपदार्थ विकत होती. फखरीनं तिला स्थानिक बोलीभाषेत काही प्रश्न विचारले. तिला या घरात पूर्वी घडलेल्या घटनांविषयी माहिती होती, हे मला समजलं, तेव्हा मला आश्चर्याचा धक्काच बसला. असंही वाटलं की तिची-माझी गाठ पडणं हा एक दैवयोगच होता. आमच्या बाबतीत जे घडलं होतं त्याची ती एक अप्रत्यक्ष साक्षीदार होती. जपानी लोकांनी या देशावर कबजा केला होता तेव्हा ती ९ वर्षांची होती, असं ती म्हणाली. पुढे तिनं सांगितलं, "एका वाईट हेतूनं ते घर वापरण्यात आलं होतं त्यामुळे एक दुर्दैवी घर म्हणून ते पाडण्यात आलं. का कुणास ठाऊक, पण मी तेव्हा अगदी लहान होते, मला कसलीही समज नव्हती, त्या काळात, तरीदेखील मला त्या घराविषयी काही तरी विचित्र भावना वाटायची. एक गोष्ट आठवते अंधूकशी, तिथे पुष्कळ जपानी सैनिक दिसायचे अन् काही डच स्त्रियाही रहायच्या तिथे. काही काळानंतर मला समज आली त्या वेळी त्या डच बायकांविषयी फार वाईट वाटायचं मला. बिचाऱ्यांना किती वाईट वागणूक दिली जायची! कधीकधी

आईबरोबर त्या भागातून मी जायची; पण प्रत्येक वेळी मनात नाखुषीची भावना असायची. तिथे पायही ठेवू नये असं वाटायचं मला. लहान मुलांच्या मनातही लाजिरवाणेपणाची भावना निर्माण व्हावी असं वातावरण होतं त्या ठिकाणी.'

त्या म्हाताऱ्या इंडोनेशियन स्त्रीच्या शब्दांनी मला अस्वस्थ केलं. दगडविटांच्या (तुटक्याफुटक्या) ढिगाऱ्यातून वाट काढत चालताना माझ्या मनातल्या जुन्या आठवणींचं मोहोळ जागं झालं. सगळ्या आठवणी ताज्या होऊन मनाला डंख मारू लागल्या. याच ठिकाणी मी जिवंतपणी नरकयातना भोगल्या होत्या. आता ती वास्तू तिथे नव्हती! माझ्या मनाला तोही एक विजय वाटला – सत्प्रवृत्तीचा...

माझ्या गतकाळाचा मागोवा घेत असताना आम्हाला सेमारांगमधील हॉस्पिटल दिसलं. फ्रान्सिस्कन पंथाची एक वयोवृद्ध डच परिचारिका अजूनही त्या ठिकाणी रहात होती, हे पाहून माझ्या मनाला आश्चर्याचा मोठा धक्काच बसला. कारण युद्ध संपल्यानंतर बहुतेक सर्व डच नागरिकांना हॉलंडला पाठवण्यात आलेलं होतं. समोरच्या व्हरांड्यात बसलेल्या त्या वृद्धेच्या दिशेनं मी पावलं टाकली. तिच्याजवळ गेल्यावर मी तिला माझं नाव सांगितलं आणि मी पूर्वी तिथे रहात असण्याविषयी सांगितलं. बोलण्याच्या भरात ती म्हणाली, "अंबारावातल्या छावणीत मलाही डांबण्यात आलं होतं, त्या वेळी एक भयानक घटना घडली होती. आमच्या छळछावणीतून काही मुलींना वाईट कामासाठी बाहेर न्यायचं ठरलं, तेव्हा सिस्टर लायतिशियांनी आणि छावणीतल्या कैद्यांच्या नेत्यांनी या गोष्टीला कडवा विरोध केला; पण जपान्यांपुढे त्यांचं काही चाललं नाही. दहा मुलींना जपानी अधिकारी जबरदस्तीनं घेऊन गेलेच!"

मी स्तंभित होऊन जागीच खिळले! किती अनपेक्षितपणे आम्हाला त्या दुर्दैवी घटनेचा साक्षीदार लाभला होता.

या दौऱ्यामध्ये मला आणखी एका जागेला भेट द्यायची होती – तेपिरिंग साखर कारखाना – जिथे माझ्या वडिलांनी व्यवस्थापक म्हणून नोकरी केली होती आणि जिथे आम्ही सुखाने रहात होतो. गाडीतून साखर कारखान्याच्या दिशेनं जात असताना दूर अंतरावरूनच मला कारखान्याचं उंच, निमुळतं धुराडं दिसलं अन् एका प्रसंगाची तीव्रतेनं आठवण झाली. माझ्या बालपणी एकदा मोठा भूकंप झाला होता, त्या वेळी ते उंच धुराडं हललं होतं आणि माझे वडील मोठ्यानं ओरडत होते, "आधी सगळेजण घरातून बाहेर पडा!"

साखर कारखान्याच्या आवारातली निवासस्थानं आता पूर्वीसारखी नीटनेटकी, स्वच्छ दिसत नव्हती. घरांवर एकप्रकारची अवकळा पसरल्यासारखी वाटत होती. त्यांच्यासमोरील बागा, कुंपणं इतकंच नव्हे तर अंगणातली हिरवळही दुर्लक्षित वाटली मला! आम्ही रहायचो ते जुनं घर आम्हाला आढळलं. तिथे आता एक

वयोवृद्ध इंडोनेशियन स्त्री रहात होती. अत्यंत आपलेपणानं तिनं आम्हाला घरात बोलावलं. 'युद्धापूर्वी मी तिथे रहात होते' असं मी तिला सांगताच तिनं प्रेमभरानं मला आलिंगनही दिलं. माझ्या लहानपणी जे घर माझ्या आईनं अत्यंत आवडीनं, कौतुकानं सजवलेलं होतं.त्या घरात आता मोजकंच सामानसुमान दिसत होतं. पूर्वी तिथं देखणं फर्निचर होतं, भिंतीवर सुरेख चित्रं लावलेली होती, माझ्या आईचा पियानो होता. माझ्या वडिलांचं लिहिण्याचं टेबल होतं, घरासमोरच्या प्रशस्त व्हरांड्यामध्ये आईनं मोठ्या नक्षीदार चायनीज कुंड्यांमध्ये शोभेची झाडं लावलेली होती. त्यातलं काहीच आता मागे उरलं नव्हतं. मला तर असं वाटलं, तेव्हापासून त्या घरावर रंगाऱ्याचा हात फिरला नसावा, की घराची कसलीही डागडुजी करण्यात आली नसावी. छपरावरची अनेक कौलंसुद्धा काळाच्या ओघात गायब झाली होती. तिनं आपल्या मुलाची खोली मला दाखवली, तेव्हा माझ्या डोळ्यांना चुरचुरल्याचा भास मला झाला, कारण ती माझ्या भावाची वॉर्डची – खोली होती!

मी घरामागच्या बागेत गेले. बागेपलीकडच्या पांढऱ्या भिंतीवर आमचा लाडका बगळा – जेकब – बसलेला असायचा. माझ्या वडिलांनी लावलेली काही फळझाडं मात्र अजूनही उभी असलेली पाहून मला समाधान वाटलं. ह्याच झाडांवरची फळं घरमालकिणीनं आम्हाला खायला दिली, तेव्हा मनात वडिलांविषयीची आदरभावना पुन्हा एकदा वर उफाळून आली. माझ्या वडिलांनी लावलेल्या झाडांची फळं इतक्या वर्षांनंतर चाखताना मनात त्यांच्याविषयीच्या अभिमानाला पुन्हा एकदा उजाळा मिळाला.

दुसऱ्या दिवशी आम्ही अंबारावाला गेलो. याच ठिकाणी जपान्यांच्या छळछावणीत आम्ही साडेतीन वर्षं विलक्षण हालअपेष्टांना तोंड दिलं होतं. आता त्या बराकीच्या जागेवर अनेक दुकानं आणि खाद्यपदार्थांचे स्टॉल्स दिसत होते. आमच्या छळाच्या खुणा पुसल्या गेल्या आहेत, हे पाहून माझ्या मनाला एक प्रकारची शांती वाटली. हसऱ्या आनंदी चेहऱ्याच्या इंडोनेशियन लोकांना पाहूनही माझ्या मनाचं समाधान झालं. खरं म्हणजे, अंबारावातला बाजारहाट युद्धापूर्वी खूपच छान, आकर्षक होता; पण छळछावणीतल्या वास्तव्यात आम्हाला बाजारातील खाद्यपदार्थांचं दर्शनसुद्धा घडायचं नाही, ते खायला मिळणं तर दूरची गोष्ट!

अंबारावानंतर आम्ही डोंगरावर असलेल्या बांदोगन या गावी गेलो. या ठिकाणी माझ्या तरुणपणीच्या अनेक आंबट-गोड स्मृती एकवटल्या होत्या. त्या काळी पाहिलेल्या तारुण्यसुलभ स्वप्नांची इतक्या वर्षांनंतर गाठभेट होणं शक्यच नव्हतं. तरीदेखील मनात एक आशा होती की माझ्या हेन्री – आजोबांनी – बांधलेल्या घराचं रम्य दर्शन घडावं. गाडीनं जात असताना पूर्वी शेकडो वेळा या रस्त्यानं केलेल्या प्रवासाच्या सगळ्या स्मृती उफाळून वर आल्या. ते नयनरम्य

दृश्य मी पुन्हा एकदा डोळ्यांत साठवलं आणि कॅरलचं लक्षही खोलवर पसरलेल्या दऱ्यांकडे आणि पोपटी हिरव्या भातशेताकडे वळवलं. तिथून जवळच असलेला अन् आजोबांच्या घरातून सहज दिसणारा मेरापी (Merapi) हा ज्वालामुखी पर्वतही मी कॅरलला दाखवला. त्याच्यातून होणारा लाव्हारसाचा उद्रेक मी माझ्या लहानपणी पाहिला होता. तो पुन्हा एकदा माझ्या डोळ्यांसमोर उभा राहिला.

आम्ही डोंगरमाथ्यावर पोहोचलो अन् समोरच्या दृश्यनं माझं मन निराश झालं. कारण आजोबांच्या रस्टिकाना या देखण्या बंगल्याच्या जागी आता बरीच नवी बांधकामं उभी होती. पूर्वीचा शांत परिसर आता गोंगाटानं भरला होता. शनिवार-रविवारच्या काळात आम्ही तिथे गेलो असल्यामुळे साहजिकच अनेक लोक सुट्टी घालवण्यासाठी तिथे आले होते. दुकानं, फिरते विक्रेते, भाज्या आणि फळांचे स्टॉल्स ह्यांनी सगळा परिसर गजबजून गेला होत. इतक्यात आमच्या जवळून चेहरे रंगवलेली काही लहान मुलं त्यांच्या शिक्षकांसह पुढे गेली. 'वेडा घोडा' (Crazy horse) नावाचं नृत्य ती मुलं सादर करणार होती असं आम्हाला समजलं, तेव्हा आम्हीही त्यांच्यापाठोपाठ गेलो. धुंद होऊन नाचतानाचता ती मुलं घोड्याच्या भूमिकेत शिरतात, मग त्यांना चाबकाचे फटके मारले जातात तरी त्यांना त्याची जाणीव होत नाही, त्यानंतर त्यांना जिवंत विंचू खायला दिले जातात. काही वेळानंतर बेहोष स्थितीत ती मुलं खरोखरच घोड्यासारखी वागू लागतात, अगदी गवतही खाऊ लागतात, असा काहीसा कथाभाग असलेलं ते विचित्र नृत्य नंतरनंतर आम्हाला पाहवेनासं झालं.

या नृत्याच्या वेळी गामेलान नावाचं पारंपरिक संगीत वाजवलं जात होतं. हे संगीत माझ्या परिचयाचं होतं. कारण ज्या ठिकाणी माझे आईवडील रहात होते त्या परिसरातले स्थानिक लोक त्या काळीही अशाच प्रकारचं संगीत गात, वाजवत असत. मला एकदम माझ्या आईवडिलांचं शास्त्रीय संगीत आठवलं. ते दोघं पियानो आणि व्हायोलिनवर पाश्चात्त्य शास्त्रीय संगीत वाजवत असत आणि आमच्या आजूबाजूला पारंपरिक संगीतही घुमत असेच. या दोन्ही प्रकारच्या संगीतावर आमचे पिंड किती छान पोसले होते, ह्या विचारानंही माझं मन सुखावलं. आठवणीतला तो कालखंड खरोखरच एखाद्या स्वप्नासारखा वाटला मला!

***

मी हॉलंडहून आणि जावाहून ॲडलेडला परत आले, 'पन्नास वर्षं मौनाची' हा माहितीपटही यथावकाश पुरा झाला; परंतु आता मी मात्र तिथेच थांबणार

नव्हते. माझ्यासारख्या 'सुखदायिनींना' न्याय मिळावा, त्यांचा ओरबाडून हिरावलेला मानसन्मान त्यांना परत मिळावा, यासाठी मी माझा लढा, माझी मोहीम पुढे चालू ठेवणार होते. जपानच्या सरकारनं या स्त्रियांची माफी मागेपर्यंत माझा लढा चालूच रहाणार होता. त्यासाठी मी ऑस्ट्रेलियात आणि इतर देशांमध्येही कार्यक्रमांच्या निमित्तानं माझे विचार ठासून मांडले.

१९९५ च्या एप्रिल महिन्यातली एक घटना माझ्या स्मृतीत ठळकपणे नोंदवली गेली आहे. ऑस्ट्रेलियातील रेड क्रॉस संस्थेनं सिडनी शहरात एक कार्यक्रम आयोजित केला होता. त्याचा मुख्य विषय होता 'स्त्रियांचा आत्मसन्मान आणि युद्ध.' श्री. ब्युत्रोस ब्युत्रोस घाली हे प्रमुख वक्ते होते. हे उत्तुंग व्यक्तिमत्त्व त्या काळी संयुक्त राष्ट्रसंघाचे (United Nations) चे प्रमुख सचिव (Secretary-General) होते. त्यांच्यानंतर मला बोलायचं होतं. श्री. ब्युत्रोस ब्युत्रोस घालींचं भाषण इतकं प्रभावी होतं की संपूर्ण कार्यक्रमात मी त्यामुळे भारल्यासारखी होते. त्यांच्या व्यक्तिमत्त्वाचा करिष्माच फार मोठा होता. त्यांना भेटण्याची संधी मिळणं, हा माझ्या दृष्टीनं एक दुर्मिळ योगायोग होता. या पुस्तकाच्या प्रथम आवृत्तीची एक प्रत मी त्यांना देऊ शकले हे माझं भाग्य, असं मी समजते.

१९९७ च्या मार्च महिन्यात मला उत्तर आयर्लंडमध्ये भाषणासाठी बोलविण्यात आलं. ही माझी पहिलीच भेट असल्यामुळे साहजिकच मी अत्यंत उत्सुक होते. माझ्या आडनावातील 'ओ'हर्न' हे शब्द माझं मूळ या देशात असल्याचं द्योतक आहेत. माझा भाऊ – वॉर्ड – ह्यानं आमच्या कुळाची पाळंमुळं शोधण्याची तसदी घेतली. त्यामुळेच ही माहिती मला मिळाली. त्यावरून माझ्या असं लक्षात आलं की आमचे पूर्वज डब्लिनमध्ये कापडाच्या व्यवसायात होते. आयर्लंडमध्ये जी बटाट्याच्या पिकांची अनेक अवर्षणं उद्‌भवली, त्यामुळे आमचे पूर्वज फ्रान्सला गेले व तिथेच स्थायिक झाले. कालौघात त्यांनी फ्रेंच स्त्रियांशी लग्न केली आणि मग ते तिथलेच नागरिक बनले. फ्रेंच राज्यक्रांतीच्या काळात माझ्या एका फ्रेंच पूर्वजाला शिरच्छेदाला सामोरं जावं लागलं, कारण त्याचा छपाईचा व्यवसाय होता आणि त्यानं राजघराण्याची तरफदारी करणारी पत्रकं छापण्याचा गुन्हा केला होता. ही गोष्ट आम्हाला सांगताना माझ्या भावाची छाती अभिमानानं फुलली आहे, असा भास आम्हाला झाला. बेलफास्ट या विमानतळावर विमान उतरत होतं त्या वेळी माझ्या मनात याच सगळ्या आठवणींनी गर्दी केली होती. माझ्या पूर्वजांच्या घरी – माझ्या मायदेशी परतल्याच्या भावनेनं माझा ऊर दाटून आला...

लंडनडेरी (Londonderry) गावातील अल्स्टर विद्यापीठात (University of Ulster) एका तीन दिवसीय परिषदेचं आयोजन करण्यात आलं. या परिषदेचं

शीर्षक होतं – 'पुरुष, स्त्रिया आणि युद्ध.' इनकोअर (INCORE) या नावाच्या संस्थेनं ते आयोजित केलं होतं. युद्धादरम्यान एका वंशाचे लोक दुसऱ्या वंशाच्या स्त्रियांवर लैंगिक अत्याचार करतात. त्यांचा व भिन्नवंशतेचा एकूण समाजावर काय परिणाम होतो, हे जाणणं हा या परिषदेचा उद्देश होता. त्यामध्ये मीही माझे विचार मांडणार होते. माझ्याव्यतिरिक्त कोरिया व फिलीपाईन्स येथील आणखी दोन सुखदायिनींनी आपली साक्ष नोंदवली. या स्त्रियांना भेटणं हा माझ्यासाठी पुन्हा एकदा भावनिक उलथापालथीचा अनुभव होता. अर्थातच एकमेकींचे अनुभव, दु:ख ऐकल्यानंतर आम्हाला बरंच हलकंही वाटलं. त्यांच्या कहाण्या थोड्या वेगळ्या होत्या; पण आमच्या दु:खाची जातकुळी एकच होती – त्या अत्याचारामुळं आम्ही आमचं तारुण्यच नव्हे, तर मन:स्वास्थ्यही गमावलं होतं, हे आमच्या लक्षात आलं.

या परिषदेत एका जपानी विद्वानांना भेटण्याची संधी मला मिळाली. डॉ. युकी तानाका (Dr. Yuki Tanaka) हे पश्चिम ऑस्ट्रेलियातील पर्थ या गावी तेथील विद्यापीठात व्याख्याते म्हणून नोकरी करत होते. दुसऱ्या जागतिक युद्धकाळात घडलेली 'लैंगिक गुलामगिरी' या विषयावर त्यांनी भाषण दिलं. त्यांचं सादरीकरण फारच प्रभावी होतं. पुढे ऑस्ट्रेलियातही त्यांना भेटण्याची संधी मला मिळाली. 'उजेडात न आलेल्या भयावह कथा' (Hidden Horrors) या अंगावर शहारे आणणाऱ्या पुस्तकाचे ते लेखक.

जपान्यांच्या युद्धादरम्यानच्या गुन्ह्यांना त्यांनी आपल्या पुस्तकाद्वारे वाचा फोडली. माझ्या कहाणीचा समावेशही त्यांनी या पुस्तकात केला. या परिषदेत अमेरिका, भारत, इंग्लंड, उत्तर आयर्लंड आणि पूर्वीच्या युगोस्लाव्हिया या देशातील प्रतिनिधींनी भाग घेतला. आमच्या दुर्दैवी कहाण्या आता सगळ्या जगासमोर येणार आहेत, त्याची चांगली फलनिष्पत्ती होणार आहे, या विचारानं माझ्या मनाला फार मोठं समाधान वाटलं.

१९९७ च्या डिसेंबरमध्ये आणखी एक महत्त्वाची घटना घडली. ऑस्ट्रेलियन वॉर मेमोरियल या संस्थेत काम करणाऱ्या डॉ. पीटर स्टॅनलेंकडून मला एक पत्र आलं. डॉ. स्टॅनले हे एक ज्येष्ठ इतिहासकार होते. त्यांनी एक नवा प्रकल्प हाती घेतला होता. आपल्या संस्थेत ते दुसऱ्या जागतिक महायुद्धासंदर्भात एक नवीन दालन उघडणार होते. या दालनातला एक भाग केवळ युद्धकथांसाठी राखला जाणार होता. त्यामध्ये ज्या ऑस्ट्रेलियन स्त्री-पुरुषांना जपान्यांनी कैदेत टाकलं होतं, अशांच्या कहाण्या प्रेक्षकांसमोर चित्ररूपानं मांडल्या जाणार होत्या. शिवाय, इतर देशातील युद्धकैदी – सैनिक, तसंच सामान्य नागरिक – त्यांच्या कथांमधून प्रेक्षकांसमोर येणार होते. माझ्या दृष्टीनं सर्वांत महत्त्वाची बाब ही होती की, या दालनात स्त्रियांकरिता एक स्वतंत्र विभाग निर्माण होणार होता.

आपल्या पत्रात डॉ. स्टॅनलेंनी मला एक प्रश्न विचारला, "युद्धछावणीतल्या काळावर प्रकाश पडू शकेल अशा काही वस्तू तुम्ही आमच्या संग्रहालयाला भेट देऊ शकाल का?" या प्रश्नानंतर त्यांनी त्या भरतकाम केलेल्या हातरुमालाचा उल्लेख केला; ज्यावर आम्ही सात 'सुखदायिनींनी' आमची नावं लिहिली होती. तो हातरुमाल आम्हा मुलींच्या मानसिक व शारीरिक छळाचं एक ज्वलंत द्योतक होता – माझ्या सप्त समुद्र निवासातील वास्तव्याची निशाणी होता. एका मासिकातल्या लेखात मी त्याचा उल्लेख केला होता. तो लेख डॉ. स्टॅनलेंनी वाचला होता व रुमालाचं छायाचित्रही त्यांनी पाहिलं होतं.

डॉ. स्टॅनलेंच्या विनंतीनं मी विचारात पडले. पन्नास वर्षांहून अधिक काळ मी तो रुमाल अतिशय गुप्तपणे सांभाळला होता, कुणाच्याही नजरेस पडू दिला नव्हता. आता तो रुमाल, ती मर्मबंधातली ठेव मी देऊन टाकावी का, असा प्रश्न माझ्या मनाला पडला; पण मी लगेचच निर्णय घेतला – हा रुमाल जर त्या संग्रहालयात ठेवला गेला, तर अनेक जण तो पाहू शकतील. युद्धकाळात स्त्रियांवर किती दुर्धर प्रसंग विनाकारण ओढवतात, ह्याचं ह्याहून बोलकं उदाहरण दुसरं कुठलं असू शकेल? त्या काळातल्या विलक्षण हालअपेष्टाही आम्ही धैर्यानं पार पाडू शकलो, हीच गोष्ट तो रुमाल सिद्ध करणार होता. अशा प्रकारचे अत्याचार निष्पाप स्त्रियांवर पुन्हा होता कामा नयेत, ही गोष्ट त्यामुळे जगाला समजणार होती. हे सगळं खरं असलं तरी तो रुमाल संग्रहालयाला पाठवून देणं माझ्या दृष्टीनं सोपं नव्हतं. माझ्या अस्तित्वाचा एक हिस्साच जणू मी माझ्यापासून दूर करत होते, असा भास मला झाला; पण त्या रुमालाची योग्य जागा त्या युद्ध संग्रहालयातच आहे, हेही मला पटलेलं होतं. ३० जानेवारी १९९९ रोजी मी हा रुमाल कॅनबेरा युद्धस्मारकाला प्रदान केला.

ही गोष्ट करणं माझ्यासाठी किती अवघड आहे हे माझ्या मुलीला, कॅरलला समजलं, त्यामुळे तिनं खालील लेख लिहून आपल्याही भावना व्यक्त केल्या –

'ह्या छोटाशा हातरुमालावर सात नावं रेशमाच्या धाग्यांनी लिहिली आहेत. माझ्या आईनं पन्नास वर्षं तो आपल्या ड्रेसिंग टेबलच्या खणात, अगदी तळाशी दडवून ठेवला होता.

मी आणि माझी मोठी बहीण आयलिन आमच्या लहानपणी नेहमीच आईच्या ड्रेसिंग टेबलापाशी काही ना काही उद्योग करायचो. आईची प्रसाधनं हाताळायची आम्हाला दोघींनाही आवड – तिच्या खणातले जुने दागिने काढायचे, ते अंगावर चढवायचे हा आमचा आवडता छंद– तिच्याकडे काही चांदीचे तर काही रंगीबेरंगी मण्यांचे दागिने होते. कमरेला बांधायच्या एका पट्ट्यांवर हॉलंडमधल्या सुप्रसिद्ध

ट्युलिप्सचं भरतकाम केलेलं होतं, त्या पट्ट्याकडे पाहिलं की लक्षात यायचं, तरुणपणी आई किती शेलाटी होती! अलिबाबाच्या गुहेप्रमाणेच हा खजिना होता म्हणा ना - त्यामध्ये जुन्या फॅशनचे हातमोजे होते, तशाच फ्रॉकवर लावण्याच्या नक्षीदार, जडाऊ पिना – ब्रूचेस – होत्या. चर्चमध्ये प्रार्थनेसमयी मस्तक आच्छादण्यासाठी वापरतात तसला काळा स्पॅनिश रुमाल होता, जुन्या पद्धतीचे पावडरचे डबे होते, काही नाजूक, जाळीदार वस्त्रप्रावरणं होती आणि तऱ्हेतऱ्हेची सौंदर्यवर्धक मलमं वगैरेही होती. ह्या सगळ्या वस्तूंना एक खास असा वास यायचा - माझ्या आईच्या अंगाचा वास, जो आम्हाला आमच्या लहानपणापासून ओळखीचा वाटायचा. त्या वासाचं - सुवासाचंच म्हणायला हवं – नक्की नाव मला सांगता येणार नाही; पण साधारणपणे फ्रेंच सुगंध आणि इतर काही सुवासांचं ते गमतीशीर मिश्रण असावं. अजूनही मला त्या सुगंधाची मोहिनी पडते.

एकदा मी तो हातरुमाल खणातून बाहेर काढल्याचं मला आजही आठवतंय, 'हा कुणाचा रुमाल आहे गं?' मी ममाला विचारलं; पण काही उत्तर देण्याऐवजी तिनं तो माझ्या हातातून जवळजवळ ओढूनच घेतला अन् काळजीपूर्वक जागच्या जागी ठेवूनही दिला. त्या रुमालाशी निगडित अशा काही गोष्टी होत्या; ज्यांच्याविषयी काही बोलणं ममाला शक्य होत नसावं, अगदी तिच्या मुलींशीदेखील...

ममानं सात मुलींना आपली नावं त्यावर लिहायला सांगितली होती. पुढे तिनं ती नावं रेशमाच्या धाग्यानं भरली अन् मध्यभागी २६-२-४४ ही तारीखही काढली.

तिच्या आयुष्यातल्या अत्यंत दुःसह अशा कालखंडाचा साक्षीदार तो रुमालच होता. त्याला तिनं आठवणींसोबत आपल्या ड्रेसिंग टेबलाच्या सगळ्यात खालच्या खणाच्या तळाशी गाडून ठेवलं होतं. साहजिकच आम्हाला त्याविषयी काहीच ठाऊक नव्हतं. आज मला वाटतं, पूर्वीच मला त्याविषयी समजलं असतं तर किती बरं झालं असतं! माझ्या परीनं मी बालवयातही तिचं मन जाणण्याचा प्रयत्न केला असता, तिच्याशी अधिक समजूतदारपणे वागले असते. पण कोणती स्त्री आपल्या मुलीजवळ अशा विषयावर बोलू शकेल? शक्यच नाही!

डच युद्धछावणीतल्या सात तरुण मुलींना जबरदस्तीनं वेश्यागृहात डांबण्यात आलं होतं. वेश्यागृह, कुंटणखाना हे शब्द योग्य वाटतात का? खरोखरच या स्त्रियांनी सुखदायिनींची भूमिका निभावली होती का? आमच्या भाषेत असल्या परिस्थितीचं वर्णन करण्यासाठी समर्पक शब्द निदान मला तरी ठाऊक नाहीत.

१९९९ साली, ऑस्ट्रेलियन युद्ध स्मृतीसंग्रहालयात युद्धछावणीसाठी एक खास दालन उघडण्यात आलं, तेव्हा माझ्या आईनं तिचा रुमाल देणगी म्हणून दिला.

त्या रुमालाचं शेवटचं दर्शन आम्हाला २००१ च्या अखेरीस झालं. एबीसी टी.व्ही. चॅनेलनं ऑस्ट्रेलियन कहाणी या कार्यक्रमांतर्गत ममावर एक भाग चित्रित केला. त्यामध्ये ममा ऑस्ट्रेलियन युद्ध स्मृतीसंग्रहालयाला भेट देते आणि पुन्हा एकदा काचेच्या पेटीत ठेवलेल्या आपल्या रुमालाकडे पाहाते, असं ते दृश्य चित्रित करण्यात आलं. त्याच काचेच्या पेटीत ममाची कहाणी आणि तिचा त्या काळचा फोटोही ठेवण्यात आला आहे. त्या फोटोतली ममा सुरेख तर आहेच; पण अगदी निष्पाप अन् पवित्रही वाटते. आजही ती अगदी तश्शीच दिसते!

रुमालाकडे पाहाताना ममाचे डोळे पाण्यानं डबडबले. 'मी पुन्हा एकदा रुमाल माझ्या हातात धरू का?' थरथरत्या आवाजात तिनं विचारलं. वस्तुसंग्रहालयाच्या अधिकाऱ्यांनी मोठ्या मनानं तिच्या विनंतीला मान दिला. मौल्यवान वस्तू हाताळण्यासाठी वापरले जातात त्या पांढऱ्या हातमोज्यांनी आपले हात आच्छादून त्यांनी काळजीपूर्वक तो काचेच्या पेटीतून बाहेर काढला. ममानं काही हातमोजे चढवले नाहीत अन् तिला तसं सांगण्यातही आलं नाही. तिनं भोगलेल्या हालअपेष्टांची खूण असलेला तो हातरुमाल तिनं पाणावलेल्या डोळ्यांनी पाहिला, त्यावरचं प्रत्येक नाव तोंडातल्या तोंडात उच्चारलं. त्यातल्या काही जणींनी आपली नावं इतक्या वर्षांनंतरही गुप्त राखण्याचा निर्धार कायम ठेवला होता. आपल्या कुटुंबीयांना त्यांनी त्याबद्दल एक अक्षरही सांगितलं नव्हतं. कदाचित कधीच सांगणार नव्हत्या...

रुमालाला स्पर्श करण्याची, तो हाताळण्याची परवानगी दिल्याबद्दल तिनं सगळ्यांचे परत एकदा आभार मानले आणि रुमाल त्यांच्या हातात ठेवला.'

माझ्या भाषणांच्या दौऱ्यांच्या काळात मला अनेक 'सुखदायिनींना' भेटण्याची संधी मिळाली. त्यामध्ये उत्तर तसंच दक्षिण कोरियातल्या 'अभागिनी' होत्या इतकंच नव्हे तर तैवान, चीन, फिलीपाईन्स व इंडोनेशियातील स्त्रियाही होत्या. दोन हजार साली मी पुन्हा एकदा जेव्हा ज़पानला भेट दिली, त्या वेळी टोकियोमध्ये एक आंतरराष्ट्रीय परिषद भरली होती. तिचं नाव होतं आंतरराष्ट्रीय युद्धगुन्हे खंडपीठ (International War Crimes Tribunal on Japan's Sexual Slavery) जपानी सैनिकांनी युद्धादरम्यान लादलेल्या लैंगिक गुलागिरीसंदर्भात ही अतिशय महत्त्वाची परिषद होती. मी त्या परिषदेत बोलणार होते.

या वेळी माझी भेट दोन अशा इंडोनेशियन स्त्रियांबरोबर झाली ज्यांना त्यांच्या तरुणपणी जपान्यांनी आपल्या सैनिकी कुंटणखान्यात डांबलं होतं व त्यांचा जबरदस्तीनं उपभोग घेतला होता. आमची ही भेट अतिशय हृदयद्रावक ठरली. माझ्यावर हे संकट कोसळलं होतं, त्या वेळी इंडोनेशियन स्त्रियांवरही

तीच वेळ आली असेल, ह्याची मला कल्पना नव्हती. त्या मला म्हणाल्या, ''आम्हाला आमच्या खेडेगावातून आणून बळजबरीनं जपान्यांच्या विश्रांतिगृहात डांबलं गेलं.'' ज्याविषयी तोंडातून एक शब्दही काढायला पूर्वी आम्हाला शरम वाटत होती, अशा विषयांवर आता आम्ही जाहीरपणे साक्ष देणार होतो! माझ्या जन्मभूमीत रहाणाऱ्या या स्त्रियांना मी मिठी मारली, तेव्हा दुःखानं माझ्या काळजाचं पाणी झालं. त्यांनाही माझ्या या कृतीमुळे फार बरं वाटलं असावं. डचांची इंडोनेशियात वसाहत होती, तेव्हाचा तो जुना काळ (Tempo doeloe) त्यांनाही आठवत होता. खरोखरच, सुखाचे दिवस होते ते! इतक्या वर्षांनंतरही आमच्यामधला अनुबंध कायम होता!

इतर सुखदायिनींना भेटायचं, त्यांचे अनुभव जाणून घ्यायचे, हा माझा या मोहिमेतला महत्त्वाचा हेतू होता. त्यांच्याही दृष्टीनं ते महत्त्वाचं असावं. त्यांच्यासाठी आता मी केवळ एक युरोपियन 'अभागिनी' नव्हते, तर आम्ही सर्वच समदुःखी असल्यामुळे देश, वंश वगैरे आमच्या उपाध्या गळून पडल्या होत्या. आमच्या आयुष्यातले लाजिरवाणे प्रसंग आम्ही एकमेकींना सांगितल्यावर आमच्या मनावरलं मणामणाचं ओझं जणू काही दूर झालं आणि आम्ही अधिक धिटाईनं आमचे अनुभव जगापुढे मांडायला सिद्ध झालो.

* * *

२००० सालच्या जुलै महिन्यात मला जेरुसलेमला जाण्याची संधी मिळाली तीदेखील एका थोर व्यक्तीसह. या ठिकाणी 'आधुनिक समाजातील दुःख आणि (मृत्यूमुळे) होणारा वियोग' (Grief and Bereavement in Contemporary Society) या विषयावर एक आंतरराष्ट्रीय परिषद भरणार होती. माझ्याबरोबर येणार असलेल्या सद्गृहस्थांचं नाव होतं डॉ. फिलिप टॉलिडे (Dr. Phillip Tolliday) ते एक अँग्लिकन पंथाचे धर्मगुरू होते. १९९४ साली त्यांनी 'मौनाची पन्नास वर्षं' हा माहितीपट पाहिला व माझ्याशी संपर्क साधला. सैनिकी इतिहासात त्यांना विशेष रस असल्यामुळे त्यांनी मला भेटण्याची इच्छा दर्शवली. त्यानंतरच्या गेल्या पाच-सहा वर्षांत ते आमच्या कुटुंबाचेच स्नेही झाले होते. माझ्या दृष्टीनं जेरुसलेमला जाणं ही अत्यंत दुर्मिळ आणि मौल्यवान संधी होती. कारण आम्हा ख्रिश्चनांसाठी जेरुसलेमसारखं मोठं धार्मिक स्थान नाही. गेल्या कित्येक वर्षांची माझी सुप्त इच्छा या भेटीत साध्य होणार होती. आंतरराष्ट्रीय परिषद म्हणूनही ही भेट संस्मरणीय ठरला. कारण ही परिषद यशस्वी ठरली. जेरुसलेममधील सर्व धर्मस्थळं तर मी पाहिलीच; पण तिथल्या मृत समुद्रात पोहोण्याचा अनुभवही

घेतला. या समुद्रातल्या पाण्यात क्षारांचं प्रमाण फार जास्त असल्यामुळे कुणीही समुद्रात बुडू शकत नाही, ही वदंता खरी असल्याचं मी प्रत्यक्ष अनुभवलं!

युद्धछावणीतल्या वास्तव्यातील छळांविषयी, भोगलेल्या हालअपेष्टांविषयी तर मी बोललेच पण माझा भर होता माझ्या वैयक्तिक दुःखावर. युद्धकाळात भोगलेल्या शारीरिक छळामुळे मला तीन वेळा गर्भपाताचं दुःख सहन करावं लागलं होतं.

माझ्या या अनुभवानं डॉ.फिलिप टॉलिडे हेलावून गेले असावेत.कारण आम्ही जेरुसलेमहून परतल्यानंतर त्यांनी मला विचारलं, "या तीन, न जन्मलेल्या मुलांच्या मृत्यूचा शोक हलका व्हावा म्हणून तुम्हाला कुणी धार्मिक सांत्वनसेवा दिली होती का?" मी नकारार्थी उत्तर दिल्यानंतर फिलिपनी आपल्या विभागातील चर्चमध्ये एक खास प्रार्थना आयोजित केली. या प्रार्थनेला केवळ आम्ही दोघंच हजर होतो. "तुम्ही या मुलांना काहीतरी नावं द्या. मग त्या प्रत्येक बाळासाठी आपण एकेक मेणबत्ती, वेगवेगळ्या रंगाची लावू." फिलिपच्या प्रेमळ, आश्वासक शब्दांनी माझा ऊर त्या क्षणी भरून आला. किती प्रेमळपणे त्यांनी माझ्या जुन्या दुःखावर फुंकर घातली होती!

त्या प्रसंगी त्यांनी माझ्या हातांवर आपले हात ठेवले, त्यांना विशिष्ट प्रकारचं तेल लावलं आणि युकॅरिस्ट (Eucharist) नावाचा पवित्र विधी केला. यामध्ये भक्ताला पावाचा तुकडा खायला दिला जातो व घोटभर मदिराही दिली जाते. मात्र प्रार्थनावेदीवर मी तीन नव्हे तर चार मेणबत्त्या लावल्या. त्यातली एक मेणबत्ती माझ्या सर्वांत पहिल्या बाळासाठी होती; जे माझ्यावर बलात्कारामुळे लादलं गेलं होतं. तो अंकुर माझ्या ओटीपोटात सेमारांगमधील कुंटणखान्यात निर्माण झाला होता. त्यांचा जन्मदाता एक जपानी अधिकारी होता, म्हणून त्याच्यासाठी मी जपानी नाव निवडलं. ती चार नावं अशी होती – पॉल मिकी (एक जपानी हुतात्मा) फ्रान्सिस (असिसीचा संत फ्रान्सिसच्या नावावरून), मारिया गॉरेट्टी (आपलं कौमार्य अबाधित राखण्याच्या धडपडीत ती हुतात्मा झाली होती.) आणि जोन ऑफ आर्क (या लढवय्या संत स्त्रीचं नाव मला देण्यात आलेलं होतं.)

या सांत्वनसेवेनं माझ्या मनाला जी शांतता प्राप्त झाली, ती वर्णन करायला माझ्याजवळ योग्य शब्द नाहीत. माझ्या प्रत्येक मृत गर्भाला इतक्या उशिरा का होईना; पण मी नाव देऊ शकले होते, त्याचं अस्तित्व मी जाणलं होतं, ह्याचंच मला अतीव समाधान वाटलं. या प्रसंगी डोळ्यांतून वाहणारे अश्रू हेच माझ्या अंतरीच्या समाधानाचं, कर्तव्यपूर्ततेचं द्योतक होतं. त्या रात्री मी माझ्या डायरीत नोंद केली, 'आज एक फार मोठी गोष्ट घडली. माझ्या शरीरातल्या अव्यक्त, वेदनांचा आज निचरा झाला, माझ्या आत्म्याला नवसंजीवनी मिळाली.'

* * *

२००३ च्या ऑक्टोबर महिन्यात मी जपानला तिसऱ्यांदा भेट दिली. या वेळी मी एका गटाबरोबर गेले, त्याचं नाव होतं 'अगापे समेट यात्रा.' (Agape Recociliation Pilgrlmage) अगापे या ग्रीक शब्दाचा अर्थ 'देवाचं प्रेम' असा आहे. ह्या भेटीचं आयोजन खुद्द जपानी लोकांनीच केलं होतं. आपल्या देशबांधवांनी युद्धादरम्यान सैनिक या भूमिकेतून जे अनन्वित अत्याचार केले होते, त्याची थोडीफार भरपाई या मंडळींना करावयाची होती. तसं पाहिलं तर ही समेटयात्रा माझ्यासरख्या बलात्कारपीडित स्त्रियांच्या दृष्टीनंही एक समेट घटना होती. या वेळी माझी थोरली लेक – आयलीन – माझ्यासोबत आली होती. या भेटीत आमचा दृष्टिकोन हे जपानी लोक अमचे पूर्वीचे शत्रू आहेत असा नव्हता, तर ते आता आमचे जिवलग मित्र आहेत असा होता. आमच्या गटात काही युरोपियन आणि काही ऑस्ट्रेलियन युद्धकैदीही होते. आम्ही सगळ्यांनी खुल्या दिलानं आमचे अनुभव जपनी लोकांना सांगितले. त्यातले काही प्रसंग चर्चमध्ये घडले तर काही सार्वजनिक सभागृहांमध्ये, तर आणखी काही सार्वजनिक भोजनाच्या वेळीही घडले. आम्ही काही जपानी लोकांच्या घरांमध्येही राहिलो. त्यांच्या पद्धतीचा ग्रीन टी, आम्ही कान नसलेल्या कपांमधून आनंदानं प्यायलो. आम्ही जपान्यांच्या सार्वजनिक स्नानगृहात अंघोळही केली. याच दौऱ्यात आम्ही हिरोशिमा व त्यानंतर क्योटो या जपान्यांच्या मंदिरांनाही भेट दिली. क्योटोमध्ये आम्हाला निरोपाचं अखेरचं जेवण देण्यात आलं अन् तिथेच मला एक विलक्षण अनुभव आला.

भोजनप्रसंगी मला दोन वयस्क जपानी पुरुषांच्या मध्ये बसवण्यात आलं. मी माझ्या उजव्या हाताला बसलेल्या पुरुषाकडे बघितलं आणि त्यांना विचारलं, "तुम्ही साधारण माझ्याच वयाचे असावेत असं मला वाटतंय. तुम्ही युद्धात लढला असाल ना?" ते म्हणाले, "मी ब्रह्मदेश (आताचं म्यानमार) मोहिमेत होतो. त्या वेळी इंफाळ आणि कोहिमा येथे झालेल्या लढाईत मी भाग घेतला होता." त्याचे शब्द माझ्या कानावर पडले; पण काही क्षण माझा माझ्या कानांवरच विश्वास बसत नव्हता. थोड्या वेळानं मी भानावर आले आणि मला त्या एका विलक्षण योगायोगाचं भयंकर नवल वाटलं. माझ्या नवऱ्यानं, टॉमनंही ब्रह्मदेशात १९४४ साली लढाईत भाग घेतला होता. म्हणजे दोघे कदाचित समोरासमोरही आले असतील! अन् आज इतक्या वर्षांनंतर आम्ही शेजारी-शेजारी बसून जेवत होतो! उत्स्फूर्तपणे, एकाच वेळी आम्ही हात पुढे केले आणि हस्तांदोलन केलं. झालं-गेलं विसरून जाण्यासाठीच तर आम्ही सगळेजण एकत्र भेटलो होतो. या हातमिळवणीतून आम्ही दोघांनी हेच दर्शविलं की जुना भूतकाळ आम्हाला गाडून टाकायचाय...

मग मी माझ्या डाव्या हाताला बसलेल्या गृहस्थाकडे माझा मोहरा वळवला आणि त्यालाही तोच प्रश्न विचारला, "मी जपानी सेनेत काही काळ नोकरी केली,

युद्धातही सहभागी झालो.'' त्यांनी उत्तर दिलं.

''त्या काळात तुम्ही एखाद्या सुखनिवासला (Comfort Station) भेट दिली का?'' मी प्रश्न केला.

''हो, काही कुंटणखान्यांत मी गेलो होतो; पण ते जावामधले नव्हते.''

''आपण काहीतरी गैरकृत्य करतोय, असं तेव्हा तुम्हाला वाटलं नाही का?''

''नाही बुवा, निदान त्या वेळी तरी माझ्या मनात असा काही विचार आला नाही. युद्धकाळातील एकूण व्यवस्थेचा तो एक भाग होता. मला वाटतं आमचं, नीतिधैर्य टिकून रहावं, मानसिक स्थिती ठीक रहावी, यासाठीच आमच्या शरीरसुखाची व्यवस्था केली जात असावी. युद्धकाळात हे सर्व प्रकार घडतात. स्त्रियांवर सैनिकांकडून बलात्कार केले जातात; पण त्याबद्दल कुणालाच काही गैर वाटत नाही.''

त्यांच्या स्पष्टीकरणानं मी अवाक झाले. स्त्रीकडे पाहण्याचा हा दृष्टिकोन मला ठाऊकच होता, तरीही मी स्तंभित झाल्यावाचून राहिले नाही. एकूणच हा सगळा व्यवहार किती सहजपणे घेतला जात होता! स्त्रीला किती क्षुल्लक समजलं जातं ते मला पुन्हा एकदा नव्यानं जाणवत होतं. ज्याप्रमाणे सैनिकांना अन्नधान्य दारू, सिगारेट हा शिधा पुरवला जातो, त्याचप्रमाणे त्यांना त्यांची लैंगिक भूक भागवण्यासाठी स्त्रियाही पुरवल्या जातात! स्त्रियांवर लादलेली ही एक गुलामगिरीच नव्हती का? त्या माणसाच्या शेजारी बसून भोजन घेणं हा माझ्यासाठी एक अंगावर शहारे आणणारा अनुभव ठरला. या माणसानं माझ्यासारख्या इतर तरुण मुलींवर बलात्कार केले होते, ह्या विचारानं मला त्याची घृणा वाटायला हवी होती; पण मी निर्धारानं मनातल्या भावनांवर, विकारांवर नियंत्रण ठेवलं आणि त्याच्या नजरेला नजर भिडवत त्याला म्हणाले, ''त्या काळी तुम्ही कसेही वागले असाल; पण आज मात्र मी तुम्हाला माफ केलं आहे. माझ्या मनात आता कसलंही किल्मिष राहिलेलं नाही.'' वाचकांना नवल वाटेल माझ्या कृतीचं, पण त्यानंतर मी त्यांना प्रेमभरानं आलिंगनही दिलं. खरं पाहिलं तर, मीही त्या व्यवस्थेची बळी ठरलेली होते; पण क्षमाशीलतेच्या मार्गावरचं पहिलं पाऊल त्या दिवशी मीच उचललं. त्यांनीही मला तसाच प्रतिसाद दिला. आम्हा दोघांच्या मनावरले घाव त्या कृतीनं बुजले गेले.

त्याच टेबलापाशी आणखी एक वयोवृद्ध जपानी पुरुष बसला होता. त्यांनाही मी तोच प्रश्न विचारला अन् त्यावरचं त्यांचं उत्तरही तेच होतं. ''मी एका छावणीचा प्रमुख होतो त्या काळी.'' ते म्हणाले. 'छावणीचा प्रमुख' हे शब्द कानी पडताच मी कान टवकारले. नकळत मी बोलून गेले.

"छावणीप्रमुखांची आम्हा युद्धकैद्यांना भीतीच वाटायची. आम्हाला ते कधीच आवडायचे नाही. तुम्ही कुठे काम केलंत, छावणीप्रमुख म्हणून?" मी चौकशी केली.

"सुमात्रातील एका छावणीत." माझ्या वडिलांनी सुमात्राच्याच एका युद्धछावणीत खूप छळ सोसला होता, हे मला आठवलं म्हणून मी त्यांना विचारलं, "सुमात्रात कुठे?"

"पकान बारूच्या छावणीचा प्रमुख होतो मी." त्यांच्या शब्दांनी मी जणू थिजल्यासारखी झाले. माझ्या वडिलांनी ह्याच माणसाच्या छावणीत हालअपेष्टा सोसल्या होत्या तर! अत्यंत दुष्ट माणूस अशी त्याची कुख्याती होती त्या काळी. ह्या नराधमानं एकदा माझ्या वडिलांना एका खड्ड्यात उभं केलं होतं अन् त्यांच्या डोक्यावर पत्र्याचं छत उभारण्याची आज्ञा दिली होती. हेतू हा की, असह्य उन्हामुळे माझ्या वडिलांनी होरपळत प्राण सोडावा! माझ्या वडिलांचं नशीब बलवत्तर होतं म्हणूनच ते याही प्रसंगातून तरले. जपान्यांनी काही काळानंतर पत्रा दूर केला अन् पाहिलं तेव्हा माझे वडील जिवंत होते!

किती विलक्षण प्रसंग होता तो. त्यानं माझ्या वडिलांचा जीव घ्यायचा प्रयत्न केला होता, अशा एका क्रूरकर्मा सेनाधिकाऱ्याच्या शेजारी बसून मी मेजवानी झोडत होते! त्यालाही मी उदार मनानं माफ करायचं धैर्य दाखवलं. मला प्रामाणिकपणे वाटतं, क्षमाक्षीलता या शब्दाचा अर्थ हाच असायला हवा. तिन्ही पुरुषांच्या बाबतीत मीच पहिलं पाऊल उचललं. या माणसानंही आपल्या दुष्कृत्याबद्दल दिलगिरी व्यक्त केली. आपला भूतकाळ योग्य रीतीनं मागे टाकावा, अशी त्यांचीही इच्छा होती. म्हणूनच तर तो या समेटप्रसंगी हजर राहिला होता. आम्हा दोघांनाही भावनवेग अनावर झाल्याचं मला जाणवलं. हातमिळवणी करून आम्ही दिलजमाई केली.

क्षमाशीलतेत केवढी मोठी जादू असते, हे त्या दिवशी मला पुन्हा एकदा जाणवलं!

* * *

मागे वळून मी पहाते तेव्हा एक गोष्ट मला स्तिमित करते, गेल्या काही वर्षांमध्ये या शोधयात्रेदरम्यान मी कितीतरी देशांना भेटी दिल्या! मी माझ्या दोन्ही जन्मभूमींना – हॉलंड आणि इंडोनेशियाला – गेले. त्याशिवाय, तीन वेळा जपानला, प्रत्येकी एकदा उत्तर आयर्लंडला, न्यूझीलंडला, इंग्लंडला, इस्राईलला आणि परत एकदा हॉलंडलाही गेले. मी अनेक आंतरराष्ट्रीय परिषदांमध्ये आणि मंचावर पोटतिडीकेनं बोलले. युद्धकाळात पराजित देशांतील स्त्रियांवर बलात्कार

होऊ नयेत, यासाठी माझे विचार मी रेड क्रॉस, ॲम्नेस्टी इंटरनॅशनल, ह्यूमन राईट्स कमिशन, आरसीएल (RCL), युनायटेड नेशन्स यूथ कॉन्फरन्स आणि अशाच अनेक समाजसेवी संस्थांच्या सभांमध्ये श्रोत्यांच्या पुढे ठेवले.

माझ्या या धडपडीच्या, तळमळीच्या कामाला २००१ साली छान फळ आलं. २००१ साली मला हॉलंडहून एक फोन आला. पलीकडून माझी फार वर्षांची मैत्रीण, डो ह्यूसमन (Do Huisman) बोलत होती. तिच्या शब्दांमधून तिचा आनंद मला जाणवला, "जॅनी, फार छान बातमी सांगणार आहे मी तुला. खुर्चीवर नीट बस हं. नाहीतर आनंदातिशयानं कोसळशील खाली. तुला नेदरलँड्सच्या राणी बिॲट्रिक्स (Beatrix) नी एक बहुमान – रॉयल ॲवॉर्ड – बहाल केलाय." माझा खरोखरच माझ्या कानांवर विश्वास बसेना. माझा हात थरथरू लागला, आवाजात कंप निर्माण झाला, "काय सांगतेस काय? अगं, मी असं काय मोठं काम केलंय गं, ज्यासाठी एवढा मोठा सन्मान व्हावा माझा?" डो ह्यूसमन त्याच सळसळत्या उत्साहात पुढे म्हणाली, "जॅनी, अगं, हा राजवंशानं केलेला सन्मान आहे. हाऊस ऑफ नासॉव (House of Nassau) नं दिलेला, एक प्रकारचं सरदारपद (Knighthood) आहे हे!"

तर अशा प्रकारे मी तिसऱ्यांदा हॉलंडला गेले – तेही लाल पायघड्यांवरून चालत! माझी थोरली लेक, आयलिन माझ्यासोबत आली. २० सप्टेंबर २००१ रोजी राणी बिॲट्रिक्स ह्यांच्या हस्ते ॲमस्टरडॅममध्ये मला हा बहुमान देण्यात आला. माझ्या आनंदात सहभागी होण्यासाठी या महत्त्वाच्या प्रसंगी हॉलंडमधले माझे सगळे नातेवाईक हजर राहिले. माझं गुणगाण करणारी भाषणं केली गेली. मी आभारप्रदर्शनादाखल डच भाषेत भाषण केलं. आत्तापर्यंतच्या ज्या ज्या वेळी मी साक्ष देण्यासाठी जाहीरपणे बोलत असे, त्या वेळी माझं भाषण इंग्रजीत असायचं. त्या दिवशी मातृभाषेत बोलताना मला अभिमान वाटत होता. ते संपूर्ण भाषण मी उत्स्फूर्तपणे, अंतःकरणाच्या गाभ्यातून केले. माझ्या नातलगांना, जुन्या घनिष्ट मित्रमैत्रिणींना मी मनापासून धन्यवाद दिले. तो प्रसंग माझ्यादृष्टीनं खरोखरच अविस्मरणीय होता.

त्या वेळी मला ठाऊक नव्हतं की तो मला मिळालेला एकमेव बहुमान नसणार आहे! त्यापाठोपाठ मला अनेक मानसन्मान, बहुमान मिळाले. २००२ सालच्या ॲनझॅक (ऑस्ट्रेलिया आणि न्यूझीलंड या देशांचा संयुक्त राष्ट्रदिन) दिनी मला ॲनझॅक शांतता पुरस्कार देण्यात आला. आर.एस.एल या संस्थेतर्फे देण्यात आलेल्या या पुरस्काराला माझ्या लेखी एक खास महत्त्व होतं. या वेळी अशी गंमत झाली की त्यासंबंधीचं पत्र मला ३ एप्रिलला मिळालं; पण त्याची जाहीर घोषणा २५ एप्रिलला होणार असल्याने तोपर्यंत मला त्यासंबंधी गुप्तता पाळायची होती.

ते वीस-बावीस दिवस फार कठीण गेले मला! एवढा मोठा बहुमान मिळणार म्हणून मनाला आनंदाचं भरतं आलेलं; पण त्याविषयी कुणाला कळू नये म्हणून तोंडाला कुलूप लावायचं म्हणजे एक प्रकारची सत्त्वपरीक्षाच की!

हा पुरस्कार म्हणजे एक ब्रॉंझचं पदक आहे, त्यावर गॅलीपोली गावातील सिम्प्सन हा माणूस आणि त्याचं गाढव यांचं चित्र कोरलेलं आहे आणि त्याखाली माझं नाव आहे. आंतरराष्ट्रीय शांतता व सलोखा प्रस्थापित करण्याच्या माझ्या प्रयत्नांची दाद या बहुमानाद्वारे देण्यात आली. अर्थातच माझ्या बैठकीच्या खोलीत सहज दिसेल अशा जागी मी हे पदक ठेवलं आहे.

याच वर्षी मला आणखी एक बहुमान – ऑर्डर ऑफ ऑस्ट्रेलिया (AO) हा नागरी क्षेत्रातील कर्तृत्वासाठीचा उत्तुंग पुरस्कार देण्यात आला. ह्याची घोषणा राणीच्या वाढदिवशी झाली. बहुतेक राष्ट्रीय सन्मानांची घोषणा ह्याच दिवशी केली जाते. मानवी अधिकारांची समर्थक, युद्धकाळात स्त्रियांना संरक्षण मिळावं यांसाठीचे प्रयत्न आणि युद्धांतर्गत अत्याचारांवर मत व्यक्त करण्यातील नेतृत्व यासाठी मला हा पुरस्कार देण्यात आला.

त्यानंतर मला अनेक राष्ट्रीय आणि आंतरराष्ट्रीय पुरस्कार मिळाले; पण माझ्या दृष्टीनं अत्यंत बहुमोल असा पुरस्कार मला पोप जॉन पॉल (द्वितीय) ह्यांच्या हस्ते मिळाला. सर्व बहुमानांमधील शिरपेच असं वर्णन करेन मी त्याचं! ॲडलेडमध्ये ७ डिसेंबर २००२ दिनी सेंट फ्रान्सिस झेवियर कॅथिड्रल या चर्चमध्ये एका खास प्रार्थनेनंतर मला पोपमहाशयांनी हा पुरस्कार दिला. ऑस्ट्रेलियात डिसेंबरमध्ये प्रसन्न असा उन्हाळा असतो. माझ्या कुटुंबियांनी मला ठरल्या वेळेच्या आधीच चर्चमध्ये नेण्याची व्यवस्था केली. माझ्याजवळचा सगळ्यांत सुंदर असा पांढरा स्कर्ट व ब्लाऊज मी या प्रसंगासाठी परिधान केला. या समारंभाच्या विचारामुळे आदली संपूर्ण रात्र मी जवळजवळ जागून काढली होती. सकाळी उठताक्षणी मला माझ्या दिवंगत पतीची – टॉमची – तीव्रतेनं आठवण आली. त्याचा फोटो उराशी धरत मी त्याला उद्देशून म्हटलं, 'आज तू माझ्याबरोबर असणार आहेस सोहळ्याच्या प्रसंगी!'

माझ्या मुली, जावई, नातवंडं ह्या सगळ्यांना माझ्याविषयी वाटणारं प्रेम, अभिमान त्यांच्या डोळ्यांतून ओसंडतोय, असं वाटलं मला. आम्ही कॅथिड्रलमध्ये पोहोचलो, तोच छायाचित्रकार आपले कॅमेरे सरसावून फोटो काढायला सज्जच झाले.

यापूर्वी अनेक वेळा मी या कॅथिड्रलमध्ये प्रार्थनेच्या निमित्तानं गेले होते; पण त्या दिवशीची सकाळची प्रार्थना माझ्यासाठी अगदी वेगळी होती. संपूर्ण प्रार्थनागृहातलं वातावरण मला अधिक सुंदर, जवळिकीचं वाटलं; रंगीबेरंगी चित्र असलेल्या काचेच्या तावदानांमधून आत प्रवेश करणारे सूर्यकिरण लोभस वाटत होते. नतमस्तक

होऊन मी उभी असताना मनात एक वेगळाच विचार चमकला -युद्धकाळात जे अपार दु:ख, शारीरिक हालअपेष्टा, अवहेलना मी भोगल्या, त्यामागेही काहीतरी ईश्वरी योजना असावी, हेतू असावा. माझ्या माध्यमातून परमेश्वराला काही तरी साध्य करायचं होतं. म्हणूनच आयुष्याच्या अखेरच्या कालखंडात त्यानं मला हे विशिष्ट कार्य करण्याची प्रेरणा दिली - शांततेचा आणि क्षमाशीलतेचा संदेश पसरवण्याचं कार्य माझ्या हातून घडावं, ही त्याचीच इच्छा होती.

आमच्या स्थानाकडे आम्ही निघालो तेव्हा उपस्थितांमध्ये मला माझ्या परिचयाचे अनेक चेहरे दिसले. माझ्या सन्मानसोहळ्यासाठी माझे मित्रमैत्रिणी आवर्जून हजर राहिले होते!

प्रार्थनासमारंभात ऑस्ट्रेलियाचे आर्चबिशप फिलिप विल्सन ह्यांनी मला पॉप जॉन पॉल (द्वितीय) नी दिलेला बहुमान देऊ केला. त्याचं नाव होतं डेम कमांडर ऑफ द ऑर्डर ऑफ सेंट सिल्व्हेस्टर (Dame Commander of the Order of Saint Sylvester). हा बहुमान मिळवणारी मी ऑस्ट्रेलियातील पहिलीच स्त्री होते. पोपमहाशय जो सन्मान देतात. त्यापैकी हा दुसऱ्या क्रमांकाचा बहुमान होता. एक प्रकारे मी इतिहास निर्माण केला होता. या बहुमानासोबत जे प्रशस्तिपत्र देण्यात आलं. त्यावरचे शब्द असे होते, 'वारंवार होणारे लैंगिक बलात्कार सहन करताना दाखवलेल्या ख्रिश्चन गुणांसाठी आणि दृढ श्रद्धेसाठी; त्याचप्रमाणे आपल्या धर्माविषयी अढळ श्रद्धा ठेवण्यासाठी व पवित्र आयुष्यक्रमासाठी.'

आर्चबिशपनी माझ्या कोटावर पदक लावलं, त्यावेळी माझे डोळे पाणावले. माझ्यासारख्या कॅथॉलिक ख्रिश्चन स्त्रीसाठी ह्याहून मोठा बहुमान दुसरा कुठलाच नव्हता. माझं संपूर्ण आयुष्य मी धर्मावरील दृढ श्रद्धेच्या बळावरच तरून गेले होते. माझ्या लेखी चर्च हेच माझ्या जीवनाचं केंद्रस्थान होतं.

त्या क्षणी मी मनातल्या मनात ईश्वराचे आभार मानले आणि नम्रतापूर्वक त्याला प्रश्न केला, 'दयाळू परमेश्वरा, तुझ्या या कृपावर्षावाला मी खरोखरच पात्र आहे का?'

या सर्व मानसन्मानांमुळे मी अधिकाधिक विनम्र होत गेले. त्याच वेळी मला ह्या गोष्टीचाही अभिमान वाटतो की, माझा समजूतदारपणाचा, शांततेचा आणि न्यायाचा संदेश जगाच्या कानावर पडतो आहे. लोक तो ऐकत आहेत...

गेल्या काही वर्षांमध्ये अनेक युद्धपीडितांना, युद्धकैद्यांना, निष्ठावंत वकिलांना, राजकारण्यांना, धर्मगुरूंना आणि पत्रकारांना भेटण्याचा मला योग आला. हे सगळे लोक विलक्षण धाडसी होते. पत्रकारांनी माझ्या युद्धकाळातील अनुभवांना शब्दरूप देऊन ते सामान्यजनांपर्यंत पोहोचवले.

काही वर्षांपूर्वी मी आयलिन आणि कॅरलला म्हटलं होतं, "एक दिवस मी

माझ्या मौनाची सांगता करणार आहे. माझी कहाणी मी जगापुढे मांडेन आणि लोक ती मनापासून ऐकतील, वाचतील, पाहतील.'' माझ्या मुलींनी मला धीर दिला होता. ''नक्कीच आई! तू हे करशील ह्याची आम्हाला खात्री आहे.'' आज मला अभिमानानं सांगावंसं वाटतं, युरोपमधील मी पहिली सुखदायिनी आहे, जिनं दुसऱ्या जागतिक युद्धामध्ये घडलेल्या कृष्णकृत्यांना वाचा फोडली आहे.

* * *

२००७ मध्ये आणखी एक ऐतिहासिक महत्त्वाची घटना घडली. ऑस्ट्रेलियातील एका गटानं मला त्यांना पाठिंबा देण्याची विनंती केली. त्या गटाचं नाव होतं – 'ऑस्ट्रेलियातील सुखदायिनींचे मित्र' आंतरराष्ट्रीय महिला दिनाच्या निमित्तानं हा गट सिडनीमध्ये एक मोर्चा काढणार होता. त्यामागचा हेतू, अशा सुखदायिनींना न्याय मिळावा हा होता.

मार्टिन प्लेस याठिकाणी हा मेळावा होणार होता. माझ्या समवेत आणखी दोन सुखदायिनी हजर असणार होत्या. त्यांपैकी एक तैवानहून तर दुसरी कोरियाहून येणार होती. श्रीमती सू मे वू (Hsiu Mei Wu) आणि गिल वॉन वॉक (Gil Won Wok) या दोघीजणी उत्तम वक्त्या होत्या.

माझी एकोणीस वर्षांची नात रुबी या प्रसंगी माझ्या बाजूला उभी होती. आपल्या आजीला अशा प्रकारच्या मोठ्या कार्यक्रमात भाग घेताना पहाण्याची तिची ही पहिलीच वेळ होती. युद्धातील स्त्रियांच्या हक्कांबाबतचं माझं भाषण, छायाचित्रकारांना, वृत्तसंस्थांच्या फोटोग्राफर्सना, प्रसारमाध्यमांना हाताळणं, टी.व्ही. कॅमेरासमोर मला बोलताना पाहणं, ह्या गोष्टी रूबीसाठी नव्याच होत्या. कार्यक्रमानंतर आम्ही दोघी अनेक कोरियन मित्रमैत्रिणींनाही भेटलो. या कार्यक्रमाची सांगता कॅरलच्या घरी झाली, तेव्हा 'न्यूयॉर्क टाइम्स'चे दोन पत्रकार हजर होते, त्यांच्यापैकी एकानं रूबीला विचारलं, ''तुझ्या वयोवृद्ध आजीला अशा प्रकारच्या मेळाव्यात भाग घेताना पाहून, तुला काय वाटतं?''

''मला निश्चितच अभिमान वाटतो माझ्या आजीचा! मी मोठी होत असताना माझ्या वयाबरोबरच माझी ही अभिमानाची भावनाही वाढत गेली आहे.''

रूबीच्या त्या शब्दांनी मी सद्गदित झाले, इतकंच म्हणेन मी!

२००७ साली मला वॉशिंग्टनला जायची संधी मिळाला. त्या वर्षातली, माझ्या दृष्टीनं सर्वांत रोमांचकारक घटना, असं वर्णन मी करेन. त्याचं असं झालं, अमेरिकेतील एक लोकनिर्वाचित सदस्य, काँग्रेसमन मायकेल होंडा यांनी मला विचारलं, ''तुम्ही आमच्या राजधानीत असणाऱ्या एक बैठकीत आपली साक्ष

द्याल का?'' क्षणाचाही विलंब न लावता त्यांच्या विनंतीला मी होकार भरला. कारण त्यामागचं कारण अतिशय महत्त्वाचं होतं. मायकेल होंडांनी कलम १२१ च्या बळावर जपानी सरकारला सांगितलं, ''दुसऱ्या जागतिक युद्धात तुमच्या राजसेनेनं (Imperial Army) सुखदायिनींवर जे अनन्वित अत्याचार केले त्याबद्दल तुम्ही नि:संदिग्ध शब्दात कबुली देऊन माफी मागितली पाहिजे.'' माझ्यादृष्टीनं ही एक सुवर्णसंधीच होती तेव्हा ती नाकारण्याचा प्रश्नच नव्हता.

तयारीसाठी माझ्याकडे फक्त एक आठवडा होता. विशेषत: वॉशिंग्टनमधल्या फेब्रुवारी महिन्यातल्या गोठून टाकणाऱ्या थंडीला तोंड देण्यासाठी जाड, गरम कोट, थंडीसाठी योग्य असे बूट आणि हातमोजे या गोष्टी विकत घेणं अत्यावश्यक होतं. १५ फेब्रुवारी २००७ या दिवशी परराष्ट्रनीतीच्या अखत्यारीत येणाऱ्या एका उपसमितीच्या बैठकीत मला, मी भोगलेल्या हालअपेष्टांविषयी साक्ष द्यायची होती. ही उपसमिती आशिया, पॅसिफिक आणि जागतिक पर्यावरणात्मक परिस्थितीसाठी होती.

माझ्या दृष्टीनं पाहिलं तर मी गेली पंधरा वर्षं जो लढा देत होते, त्याचा हा सर्वोच्च बिंदू होता. सुखदायिनींना न्याय मिळावा, त्याचप्रमाणं सामंजस्याचं वातावरण निर्माण करावं यासाठी मी अथक परिश्रम घेतले होते. अर्थात यामागे जपानी सरकारनं अधिकृतपणे माफी मागावी, अशीही माझी इच्छा होती. वॉशिंग्टनमधील माझ्या साक्षीनं माझ्या कार्यावर कळस चढणार होता. काँग्रेसच्या सभापती नॅन्सी पेलोसी (Nancy Pelosi) आणि मायकेल होंडांनी घेतलेल्या पुढाकारामुळे मला ही संधी मिळाली होती.

ही घटना आणखी एका कारणासाठी फार महत्वाची होती. जगाच्या इतिहासात पहिल्यांदाच एखाद्या देशाच्या सरकारनं, तेदेखील जगातील एकमेव महासत्ता असलेल्या देशाच्या सरकारनं, मानवी हक्कांचं संरक्षण व्हावं, या हेतूनं ही बैठक आयोजित केली होती. मानवी हक्कांना प्रथमच इतकं महत्त्व देण्यात आलं होतं! साठ वर्षं उलटल्यानंतर का होईना, पण सुखदायिनींना न्याय मिळणार होता, हेही नसे थोडके!

ऑस्ट्रेलियातील 'सुखदायिनी मित्र' या संस्थेची ॲना साँग ही कार्यकर्ती माझ्याबरोबर वॉशिंग्टनला आली. प्रवासात अनपेक्षितपणे विघ्नं आली आणि वाटलं, आपली ही ऐतिहासिक संधी हुकणार! कारण सॅनफ्रान्सिस्कोमध्ये आमचं विमान अडकून पडलं. वॉशिंग्टन विमानतळावर बर्फवृष्टीमुळे सगळे व्यवहार ठप्प झाले होते. सर्व उड्डाणं रद्द करण्यात आली होती. ती रात्र आम्ही अनिश्चिततेच्या मन:स्थितीत सॅनफ्रॅन्सिस्कोतील हॉटेलमध्ये काढली. सकाळी तरी आपलं विमान पुढे जाईल की नाही याविषयी काही अंदाज बांधणंही शक्य नव्हतं. उड्डाण रद्दच

झालं असतं, तर सुनावणीच्या वेळेपर्यंत आम्ही वॉशिंग्टनला पोहोचू शकलो नसतो. मनातल्या मनात मी परमेश्वराचा आणि सर्व संतांचा धावा सुरू केला.

परमेश्वरानं माझी प्रार्थना ऐकली. आमचं विमान वेळेवर आणि सुखरूपपणे वॉशिंग्टनला पोहोचलं आणि माझी संधीही हुकली नाही. एकूण चाळीस तास मी या प्रवासात घालवले होते!

वॉशिंग्टनमधील हॉटेलमध्ये माझी भेट कून जा किम (Koon ja Kim) आणि यॉंग सू ली (Yong Soo Lee) या दोन दक्षिण कोरियातील स्त्रियांबरोबर झाली. माझ्याप्रमाणेच त्या दोघींना लैंगिक गुलामगिरी सहन करावी लागली होती. आम्ही तिघीजणी त्या दिवशी साक्ष देणार होतो. १९९२ साली टोकियोतील साक्षीमध्ये मला यॉंग सू ली भेटली होती. पुन्हा जवळजवळ १५ वर्षांनी भेटताना आमची मनं भरून आली. हेलावल्या मनःस्थितीत आम्ही तिघींनी एकमेकींचे हात हातात घेतले. डोळ्यांतून भावनांचे पूर ओसंडत होते. त्या अश्रूंनी जणू आमच्या तनमनांचे दाह शांत झाले. त्या दिवशी खूप हलकंहलकं वाटलं मला. असं वाटलं, परमेश्वरच आम्हाला आपल्या प्रेमळ हातांनी थोपटतोय! आमच्या भाषा वेगळ्या होत्या, त्यामुळे मूकपणेच डोळ्यांच्या आणि भावभावनांच्या भाषेतून आम्ही एकमेकींशी संवाद साधला. एकमेकींच्या चेहऱ्याकडे पहाताना माझ्याप्रमाणंच त्यांनाही वाटलं असणार, आम्ही तिघी आता वृद्ध झालो असलो तरी न्यायासाठी लढण्याची हिंमत आमच्यात अजूनही आहेच!

ही भेट माझ्यासाठी आणखी एक कारणानं महत्त्वाची ठरली. माझी सर्वांत धाकटी बहीण – सेलेस्त – जी अमेरिकेच्या पश्चिम किनाऱ्यावरील सिॲटल या गावी रहाते – मला भेटायला म्हणून लांब पल्ल्याचा प्रवास करून आली. तिला मिठी मारताना परत एकदा अश्रूंचा पूर लोटला. सहा वर्षांनंतर आम्ही भेटत होतो! गडद लाल रंगाचा बंद गळ्याचा स्वेटर आणि काळी पँट घातलेली सेलेस्त अजूनही किती छान आणि तरुण वाटत होती! तिला मिठीत घेताना तिच्या नेहमीच्या वापरातल्या सुगंधानंही माझ्या नाकाशी हजेरी लावली. किती तरी वेळ आम्ही एकमेकींना घट्ट बिलगून बसलो. माझा माझ्या भाग्यावर विश्वासच बसत नव्हता – एक तर, मला एका फार मोठ्या संधीमुळे माझा अन्यायाविरुद्धचा लढा पुढे न्यायला मदत झाली होती अन् त्याचमुळे माझ्या बहिणीचीही भेट शक्य झाली होती. पूर्वीही आमच्या दोघींमधले प्रेमाचे बंध फार दृढ होते. कारण युद्धछावणीतल्या हालअपेष्टा आम्ही एकत्रच भोगल्या होत्या. त्या रात्री वॉशिंग्टनमधील हॉटेलातल्या प्रशस्त मोठ्या पलंगावर पहुडलेल्या स्थितीत आम्ही इतक्या गप्पागोष्टी केल्या ज्या फक्त जिवाभावाच्या बहिणींनाच शक्य असतात. आम्हाला भेटवल्याबद्दल आम्ही परमेश्वराचे आभारही मानले.

सुनावणीचा दिवस खूप घाईगडबडीत गेला. कॅपिटॉल हिलवर होणाऱ्या मुख्य कार्यक्रमापूर्वी प्रसारमाध्यमांच्या प्रतिनिधींनी आमच्या मुलाखती घेतल्या.मग मोठ्या प्रशस्त लिमोझिन गाडीतून आम्ही कॅपिटॉल हिलवर गेलो. या छोट्या प्रवासात मी खिडकीतून बाहेर नजर टाकली तेव्हा मला सगळा बर्फाच्छादित आसमंत स्वप्ननगरीसारखा रम्य वाटला. १९६० साली आम्ही इंग्लंड सोडलं व ऑस्ट्रेलियात स्थायिक झालो.त्यानंतर मी हिमवर्षाव असा कधी पाहिलेलाच नव्हता. हिमाच्छादित परिसर किती नयनरम्य असतो. ही गोष्ट मी जणू काही विसरूनच गेले होते. आज जणू मी प्रथमच हे लोभस दृश्य पहाते आहे, असं वाटलं मला त्या वेळी. मी गाडीतून पाय खाली ठेवला अन् माझा बूट भुसभुशीत बर्फात खोलवर रुतला. पुढल्या क्षणी मी खाली वाकले अन् हातांनी बर्फ उचलून त्याचा मोठा चेंडू बनवला. किती बालिश वाटलं असेल पाहाणाऱ्यांना माझं वागणं; पण मला बर्फाला हात लावायचा मोह आवरला नाही हेच खरं! त्यानंतरच माझं लक्ष कॅपिटॉल हिलकडे, तिच्यावरल्या भव्य घुमटाकडे गेलं.

आमच्या स्वागतासाठी उभ्या असलेल्या अधिकाऱ्यांसमवेत पायऱ्या चढून आम्ही काँग्रेस भवनात प्रवेश केला. या प्रसंगाला साजेसा एक छान काळा पोशाख मी मुद्दाम विकत घेतला होता. किम आणि लीही आपल्या पारंपरिक राष्ट्रीय पोशाखात उठून दिसत होत्या. या दोघीजणी माझ्यासारख्याच वयोवृद्ध होत्या. वयाच्या खाणाखुणा त्यांच्या चेहऱ्यांवरही स्पष्ट दिसत होत्या; पण दोघींचा निश्चय व करारीपणा त्यांच्या चालण्याबोलण्यातून प्रतिबिंबित होत होता. त्यामुळे माझ्या मनानं त्यांना दाद दिली. मुख्य सभागृहातल्या पुढच्या रांगेत आमच्या बसण्याची सोय केलेली होती. तिथपर्यंत चालत जातानाही वेगवेगळे पत्रकार, छायाचित्रकार आमच्या अवतीभोवती होते, आम्हाला अनेक प्रश्न विचारत होते. माझ्या मागच्या रांगेत सेलेस्तच्या बसण्याची व्यवस्था केलेली होती. संपूर्ण सभागृह खचाखच भरलेलं होतं (फारच कमी वेळा असं दृश्य दिसतं, असं मला ऐकवण्यात आलं!) एका गोष्टीचं माझं मला, नवल वाटलं : इतक्या मोठ्या, भव्यदिव्य काँग्रेस भवनात, एक ऐतिहासिक महत्त्वाची साक्ष देण्यासाठी मी दूर देशाहून आले होते; पण माझ्या मनावर तेव्हा कसलंही ओझं वा दडपण मला जाणवत नव्हतं. माझ्या उजव्या बाजूला किम आणि ली बसणार होत्या. आमची नावं ठळक अक्षरात लिहिलेले पांढरे फलक आमच्या सोयीसाठी ठेवलेले होते. आज मी जॅन रफ–ओ'हर्न या नावानं ओळखली जात असले तरी माझ्या विवाहोत्तर आडनावाचा त्या फलकावर उल्लेख नव्हता. माझं विवाहपूर्व आडनाव ओ'हर्नच लिहिलेलं माझ्या नजरेनं टिपलं. ते वाचताच माझं मन क्षणार्धात भूतकाळात झेपावलं. सगळ्या भावना उफाळून वर आल्या. डोळ्यांतले कढ

महत्प्रयासानं मागे लोटावे लागले. मधुर दया (Sweet Charity) या संगीतनाट्यातलं गाणं मला आठवलं, माझ्या जिवाभावाच्या मंडळींनी मला आत्ता या क्षणी पाहिलं तर...? माझ्या मनात विचार आला, माझे आईवडील, माझी भावंडं ह्यांनी मला या इथे पाहिलं तर? त्यांना नक्कीच माझा अभिमान वाटेल.

सुनावणीचा कार्यक्रम व्यवस्थितपणे पार पडला. जपानी सरकारनं औपचारिक पद्धतीनं आपल्या कृत्याची – स्त्रियांना लैंगिक वेठबिगारील जुंपण्याची – माफी मागावी आणि जे देश अशा प्रकारे स्त्रियांना सुखदायिनी म्हणून जुंपतात, त्यांचा धिक्कार करावा, असा ठराव संमत करण्यात आला. आमच्या तिघींमधील श्रीमती किमनी पहिलं भाषण केलं आणि त्यादरम्यान अनेक वेळा तिला आपला भावनावेग आवरता आला नाही. माझी साक्ष मांडताना मी निश्चयी सुरात बोलले, तर आपल्या भाषणाअखेरीस हाताची मूठ वर उंचावून खंबीरपणे श्रीमती ली म्हणाली, ''जोपर्यंत जपानी सरकार गुडघे टेकून माझी माफी मागणार नाही, तोपर्यंत मी स्वस्थ बसणार नाही.''

पुढले चार दिवस वृत्तपत्रांच्या मुलाखती आणि महत्त्वाच्या व्यक्तींबरोबर औपचारिक भोजन घेण्यात, वेगातच गेले. या सर्वांना आमच्या कार्याबद्दल आपुलकी वाटत होती. शेवटच्या दिवशी आम्ही विमानतळावर गेलो आणि सेलेस्तला निरोप दिला. दोघींच्या डोळ्यांत अश्रू उभे राहिले. यापुढे केव्हा अन् किती वेळा भेट होऊ शकली असती, याबद्दल आम्हाला काहीच खात्री नव्हती.

आम्ही परत एकदा आमच्या हॉटेलवर आलो. काँग्रेसभवनातल्या साक्षीच्या वेळी माझ्या नावाचं जे कार्ड माझ्या खुर्चीवर ठेवण्यात आलं होतं; ते मी हातात घेतलं. त्यावर ओ'हर्न हे नाव छापलेलं होतं. या नावाचा मला केवढा अभिमान वाटायचा! मला सिस्टर झेवियरचे शब्द अजून चांगलेच आठवत होते, 'तू, जॅन, अगं, ओ'हर्न हे नाव लावतेस अन् अशी वागतेस? शोभतं का तुझ्या नावाला हे!'

खरंच एक 'ओ'हर्न' असल्याचा मला पुरेपूर अभिमान होता. आम्ही ओ'हर्न मंडळी – सगळीच उत्साहानं सळसळणारी! स्वस्थ बसून वेळ काढणं आम्हाला ठाऊकच नव्हतं. मी ओ'हर्न आहे अन् मला त्याचा गर्व आहे. परत एकदा मी आमच्या आडनावाकडे पाहिलं अन् क्षणार्धात माझं पुरं आयुष्य माझ्या डोळ्यांसमोर तरळलं. जावामध्ये घालवलेलं रम्य बालपण, युद्धछावणीतला 'वनवास', टॉमबरोबरचा माझा विवाह, माझा मातृत्वाचा बहारीचा काळ, मग ऑस्ट्रेलियाला स्थलांतर, मिसेस रफ म्हणून केलेली शिक्षिकेची भूमिका आणि शेवटच्या अंकात? ८४ व्या वर्षी पुन्हा एकदा मी ओ'हर्न म्हणून ओळखली जातेय!

* * *

युद्धकाळात पराजितांच्या देशातील स्त्रियांवर बलात्काराचं शस्त्र चालवलं जातं. तोही मनुष्यवधाचाच एक भाग असतो. आज, एकविसाव्या शतकातही हा प्रकार चालूच आहे. गेली पंधरा वर्षं मी युद्धादरम्यान किंवा संघर्षकाळात स्त्रियांवर बलात्कार होऊ नयेत यासाठी तळमळीनं लढा देत आहे. माझ्या धडपडीला थोडंफार यश लाभलं आहे, याचा मला फार आनंद तसंच अभिमानही वाटतो. विजयी सैनिकांना आता बलात्काराचं स्वातंत्र्य ह्या रूपात इनाम मिळत नाही. अशा प्रकारच्या बलात्काराची आता युद्धजन्य गुन्हा म्हणून दखल घेतली जाते. संयुक्त राष्ट्रसंघानंच त्याला गुन्हा मानला आहे. अशा प्रकारचे अक्षम्य गुन्हे भविष्यात घडू नयेत या एकमेव कारणासाठी मी बोलती झाले आणि पन्नास वर्षांचं हे मौन सोडलं!

जॅन रफ्-ओ'हर्न

जुलै, २००८